रक्तबीज

दिलीपराज प्रकाशनाची सर्व पुस्तके आता आपण Online खरेदी करू शकता. आमच्या website ला कृपया अवश्य भेट द्या.
www.diliprajprakashan.in

रक्तबीज

(दोन लघु कादंबऱ्यांचा संग्रह)

ग. वा. बेहेरे

 **दिलीपराज प्रकाशन प्रा. लि.**
२५१ क, शनिवार पेठ, पुणे - ४११ ०३०.

रक्तबीज / Raktbij

प्रकाशक
राजीव दत्तात्रय बर्वे,
मॅनेजिंग डायरेक्टर,
दिलीपराज प्रकाशन प्रा. लि.,
२५१ क, शनिवार पेठ, पुणे - ४११ ०३०

प्रकाशन दिनांक : १५ सप्टेंबर २०१३

प्रकाशन क्रमांक : २०४५

ISBN : 978 - 81 - 7294 - 973 - 0

मुद्रक
Repro India Ltd, Mumbai.

टाइपसेटिंग
मधुराज प्रिंटर्स ॲण्ड पब्लिकेशन्स प्रा. लि.
स. नं. २९/८-९, पारी कंपनीजवळ, धायरी, पुणे - ४११ ०४१

मुद्रितशोधन । मिलिंद बोरकर, पुणे

मुखपृष्ठ सजावट । सुहास चांडक

आतील सजावट । रेषविश्व ॲड, सागर नेने

सोबत साप्ताहिकाच्या प्रतिष्ठेत पुष्कळांचा वाटा आहे. त्यांपैकी वेळोवेळी जाहिरात प्रतिनिधी, सहसंपादक, संपर्काधिकारी, लेखनिक, वैयक्तिक प्रतिनिधी या विविध नात्यांनी वावरणाऱ्यात श्रीमती छाया गोडबोले याही एक आहेत. त्यांच्या त्या निरपेक्ष सेवेसाठी त्यांना ही कादंबरी कृतज्ञतापूर्वक अर्पण!

-ग. वा. बेहेरे

अनुक्रम

एक

बाबूराव हॉस्पिटलच्या खोलीत एकटेच निवांत पडून राहिले होते. कालपरवापासूनच त्यांना थोडे बरे वाटू लागले होते. तरीपण जो अर्धांगाचा झटका अकस्मात येऊन गेला, त्याचे दृश्य परिणाम त्यांच्यावर जाणवू लागले होते. आता ते सर्वथा पराधीन झाले होते. इकडचे तिकडे वळायचे असले, तरीसुद्धा त्यांना कुणाची तरी मदत घ्यावी लागत असे. एक बरे होते, की त्यांना उजवी बाजू हलवता येत होती, अस्पष्ट का होईना, पण प्रयत्नाने थोडे बोलता येत होते.

वैभवाच्या ऐन शिखरावर असताना नियतीने असा क्रूर हल्ला करावा आणि आपले पंख छाटून टाकावेत, याचे त्यांना अतीव दु:ख झाले. आयुष्यभर नानाविध तऱ्हेचे उद्योग करून ते अशा एका अवस्थेला आले होते, की त्यांच्या भाग्याचा कुणीही हेवा करावा !

चाळीस वर्षांपूर्वी मुंबईत आलेला एक अनाथ, निराधार मुलगा पाचपन्नास लाखांची माया जमवतो, कर्तबगार म्हणून नावलौकिक प्राप्त करून घेतो आणि समाजात सर्व तऱ्हेचा नावलौकिक मिळवतो, याचा त्यांना तर अभिमान वाटत असेच; पण त्यांच्या गावकऱ्यांना, आप्तस्वकीयांना आणि व्यावसायिकांनाही त्यांचा अभिमान वाटत असे. बारातेरा वर्षांचा मुलगा ऐन दुसऱ्या महायुद्धाच्या काळात निर्धन अवस्थेत एक बारीकशी वळकटी घेऊन एका ट्रकमध्ये चढला, आणि विस्फारलेल्या डोळ्यांनी या अचाट मुंबईकडे पाहू लागला, तो क्षण बाबूरावांनीच एक मासिकासाठी लिहिलेल्या लेखात टिपून ठेवला होता.

"कोकण हा आधीच निर्धन लोकांचा प्रदेश. फारशा सुपीक जमिनी नाहीत. उद्योगधंदे काढायला कोणतीही अनुकूलता नाही. दळणवळणाची कसलीही साधने नाहीत. अशा गावात मिळेल ते काम करून, पेज पिऊन दिवस ढकलणे आणि आपल्या गरिबीचीच मस्ती आपल्या तुच्छतेतून व्यक्त करणे यात साऱ्या कोकणी माणसांचा जन्म गेला. ज्यांचे कुणी सगेसोयरे, नातेवाईक मुंबईला असतील, त्यांनी मुंबईत रोजगारासाठी जाणे, फारफार तर अधिकाधिक चांगला पर्याय म्हणजे गुजराथ्यांच्या

घरी धुणीभांडी करणे; ब्राह्मण असला तर हॉटेलात कपबशा विसळणे किंवा कष्ट करण्याची तयारी असेल तर एखाद्या गिरणीत बदली कामगार म्हणून नोकरी मिळवणे. ज्याचे थोडेफार शिक्षण झालेले आहे, ते पुढे कारकून-मुनीम असली कामे करत, पण एरवी लक्ष्मीचे आणि कोकणी माणसाचे वाकडेच होते. पण कोकणी माणसात सह्याद्रीची रग आहे आणि सागराचा बेतालपणा आहे. काही साहसी माणसे दर्यावर गेली, तर काही घाट उतरून देशावर गेली. काही तेथे वकील, डॉक्टरही झाली.

"पेशव्यांमुळे कोकणी ब्राह्मणांच्या हातात राज्ययंत्र आले. तेव्हापासून कोकणी ब्राह्मणांनी, राजसत्ता गेल्यावरही प्रयत्नपूर्वक विद्या मिळवून नोकरीधंद्यात बरा जम बसविला. पण हे सारे वेळच्या वेळी कोकण सोडून बाहेर गेलेल्यांनाच करता येणे शक्य होते. हेकेखोरपणा, अहंकार, दुसऱ्याच्या ऋणात राहायचे नाही आणि दुसऱ्याकडून बोलून घ्यायचे नाही; हे त्यांचे दुर्गुण हेही गुण ठरले. कमीतकमी गरजा असल्यामुळे हुबळीपासून ते नागपूरपर्यंत कोकणी ब्राह्मणांनी नावलौकिकाची पुष्कळ कामे केली. पहिल्या एकदोन पिढ्या त्यांचे कोकणाशी संबंध राहिले. पुढे ती माणसे दूर गेली, ती गेलीच. आपण कोकणच्या मातीचे पुत्र आहोत, याची त्यांना आठवणसुद्धा राहिली नाही. आईबापांना भेटण्यासाठी म्हणून केव्हातरी कोकणात येण्यापलीकडे त्यांचा कोकणाशी संबंधच राहिला नाही. कोकण आहे तसेच राहिले.

"कोकणात खेडेगावं तुटक- धड रस्ते नाहीत, त्यामुळे कुठल्या तरी त्यातल्या त्यात मोठ्या गावात असणाऱ्या शाळेपर्यंत जाणे हेसुद्धा मुश्किल होत असे. सारस्वत, शेणवी, प्रभू, वैश्य यांनी मुंबईत बऱ्यापैकी जम बसविला, पण ते बहुतेक सारे चाकरमानेच. कुठे एखादा अपवाद असेल नसेल, पण मोठा उद्योगधंदा करावा, खूप पैसा कमवावा, चैनीत रहावे, औदार्याने पैसा खर्चावा, असली ख्यालीखुशाली वृत्ती कोकणी माणसात कधीच आली नाही. ब्राह्मणात ती नव्हतीच.

"आमचे चुलत घराणे तिकडे नागपुरात चांगले गबर झालेले आहे. त्यांचा आमचा काही संबंध उरलेला नाही. आमच्याच घराण्यातले काही पुरुष गायकवाडीत बडोद्याला जाऊन चांगला मानसन्मान मिळवून चांगले दिवस गुजरीत होते. देशस्थांना ज्याप्रमाणे आपल्या गोतावळ्याची कदर असते, त्याप्रमाणे कोकणस्थांना आपल्या रक्ताची माणसे आपल्याला चिकटावीत, असे कधी वाटत नाही.

"माझी एक मावशी आणि एक मामा मुंबईत चांगल्या सरकारी पदावर होते. त्यांच्या आश्रयाने मुंबईत जावे, काही नोकरी- उद्योग पाहावा आणि केव्हा

ना केव्हा तरी असा एखादा उद्योग आरंभावा, की ज्यामुळे लोक आपल्या कर्तृत्वाकडे पाहतच राहतील, अशा विचाराने मी माझे जन्मग्राम सोडून मुंबईच्या दिशेने वाटचालीला आरंभ केला.

"आम्ही सारे कोल्हटकर नार्वेचे. चिपळूणपासून अठरा-एकोणीस मैलांवर समुद्राच्या काठी हे गाव आहे. चिपळूणपर्यंत तर चालत जाणे भाग होते. मुंबईपर्यंत पैसे पुरले नसते, म्हणून काटकसर करणे आवश्यक होते. माझी आई तर लहानपणीच वारली होती. वडील वारले त्या दिवशी अगदी नात्याचे असे कुणी मला राहिलेच नाही. आमच्या मालकीचे घर, वाडी असे काही नव्हते. कोकणस्थ कुटुंबे एकत्र नांदूच शकत नाहीत. आमच्या वाटणीची तुटपुंजी मालमत्ता विकून एक पिढी जगत राहिली. आमच्या वाटण्या फार पूर्वीच झाल्या होत्या व वास्तविक गावातच राहिलो असतो, तर मला कदाचित पोटापुरते मिळालेही असते. आमच्या गावात आंब्याच्या बागा होत्या. नारळीपोफळींचे उत्पन्नही चांगले होते. कारण बारमाही गोडे पाणी वाहणारा झरा कुसुंबीच्या डोंगरातून वर्षांनुवर्षं वाहत होता. अधूनमधून पाण्याच्या पाळीवरून गावात मारामाऱ्या होत, नाही असे नाही; पण गाव इतरांच्या मानाने तसे बरे होते. ब्राह्मणांच्या मुलांनी हलकीसलकी कामे कशी करायची, असला विधिनिषेध आमच्या गावात नव्हता. माझ्या चुलत चुलत्यांचे म्हणजे तात्यांचे गावात एक हॉटेल होते. आता त्याला 'हॉटेल' हा प्रतिष्ठित शब्द लावता येतो. पण शेव, चिवडा, भजी यांव्यतिरिक्त तेथे काही मिळत नसे आणि गावकऱ्यांनाही त्याची फारशी गरज नसे.

"माझा बाप वारल्यावर मी या काकांच्यांकडे आश्रयासाठी गेलो. व त्यांनी आल्याआल्याच सांगितले की, बाब्या, माझ्या घरी काही श्रीमंती वाहत चाललेली नाही. माझे मलाच झालंय थोडं. त्यातून तुला इथे राहायचेच असेल, तर तुला इतर नोकरांसारखे नोकर म्हणून राहावे लागेल. दोन्ही वेळेला गिळायला घालीन आणि वरखर्चासाठी एक रुपया देईन. राहायचे असले, तर राहा.

"माझ्याकडे काही अन्य पर्यायच नव्हता. मी काकांकडे नोकरीला गेलो. चार यत्ता शिक्षण झाले होते. त्या जोरावर मला दुसरी नोकरी कोण देणार आणि जेवायला तरी कोण घालणार? आई-बापांशिवाय अनाथपणे वाढणाऱ्या मुलांत आपोआप एक शहाणपण येते, ते माझ्यात आलेले होते. तसे घरात विकण्यासारखे काही नव्हतेच. जी भांडीकुंडी होती, ती मी हळूहळू विकायला आरंभ केला. पाचपन्नास रुपये जमा केल्याशिवाय आपल्याला गावातून पळ काढता येणार नाही, हे माझ्या पक्के ध्यानात आले होते. आणि गाव सोडले नाही, तर जन्मभर

चुलाणे फुंकण्याचे किंवा भजी तळण्याचे काम आपल्याला करावे लागेल, हे मला ठाऊक होते. यामुळे मी अतिशय सावध होतो.

"हळूहळू करता करता सगळ्या वस्तूंचा मी निकाल लावला. वडिलांच्याच कपड्यांतून माझ्यासाठी स्वत:च कपडे शिवले. तरीसुद्धा गाव सोडायचा धीर होत नव्हता. कारण, नाही म्हटले तरी येथे सुरक्षितता होती. माझा बाप कोणत्याही तऱ्हेने कर्तबगार नव्हता पण अजातशत्रू होता. त्यांचा मुलगा म्हणून त्यांचे संरक्षण मला गावात होते. हे गाव सोडून उघड्या-नागड्या जगात एकट्याने वावरायला माझ्याजवळ कोणते भांडवल होते? एकच दुर्दम्य इच्छा होती, की या गावात सडत पडायचे, त्यापेक्षा वाटेल ते करून गाव सोडायचे. माझ्याजवळ फक्त विलक्षण इच्छाशक्ती आणि वाटेल ते कष्ट करण्याची तयारी होती. पहिल्यापासूनच पुरेसे खायला-प्यायला न मिळताही माझी प्रकृती दणकट होती. तेवढा एकच वारसा बापाने मला दिला. जर त्या दिवशी माझ्यावर तो प्रसंग ओढवला नसता, तर कदाचित गाव सोडण्याची हिमंत मला झाली नसती.

"एक दिवस सकाळी हॉटेलमध्ये राघू गरम भजी तळत होता आणि मी ती नेऊन गिऱ्हाइकाला पोहोचविण्यात मग्न होतो. भज्यांच्या खमंग वासानं मला राहवलं नाही. मी त्यातलीच एक भज्यांची प्लेट उचलली आणि बश्या विसळण्याचे निमित्त करून खपरेलाच्या मागच्या बाजूला गेलो. भजी गरम होती आणि खाताना मला ठसका लागला. काकांचे बहुतांशी माझ्या या चोरीकडे लक्ष असावे. ते गल्ला सोडून चटकन मागच्या बाजूला आले आणि मला भजी गपागप गिळताना पाहून त्यांनी माझ्या मुस्कटात भिरकावली. तोंडात आधीच भज्याचा तोबरा होता, त्यात ठसका लागलेला होता, आणि त्यात काकांनी अशा तऱ्हेने थप्पड मारली, की डोळ्यांपुढे झिणझिण्याच आल्या! तोंडात असलेला भज्यांचा लगदा बाहेर पडला आणि काका संपूर्ण माखून गेले! मग काका अधिकच संतापले आणि त्यांनी मला लाथाबुक्क्यांनी तुडवायला आरंभ केला! वयाच्या मानाने मी चांगला थोराड होतो, पण अपराधीपणाच्या भावनेने त्यांचा मार मी काही काळ सहन केला. जेव्हा मार असह्य झाला, तेव्हा मात्र मी त्यांना एकदम झटकून टाकण्याचा प्रयत्न केला आणि त्यात काका जमिनीवर उताणे पडले. त्यांना स्वत:ला सावरता आले नाही आणि त्यांच्या कपाळाला चांगली खोक पडली. ते पुन्हा सावरायच्या आत आणि चार लोक जमायच्या आत मला पळ काढणे भागच होते. मी तसाच धावतपळत निघालो, घरी आलो, कणाकणाने जमवून ठेवलेली पंचवीस-तीस रुपयांची पुंजी लंगोटात दडवून ठेवली. होते-

नव्हते ते कपडे गोळा केले आणि गावाबाहेर जाण्याच्या दिशेने निघालो.

''मी वयाने लहान होतो, पण माझ्या लक्षात आले, की सतरा-अठरा मैलांची वाटचाल करून चिपळूणपर्यंत जायला पाच-सहा तास तर सहज लागतील, तोपर्यंत पोटात भुकेचा डोंब उसळेल. म्हणून मी काका जिथून नेहमी किराणा सामान आणत, त्या गोलिवडेकरांच्या दुकानात गेलो. सामान बहुतेक वेळी मीच आणीत असे. मी घाईघाईनं आल्यासारखे दाखवले (कपड्यांचे बोचके अर्थातच मी दुकानात नेले नव्हते, नाहीतर त्यांना शंका आली असती) आणि त्यांच्याकडून दोन शेर पोहे बांधून घेतले. एवढ्यावर माझे निभावले असते. काकांनी मला मारझोड केली, त्याची किंमत म्हणून दोन शेर पोह्यांचे पैसे त्यांनी द्यायला काहीच हरकत नव्हती.

''मी झपाट्याने गाव सोडले. गावाच्या वेशीवर गजाननाचे मंदिर होते. गजाननासमोर मी नतमस्तक झालो आणि म्हणालो,

''मी गाव सोडतो आहे, तुझ्या आशीर्वादाने झाले तर माझे भले होईल. नाहीतर आहे त्यापेक्षा तर माझी स्थिती काही वाईट होणार नाही. जर माझा भाग्योदय झाला तर मात्र तुझे हे जीर्णावस्थेला आलेले मंदिर मी नव्याने बांधून काढीन. इतके भव्य, की लोकांनी पाहतच राहिले पाहिजे.''

आपली सारी जीवित-कहाणी थोडक्यात लिहिल्यानंतर बाबूराव अखेरी म्हणाले,

''त्या गणेशाच्या कृपेनेच एका अनाथ, उजाड मुलाचा भाग्योदय झाला! आज माझ्या गावात उभे असलेले भव्य गणेश मंदिर आणि तिथे दर संकष्टीला होणारी गर्दी पाहिल्यानंतर कुणीही मान्य करील की मी परमेश्वराशी जो करार केला, तो करार प्रामाणिकपणे पाळून मी खरोखरीच त्याचे एक रम्य स्थळ निर्माण केले आहे.''

आता अंथरुणावर पडल्यापडल्या बाबूरावांना गजाननाचे स्मरण झाले, आणि जर कदाचित आपण पुन्हा हिंडू-फिरू शकलो, तर परत नार्व्याला जाऊन विघ्नहर्त्या गजाननाच्या पायांवर आपला हा विकलांग झालेला देह लोटून दिला पाहिजे. त्यानेच कृपा केली, तर पुन्हा आपल्याला नार्व्याचा तो अंथाग समुद्र पाहायला मिळेल. जी घाटी चढून आपण चिपळूणच्या दिशेने धाव घेतली आणि आपल्या नशिबाने आपल्याला कपूर कंपनीच्या ट्रकमधून मुंबईला जायला मिळाले, ते सारे गजाननाच्या कृपेने घडले. नाहीतर आपण ट्रान्सपोर्ट व्यवसायात, मोटारबॉडी-

बिल्डिंगच्या व्यवसायात, मोटर, स्कूटर, इलेक्ट्रिकल गुड्सच्या व्यवसायात किंवा मुंबईतल्या सर्वांत अद्ययावत समजल्या जाणाऱ्या मोटार सर्व्हिसिंग युनिटचे मालकच झालो नसतो. आपण कदाचित चिपळुणातच राहिलो असतो आणि शाळेत शिकलो असतो, तर जास्तीत जास्त मास्तर झालो असतो. फार तर एखादे हॉटेल काढले असते. पण आपल्या नशिबात असा काही योग होता, की त्या ट्रकचालकाला आपली दया आली. त्याने आपल्याला गाडीतून बरोबर नेले. एवढेच नव्हे, तर त्याने आपला स्वत:च्या मुलासारखा प्रतिपाळ केला. या साऱ्याच गोष्टी केवळ नियतीचा खेळ आहेत. आपण आलेली प्रत्येक संधी वापरली, प्रत्येक आवाहनाला तोंड दिले आणि कशात कोठेही कमी पडलो नाही, त्यामुळे लक्ष्मी प्रसन्न झाली, अशी प्रशंसा कोणी केली–तरी ती तेवढी खरी नाही असे त्यांना वाटे. हे सारे करूनच्या करून माणसे अनवाणी हिंडतातच. अखेरीस दैवयोग यावा लागतो हेच खरे. आपण अशक्यप्राय असे आव्हान स्वीकारले. आज आपला देह विकलांग झाला आहे, त्यावरही मात करायचा प्रयत्न आपण का करू नये? पण या घटकेला तरी ते पराधीन होते. दुबळे झालेले होते.

त्यातल्या त्यात एक गोष्ट बरी होती, की त्यांचा एकुलता एक मुलगा हेरंब उर्फ प्रकाश हा त्यांच्या व्यवसायात लक्ष घालायला लागून आता चार-पाच वर्षे झाली होती. त्याचे लग्नही एका सुविद्य, उच्चकुलीन आणि उद्योगपतीच्या मुलीशी झाले होते. तीही धंद्यात लक्ष घालीत असे. तेव्हा धंद्याची किंवा संपत्तीची कसलीही अडचण त्यांच्यापुढे नव्हती. धंद्यातल्या बऱ्याचशा खुब्या मुलाने उचलल्या होत्या. स्कूटरेट्चा नवीन कारखाना पनवेलच्या परिसरात आकाराला आलेला होता आणि त्याचे उत्पादनही सुरू होत होते. खरे म्हणजे आकाश जमिनीवर उतरलेले होते! पण दुर्दैवाने जमीनच खचायला लागली! लहानसहान उद्योगधंदे बंद करून महत्त्वाकांक्षी उद्योगप्रकल्प हाती घेण्याची सुवर्णसंधी प्राप्त झालेली असताना आपल्या शरीराने आपल्याला दगा द्यावा, याचा त्यांना विषाद वाटला. शिवाय कितीही पगारी नर्सेस ठेवल्या, आणि त्यांनी कितीही जिव्हाळा दाखविला, तरी पत्नी ती पत्नीच. त्यांची धर्मपत्नी सरस्वती ही त्यांना सोडून जाऊन पाच-सात वर्षे झाली होती. सरस्वतीच्या आठवणी तर त्यांच्या डोळ्यांसमोर इतक्या टवटवीतपणे उभ्या राहिल्या, की जणू काही आपण एक चित्रपटच पहात आहोत असे त्यांना वाटले.

- ० -

दोन

बाबूराव जागे झाले, तेव्हा कुणीतरी एक स्त्री आपला हात हातात घेऊन आपली नाडी पाहत आहे हे त्यांना जाणवले. त्यांनी डोळे विस्फारले, तिच्याकडे पाहिले आणि त्यांच्या तोंडून आश्चर्योद्गार प्रकटले- "राही, तू?"

ती हसली. खरे म्हणजे बाबूराव काय बोलले, ते जिनीला नक्की कळलेले नव्हते, पण आपल्याला पाहून त्यांना आश्चर्य वाटले, एवढेच नव्हे, तर आपल्यात आणि त्यांच्या स्मरणात असलेल्या व्यक्तीत बरेचसे साम्य असले पाहिजे, हेही तिच्या लक्षात आले.

डॉ. गिंड्यांनी आपल्याला पेशंटबद्दल ज्या ज्या सूचना दिल्या होत्या त्या लक्षात घेऊन पेशंटमधील हा बदल तिला स्वागतार्ह वाटला. एखादी भावना चटकन प्रकट करण्याइतपत त्यांच्या मेंदूचे चापल्य कायम आहे आणि मुख्य म्हणजे त्यांच्या देहात त्यामुळे झालेली एक्साईटमेन्ट हे रुग्णाच्या सुधारलेल्या प्रकृतीचे लक्षण आहे, हे त्या चतुर नर्सच्या लक्षात आले.

दहा-पंधरा वर्षांपूर्वी नर्सिंगचा डिप्लोमा घेतल्यानंतर तिने वेगवेगळ्या श्रीमंत रुग्णांची देखभाल केलेली होती. एखाद्या हॉस्पिटलमध्ये नियमितपणे नोकरी करण्यापेक्षा अशा तऱ्हेने काही विशेष रुग्णांची परिचर्या करणे तिला अधिक सोईस्कर झाले होते. एकतर त्यामुळे कोणतेही बंधन राहत नसे आणि त्याहीपेक्षा अधिक मुशाहिरा मिळे आणि रुग्ण बरा झाल्यानंतर मिळणारी प्रेझेन्ट्स यामुळे तिची एकूण कमाई बरी होती.

समोरचा रुग्ण हा एक कर्तबगार उद्योगपती आहे, याची सूचना तिला डॉक्टरांनी आधीच दिली होती. पण त्याहीपेक्षा हा गरिबीतून आपल्या स्वकर्तृत्वावर मोठा झाला आहे आणि केवळ इच्छाशक्तीच्या बळावर हा या आजारातून बरा होऊ शकेल, अशी लोकविलक्षण जिद्द या माणसाजवळ आहे, याचीही कल्पना डॉक्टरांनी तिला दिली होती. सर्वसामान्य रुग्णांची जी सेवा करावी लागते, ती तर तिला करावी लागणारच होती, पण त्याहीपेक्षा या माणसाची जगण्याची ऊर्मी जागी करणे, हे तिचे प्रधान कार्य होते. ती कॉटच्या जवळ खुर्चीवर

बसत म्हणाली-

"तुम्हांला बाबूराव म्हणतात, नाही का?''

बाबूरावांनी काहीतरी बोलल्यासारखं केलं. त्या बोलण्याचा अर्थ होकारार्थी आहे एवढं तिला समजलं. ती पुढे म्हणाली-

"मी चोवीस तास इथं तुमच्याबरोबर रहाणार आहे आणि तुम्ही बरे झालात, की मग परत जाणार. महिन्याभरात तुम्ही बरे व्हाल असं डॉक्टर म्हणतात. तसा तुमचा स्ट्रोक फारसा गंभीर नाही. पण आपण आजारी आहोत, बरे होणार नाही असंच जर तुम्ही समजलात तर या आजारातून तुम्ही कधीच बरे होणार नाही. पहिली गोष्ट- तुम्ही आनंदी राहायला पाहिजे. तुम्हांला पुस्तकं वाचायला आवडत असतील, तर मी वाचून दाखवीन. गाणं ऐकायची हौस असेल, तर मी टेपरेकॉर्डरवर गाणी ऐकवीन. तुम्ही अजून तसे तरुण आहात. तुमचे सगळे अवयव शाबूत आहेत, कुठल्या तरी मानसिक धक्क्यामुळं तुमचं ब्लडप्रेशर वाढलं. त्यात अचानक बदल झाला आणि तुम्हांला हा स्ट्रोक आला. बरे व्हायचा निर्धार केलात, मी सांगेन तसे वागलात, डॉक्टरांनी दिलेली औषधं आणि हालचाली नियमित करीत राहिलात, तर एक महिन्याच्या आत तुमच्या पायांवर तुम्ही उभे रहाल. विल यू को-ऑपरेट विथ मी?''

हे बोलत असतानाच तिने त्यांचा उजवा हात हातात घेतला. त्याबरोबर बाबूरावांनी आपल्या हातांनी तिचा मऊसूत हात दाबला आणि तिच्या म्हणण्याला संमती दिली.

ती पुढे म्हणाली-

"बोलायचा सारखा प्रयत्न करायचा. तुम्ही बोलता ते नेमकं मला आरंभी कळणार नाही. पण हळूहळू तुमच्या स्पर्शातून, तुमच्या डोळ्यांतून तुमचं म्हणणं मला कळायला लागेल. तुमची पहिली गरज, तुम्ही एकटे नाही आहात हे तुम्ही समजून घेणं ही आहे.''

तिच्या बोलण्याच्या प्रतिसादार्थ बाबूरावांना आवेगाने काहीतरी बोलायचे होते, पण त्यांना नीटसे काही बोलता आले नाही. त्यांनी आपल्या उजव्या हाताने आपल्याला काही लिहून दाखवायचे आहे, अशी इच्छा व्यक्त केली. तिने समोर कागद किंवा पेन्सिल आहे का, ते निरखून पाहिले. तेव्हा तिला काहीच आढळले नाही. मग तिच्या डोक्यात एक कल्पना आली. ती चटकन खुर्चीवरून उठली आणि त्यांच्या डोक्यापाशी जाऊन बसली. तिने आपला तळवा त्यांच्यासमोर केला, ती म्हणाली-

“हा तुमचा कागद, आणि तुमचं बोट ही लेखणी.”

मान उंच करून तिच्या डोळ्यांकडे पाहण्याचा बाबूरावांनी प्रयत्न केला, पण त्यांना मान हलवता येईना. मग तीच पुढे वाकली. तिच्या डोळ्याला डोळा देत क्षणभर ते पाहत राहिले, आणि त्यांच्या डोळ्यात अनंत स्मृती जाग्या झाल्या-

एका मायाळू वत्सल स्त्रीचा हा स्पर्श, तिचे पारदर्शक साधेभोळे डोळे, पण आपल्या अंत:करणात शिरण्यासाठी त्या डोळ्यांची चाललेली धडपड हे सारे काही त्यांच्या मनात येऊन गेले. पहिली राही, मग राधिका आणि मग कितीतरी.

एकामागोमाग एक अनेक चेहरे त्यांच्या डोळ्यांसमोर तरळून गेले.

या सगळ्या स्त्रियांचा अर्क समोरच्या डोळ्यांत त्यांना एकदम जाणवला, कारण त्या सर्वांपेक्षा ही स्त्री वेगळी होती. तिला कुणी फार सुंदर म्हटले नसते. पण टापटीप, सफाई, लाघवी बोलणे, नादमधुर उत्तेजक आवाज यांमुळे ती जशी वेगळी वाटत होती, त्याहूनही शिसवीसारख्या काळ्याभोर तेजस्वी रंगाने ती त्यांना एकदम निराळी वाटली. एक प्रसन्न सुंगध तिच्या सान्निध्यात त्यांना जाणवला! हा सुंगध कदाचित तिने लावलेल्या सेंटचा-अत्तराचा-असेल, किंवा कदाचित शाम्पू-शिकेकाई-अशा कुठल्यातरी सुंगधी गोष्टीचा असेल. पण तेवढ्यानेच त्या सुंगधाचे वेगळेपण जाणवण्यासारखे नव्हते. सतेज तारुण्यात जेव्हा मार्दव येऊन मिसळते, तेव्हा ते तारुण्य अधिक सुगंधित होते! ही स्त्री आपल्यासारख्या विकलांग माणसांची सेवा करण्याकरता जन्माला आली नाही, असे क्षणभर त्यांना वाटले. पण राही तरी कुठे एका गावंढळ, अशिक्षित माणसाची रखेली म्हणून राहण्याच्या योग्यतेची होती? किंवा राधेसारख्या लोकविलक्षण सुंदर स्त्रीने आपला स्वीकार कसा काय केला? स्त्रीचे भविष्य हे पुष्कळच नियतीच्या हाती असते. पण हिच्यात आणि राहीत एक विलक्षण साम्य आहे, हे जाणवल्यामुळेच तर त्यांना ती जवळची वाटू लागली आणि म्हणूनच तिला काही सांगावेसे वाटले. काय बरे आपण तिला सांगणार होतो?

बाबूरावांना काही आठवेना. ते तिच्या हातावर नुसतेच रेषा मारीत राहिले. तेव्हा ती खाली वाकून म्हणाली-

“मी तुम्हांला म्हणाले, की तुम्हांला एकाकी वाटता कामा नये, आणि ह्यावर तुम्हांला काहीतरी सांगावंसं वाटलं, होय की नाही?”

उत्तर द्यायच्या ऐवजी बाबूरावांच्या डोळ्यांत एकदम पाणी आले. तिच्या हळुवार शब्दाने त्यांच्या अंत:करणात बरेच दिवस धुमसत असलेल्या एका दु:खाला स्पर्श केला. त्यांना खूप काहीतरी सांगायचे होते, पण त्यांना नेमके

शब्दच सापडत नव्हते.

तिने आपल्या डाव्या हाताने त्यांचे अश्रू पुसले आणि ती म्हणाली-

"हे रडणं, उदास होणं सगळं तुम्हांला संपवून टाकता येईल. पहिली गोष्ट म्हणजे तुम्हांला तुमच्या दुबळेपणाशी झगडायचंय. एकदा का तुम्ही शारीरिकदृष्टया समर्थ झालात, की मग वाटेल ती भांडणं लढायला सोपं जाईल. तुमच्याबद्दल डॉक्टरांनी मला बऱ्याच गोष्टी सांगितल्या आहेत. लढतलढतच तुम्ही आजपर्यंत मोठे झालात, नाव मिळवलंत, मग आता लढाई मध्येच सोडून पळून कसं चालेल?"

त्यांच्या संभाषणात एकदम खंड पडला. कारण खोलीचा दरवाजा उघडला आणि डॉ. गिंडे एकदम आत आले आणि ते म्हणाले-

"जिनी, पेशंट कसा आहे?"

"उत्तम. तुमच्या अपेक्षेपेक्षा उत्तम. डॉक्टर, तो लवकरच साऱ्या ट्रीटमेन्टला रिस्पॉन्स देईल, पण काहीतरी दुःख त्याच्या ह्या स्ट्रोकला कारणीभूत झालं आहे. वी मस्ट फाइन्ड दॅट."

"मला ते माहीत आहे. आपण त्याबद्दल नंतर बोलू."

डॉक्टरांनी चार्ट हातात घेतला, ब्लडप्रेशर तपासलं, नाडी तपासली. त्यांना मुद्दाम पालथं करून सर्व नर्व्हस सिस्टीम ठोकून पाहिली. तळव्यावर मुद्दाम टिचक्या मारल्या. बाबूराव रिॲक्ट होत होते, म्हणजेच त्यांची नर्व्हस सिस्टीम संपूर्णपणे निकामी झालेली नव्हती.

डॉक्टरांनी जिनीला खोलीबाहेर बोलावले, तिला काही सूचना दिल्या आणि जिनी परत बाबूरावांच्या जवळ येऊन बसली.

ती बाबूरांवाच्या जवळ खुर्चीवर येऊन बसली, एवढ्यात खोलीचा दरवाजा पुन्हा वाजला आणि एक पंचवीस-सव्वीस वर्षांचा बाबूरावांसारखाच दिसणारा तरुण एका स्त्रीसमवेत आत आला.

हा बाबूरावांचा मुलगा आणि ही बाबूरावांची सून हे ओळखायला जिनीला अजिबात वेळ लागला नाही. आल्याआल्याच त्या तरुणाने विचारले,

"नर्स, मी प्रकाश. बाबूरावांचा मुलगा, आणि ही ललिता-बाबूरावांची सून-माझी बायको. माझे वडील तुझ्या ताब्यात आहेत. त्यांच्यासाठी जे जे करणं शक्य असेल, ते ते करायचं आहे. हा माझा टेलिफोन नंबर. केव्हाही माझी गरज लागली, तर मी भेटू शकेन. आमचा एक नोकर सदैव बाहेरच्या लॉबीत बसलेला असतो. यू कॅन यूज हिम. मला माझ्या वडिलांच्या प्रकृतीची चिंता वाटते. पण

एक तर डॉ. गिंड्याच्या देखरेखीखाली ते आहेत आणि तू त्यांची सर्वांत निष्णात नर्स म्हणून त्यांनी मुद्दाम तुझी नेमणूक केली आहे. तेव्हा माझे वडील अत्यंत निष्णात अशा माणसांच्या ताब्यात आहेत म्हणून मला निश्चिंतपणाने उद्योगधंद्याकडे लक्ष देता येईल. रोज सकाळी मी इथं येत जाईन, पण मला जमलं नाही, तरी गरजेप्रमाणे मला केव्हाही तुम्ही बोलावून घ्यायचं. हॅव यू अंडरस्टूड मी वेल?''

''येस, सर!''

जिनीच्या एक गोष्ट लक्षात आली, की समोरचा माणूस हा अतिशय देखणा आहे, कर्तबगार आहे आणि याच्या शब्दांत विलक्षण हुकूमत आहे. पण हा आल्यापासून बाबूरावांनी डोळे मिटून झोप लागल्याचे सोंग घेतले आहे. आणि मुलानेही बापाच्या जवळ जाऊन त्याला साधा स्पर्शही केला नाही किंवा त्याच्याशी बोलण्याची उत्सुकता दाखवली नाही.

ललिता ही तर मख्ख चेहऱ्याने खुर्चीवर बसून केवळ कर्तव्यबुद्धीने किंवा नाइलाजाने नवऱ्याबरोबर सासऱ्याला भेटायला आली आहे, असे तिला वाटले.

असे का असावे? का, बाप-लेकांत काहीतरी बेबनाव झालेला आहे? पण कितीही जरी बेबनाव झालेला असला, तरी बापाच्या या चिंताजनक आजाराबद्दल मुलाला आणि सुनेला कुठेतरी काळजी वाटायला पाहिजे. विलक्षण जिव्हाळ्याने त्याने बापाची चिंता वाहायला पाहिजे. पुष्कळशा श्रीमंत कुटुंबांत अलिप्तपणा असतो, हे तिला माहीत होते. पण हा केवळ अलिप्तपणा नव्हे. अलिप्तपणापेक्षा या तुसडेपणाचे वेगळे कारण असावे. किंबहुना, बाबूरावांच्या ह्या आजाराला हेच तर कारणीभूत नसेल? ते कारण आपल्याला इतक्या सहजासहजी कळेल असा भ्रम तिने बाळगला नव्हता. वंशपरंपरागत श्रीमंती भोगलेल्या माणसांचे अलिप्तपण वेगळे असते. ती माणसे मनातून उदार असतात. पण ह्या मुलाने तर बापाचे दारिद्र्यसुद्धा पाहिलेले असणार. त्यामुळे त्याचे हे अलिप्तपण तिच्या आकलना-पलीकडेच होते

बाबूरावांना मघाशी जे काही सांगायचे होते, आणि जे त्यांना सांगता आले नाही, त्याचा संबंध बाप-लेकांच्या संबंधाशीच असला पाहिजे, ते तिला समजून चुकले. रोगाच्या तळाशी गेल्याशिवाय रोगाचे उच्चाटन होत नाही. नाही तर रोग बरा झाल्यासारखा वाटतो, पण तो आतून फोफावत असतो. आपल्या हातात असलेला हा रुग्ण हा शारीरिकदृष्ट्या रुग्ण झालेलाच आहे, पण कुठेतरी त्याच्या मनालाही धक्का पोहोचलेला आहे.

- ० -

तीन

हॉस्पिटलचे रुटिन नेहमीप्रमाणेच सुरू झाले आणि उपचारांच्या ज्या ज्या पद्धती होत्या, त्या सर्वांचा अवलंब करून बाबूरावांवर इलाज सुरू झाले. इलेक्ट्रोथेरपी, मसाज यांसारखे उपाय तर सुरू होतेच, पण त्याचबरोबर त्यांच्यावर मनोवैज्ञानिक उपचारही सुरू झाले. अर्थात मनोवैज्ञानिक उपचार मानसिक रोगतज्ज्ञांच्या मार्फत सुरू करायचे नव्हते. कारण तशा अर्थाने बाबूरावांच्या मन:स्वास्थ्यावर काहीही परिणाम झाला नव्हता. पण बाबूरावांचा आणि मुलाचा बेबनाव नेमका कशामुळे झाला हे समजून घेणे डॉ. गिंड्यांनाही आवश्यक होते.

एरवी बाबूराव हे आक्रमक व्यक्तिमत्वाचे उदाहरण होते, हे गिंड्यांना पूर्वानुभवाने माहिती होते. एक काही नाजूक कारण घडले असले पाहिजे, की एरवी एकारलेल्या या बलवंत पुरुषाच्या सुसंघटित मनोव्यापारावर त्याचा परिणाम व्हावा. डॉ. गिंड्यानी प्रकाश कोल्हटकरलाही खोदून खोदून विचारले, पण त्याने काही थांगपत्ता लागू दिला नाही.

डॉ. गिंडे आणि बाबूराव यांचा स्नेह काही केवळ रुग्ण आणि डॉक्टर या नात्याने झालेला नव्हता. गेले कित्येक वर्षें डॉक्टरांचे आणि बाबूरावांचे मैत्रीचे संबंध होते. डॉक्टरांनी पहिली गाडी खरेदी केली ती बाबूरावांच्या शोरूममधे. मग त्या गाडीची देखभाल अर्थात बाबूरावांच्या देखरेखीखाली व्हायची. काहीकाही माणसांचे परस्परांशी का जुळते याला कोणतेही नियम नसतात. त्यांचे आणि बाबूरावांचे ग्रह जुळले आणि व्यवसायभिन्नता व रुचिभिन्नता यांमुळेही असेल, पण दोघांचेही आकर्षण कायम राहिले. वैयक्तिक दु:खांची जाहिरात करण्याचा दोघांचाही स्वभाव नव्हता. त्यामुळे दोघांचा चांगला स्नेह असूनही परस्परांची कौटुंबिक दु:खे दोघांनाही फारशी माहीत नव्हती. बाबूरावांची चिठ्ठी घेऊन कोणी पेशंट डॉक्टरांकडे गेला की त्याला खास ट्रीटमेंट मिळायची किंवा डॉ. गिंड्यांचा निरोप घेऊन येणाऱ्याला मोटर खरेदी, ट्रान्सपोर्ट किंवा काही लोन फॅसिलिटी हव्या असतील, तर बाबूरावही त्यांना स्पेशल कन्सेशन

देत असत. अर्थात आठवड्यातून एकदा तरी दोघांची खास बैठक व्हायची आणि ती दोघांच्याही घरी नाही, तर कुठल्यातरी आलिशान हॉटेलात. दोघेही खाण्यातले आणि पिण्यातले दर्दी. शिवाय दोघेही आपापल्या क्षेत्रातील लौकिकवान पुरुष होते. त्यामुळे 'ताजमहाल' पासून ते अगदी पार छोट्याशा क्लबच्या रेस्टॉरंटपर्यंत त्यांना व्ही. आय. पी. ट्रीटमेंट मिळे.

दोघांच्यात आणखी एक मैत्रीचा चिवट धागा होता, तो म्हणजे श्रीगणेशाची भक्ती. त्याचाही फार गाजावाजा दोघे करत नव्हते. पण वेळात वेळ काढून जेव्हा म्हणून शक्य असे, तेव्हा दोघेही मुंबईचे गतिमान जीवन सोडून जेवढी जेवढी म्हणून गणेशस्थाने होती तेथे तेथे जात. डॉक्टरांच्या हस्तेच नार्व्याच्या गणेश मंदिराचा जीर्णोद्धार झाला होता. ती प्रचंड वास्तू आणि त्याच्याभोवतालचा तो रम्य परिसर गेल्या आठदहा वर्षांत बाबूराव आणि डॉक्टर यांच्या चर्चेतूनच निर्माण झाला होता. नार्व्याच्या पंचक्रोशीत पाऊल ठेवले की मद्यपान, मांसाहार दोघांनाही वर्ज्य होते. एवढेच नव्हे, तर मुंबईचा ऐटबाज पेहराव आणि जामानिमासुद्धा एकदम संपुष्टात यायचा. तेवढा एकच असा धागा होता आणि तो चिवट होता, की त्यामुळे एकमेकांची आज्ञा प्रत्यक्ष गणेशाची आज्ञा मानून ते दोघेही पाळायला धडपडत असत.

प्रकाश हा बाबूरावांसारखा नाही, हे गिंड्यांना कळायला फारसा वेळ लागला नव्हता. एक तर त्याला जन्मत:च सुस्थिर झालेल्या बापाचे घर लाभले होते. त्यामुळे आयुष्यातील काही गोष्टी तो गृहीत धरून चालत असे. येणाऱ्या-जाणाऱ्या कुणाशीही बाप बोलतो, कुणी काहीतरी खोट्यानाट्या कर्मकहाण्या सांगितल्या, की त्यांवर विश्वास ठेवून त्यांना आर्थिक मदत करतो, या गोष्टी मुलाला आवडत नव्हत्या. उलट, "लोक तुम्हाला बावळट समजतात आणि गंडवतात," असे एकदा तो डॉ. गिंड्यांच्या समक्ष बापाला म्हणाला होता.

दोन पिढ्यांमध्ये तफावत असणार, हे जाणून डॉक्टरांना प्रकाशच्या स्वभावाबद्दल काही स्वतंत्रपणे मुद्दाम विचार करावा, असे कधी वाटले नाही. पण जेव्हा प्रकाशने आपले लग्न ठरवले, तेव्हा प्रथमच त्यांना आश्चर्याचा थोडा धक्का बसला. आपल्या चालीरीती तर राहोच, पण मराठीसुद्धा नसणारी एका बड्या सिंधी उद्योगपतीची लेक प्रकाशने गटवली, याला बाबूरावांनी फारसा विरोध केलेला त्यांना जाणवला नव्हता. पण स्वत: गिंड्यांना मात्र ही गोष्ट खटकली होती. गिंड्यांनी नापसंती व्यक्त करताच बाबूराव म्हणाले होते,

"मी त्याचं वेळेवर लग्न केलं असतं, तर त्याला कशाला शोधावी

लागली असती त्याची बायको? मी विचार केला, मुलगा आत्ता कुठे वयात आलाय. धंदा शिकतोय, तेव्हा थोडा काळ तो रिकामा असलेला बरा. पण माझा हिशेब चुकला. वयाच्या सोळाव्या-सतराव्या वर्षी माझ्या आयुष्यात प्रथम स्त्री आली आणि माझ्या मुलाने मात्र पंचविशी येईपर्यंत लग्न करू नये, अशी मी अपेक्षा ठेवली, हेच चुकले. मी वेळेच्या वेळीच त्याला गुंतवायला पाहिजे होतं. प्रकाशची आई मृत्यू पावूनसुद्धा खरे म्हणजे चारपाच वर्षं झाली आहेत. मी आपल्या धंद्याच्या इतका नादात होतो, की आपला मुलगा आता लग्नाचा झाला आहे, हे माझ्या मुळी लक्षातच आले नाही. खैर, काही हरकत नाही. ललितासुद्धा मला चांगली मुलगी वाटली. दिसायला तर ती चांगली आहेच. त्याबद्दल तरी काही प्रश्नच नाही आणि तुलनेने म्हणशील, तर माझ्यापेक्षा तिचा बाप फारच धनंतर आहे. तेव्हा ठीक आहे. मुलाला मुलगी पसंत आहे, मुलीला मुलगा पसंत आहे. आपण तरी विरोध करून काय फायदा आहे?''

''तसं नाही, बाबूराव, ही सिंधी लोकांची व्यापाराची पद्धत आणि मराठी लोकांची व्यापाराची पद्धत यात मुळातच फरक आहे. तू नेकीनं धंदा करणारा माणूस आहेस. पैसा महत्त्वाचा खरा- पण पैसा तू कधीच सर्वस्व मानलेला नाहीस. आपण एके काळी लहान होतो, गरीब होतो, याचं कधीच विस्मरण न झाल्यामुळे तुझ्या कारखान्यात तू कधी संप होऊ दिला नाहीस. गजाननाची कृपा फक्त आपल्यावरच असते असं नाही, आपण निमित्त असतो, आणि आपल्या हातून तो कृपेचं वाटप आपल्या परिवारावर करतो, यावर तुझी श्रद्धा असल्यामुळे तू श्रीमंत असूनही दुष्ट झाला नाहीस. शिवाय आपण मराठी माणसं तशी अल्पसंतुष्ट आहोत. आपल्या डोक्यात फार हव्यास नसतो- त्याचा एक फायदा असा होतो, की वाट्टेल ते उपाय योजून पैसाच मिळवत राहण्याचं केवळ यंत्र आपण बनत नाही.''

''कदाचित तू म्हणतोस, ते सर्व खरं असेल, कदाचित माझ्या प्रेमापोटी तू हे बोलत असशील. पण किती झालं, तरी मी मराठी माणूस आहेच ना? तेव्हा, जरी समजा, एक सिंधी संस्कार आमच्या घरी आला, तरी आम्ही बदलण्याऐवजी ललितेलाच आम्ही बदलून टाकू.''

''शक्य आहे, बाबा, तेही शक्य आहे-नाही असं नाही-पण परवा तुझा मुलगा माझ्या देखत जे म्हणाला, की येणाऱ्या-जाणाऱ्या कुणावरही तू विश्वास ठेवतोस आणि त्याला पैसा देतोस, त्यात कितपत तथ्य आहे?''

बाबूराव मोठ्यांदा गदगदून हसले आणि म्हणाले, ''ते बरंचसं खरं आहे.

आता लोक मला फसवतात, हे मला कळत का नाही? शंभर माणसांतले दहा लोक चोर निघताततच. पण नव्वद माणसं चांगली असतात. त्यांच्या आपण उपयोगी पडलो, की ही माणसे उभी राहू शकतात. मला सांग, माझ्या आयुष्यात लल्लू आला नसता, तर आज मी आयुष्यात जो कुणी आहे, तो झालो असतो काय? किंवा जोनाथनसाहेब मला न भेटता, तर कसली गॅरेज-कसली एजन्सी? काही घडलंच नसतं. तेव्हा आपल्याला कोणीतरी मदतीचा हात पुढे केला-- आपणही तसाच पुढे करावा. आपण पेरतो, त्यातलं काही बी फुकट जातं आणि बरंचसं उगवतंही. निष्कपट आणि निःस्वार्थी प्रेम या जगात असू शकतं, हे मी अनुभवलंय. माझ्या मुलाला त्याची कल्पना नाही. कारण दुःख आणि अपमान नावाची वस्तू त्यानं पाहिलेलीच नाही. दुःखाच्या रस्त्यावरून माणसाची वाटचाल झाली म्हणजे माणूस कळायला लागतो, आणि लोकसुद्धा मागतात, मागतात म्हणजे किती पैसे मागतात रे? हजार, दोन हजार, पाच हजार! त्यातले बहुतेक लोक पैसे परत देतात. माझे वर्षाकाठी फार तर दहा-पधंरा हजार रुपये बुडत असतील. पण त्याचं मला ओझं वाटत नाही. परमेश्वरानं मला जे दिलंय, त्यात माझा एकट्याचा वाटा आहे, असं मला वाटत नाही!''

प्रकाशचा स्वभाव बापापेक्षा वेगळा आहे, ही गोष्ट जेवढी खरी होती, तेवढीच ललिता त्या कुटुंबात बसण्यासारखी नव्हती, हीही गोष्ट खरी होती. बाबूरावांचा चित्तक्षोभ व्हायला जी काही कारणे घडली असतील, त्यांत प्रकाश आणि ललिताचा वाटा नक्कीच असला पाहिजे.

- ० -

चार

बाबूरावांना पहाटे जाग येई. मुंबईच्या उकाड्यात मुंबईची पहाट ही सगळ्यात प्रसन्न असते. पूर्वी बाबूरावांना लवकर उठायची सवय होती आणि समुद्राच्या काठाने ते पार नरिमन पॉईंटपर्यंत झपाट्याने फिरायला जात आणि परत येत आणि मग त्यांचा दिनक्रम सुरू होई. पहाटे जाग आल्यावर दिवसभरात करायच्या गोष्टी किंवा काल केलेल्या गोष्टी यांची तपासणी करण्याचा त्यांना नाद होता. अगदी लहानसहान बाबींचाही ते विचार करीत.

त्यामुळे त्यांचे निर्णय नेहमी पक्के असत. आता वास्तविक या घटकेला कोणताही निर्णय त्यांना घ्यायचा नव्हता. कारण त्या निर्णयाची अंमलबजावणी करणे त्यांना शक्य नव्हते. तसे निर्णय त्यांना खूपच घ्यायचे होते. आपल्या मुलाची धंदा करण्याची पद्धत, त्याचे अधिकाऱ्यांशी वागण्याचे रीतिरिवाज, त्याचा उद्दामपणा, त्याच्या बायकोची व्यवसायात चुकीच्या पद्धतीने चालेली लुडबुड आणि सर्वांपेक्षा हळूहळू ललितेच्या बापाचा आपल्या धंद्यात होणारा अधिक्षेप; या साऱ्याच गोष्टी त्यांच्या चिंतेच्या झाल्या होत्या. त्यावर ते निर्णय घेणार होते. पण ते नव्या कारखान्याच्या उत्पादनाच्या कार्यात काही काळ मग्न होते, त्यामुळे त्यांना या गोष्टीकडे पुरेसे लक्ष देता आले नव्हते. एका फोरमनबरोबर झालेल्या बाचाबाचीत त्यांच्या मुलाने त्या फोरमनच्या थोबाडीत मारली. तो फोरमन कोण-तर जो पहिल्यांदा बाबूरावांच्या बरोबर कपूर कंपनीतून बाहेर पडला तो. त्यामुळे झालेल्या मन:क्षोभातच बाबूरावांना हा अर्धांगवायूचा झटका आलेला होता.

त्यांचा मुलगा प्रकाश आता बहुतेक साऱ्या गोष्टी बघू लागला होता. पण त्याचे एकंदर वागणे त्यांच्या आतापर्यंतच्या कामगार-मालक संबंधात बिघाड उत्पन्न करणारे होते. वास्तविक बाबूराव हे काही तसे उदार नव्हते. अत्यंत कडक शिस्तीनेच ते व्यवहार हाताळीत. अत्यंत कठोर निर्णय त्यांना घ्यावे लागत पण त्याचबरोबर त्यांच्याजवळ एक विलक्षण सहृदयता होती. कामगारांच्या लग्नाकार्याला स्वत: जाणे, त्यांना भेटी देणे,

कधी कधी त्यांच्याबरोबर कॅन्टीनमध्ये जाऊन त्यांचेच जेवण घेणे, कामगारांच्या गणेशोत्सवात उत्साहाने भाग घेणे, किंवा जेव्हा वैद्यकीय सेवेसंबंधी कायदा नव्हता, तेव्हापासून कामगारांना आरोग्याची सेवा उपलब्ध करून देणे अशा कितीतरी गोष्टी ते आपखुशीने करत होते. कामात हलगर्जीपणा केलेला त्यांना मुळीच खपत नसे, पण त्याचबरोबर कोणी चांगले काम केले किंवा जादा तत्परता दाखविली, तर त्याचे चीजही ते करीत. मुंबईमध्ये कामगार-मालक संबंध बिघडलेले असताना कामगारांशी त्यांचे संबंध मात्र अतिशय सलोख्याचे होते आणि त्यांच्या सर्व कारखान्यात कोणत्याही बाहेरच्या कामगार-संघटना नव्हत्या. आपला भाग्योदय झाला, ह्यात आपली जिद्द, संयम, कल्पकता या साऱ्या गोष्टी आहेत, पण त्याचबरोबर चांगले कष्टाळू, इमानदार कामगार मिळत गेले, हेही आपल्या यशाचे कारण आहे, यांचे त्यांना कधीही विस्मरण झाले नाही. त्यांच्या बरोबरीनेच कारखान्यात कामाला आलेल्या कामगारांपैकी काहींना आज तज्ज्ञ इंजिनियरांइतका पगार होता. काहींची मुले चांगली विद्याविभूषित होऊन त्यांच्याच कारखान्यात कामाला लागली होती. जेव्हा स्कूटरचा कारखाना काढण्याचा त्यांचा करार झाला आणि त्यांचे एका इटालियन कंपनीशी कोलॅबोरेशन झाले, तेव्हा त्यांनी नव्याने ऑटोमोबाईल डिप्लोमा झालेल्या कामगाराच्याच मुलाला प्रशिक्षणासाठी पाठविले.

त्यांच्याबद्दल लोकांना धाक वाटे, पण तितकाच आदरही वाटे. पुष्कळ वेळा इंपोर्टेड गाड्यांच्या दुरुस्तीच्या निमित्ताने काही अडचणी निर्माण झाल्या, तर ते कामगाराचा युनिफॉर्म चढवून नेमकी चूक कुठे आहे आणि काय करायला पाहिजे, हे चटकन करून दाखवीत. जवळपास तीस वर्षांत त्यांचा मोटार या यंत्राशी इतका अंतर्बाह्य संबंध आला, की डोळे मिटूनसुद्धा गाडीत काय बिघडले आहे, हे ते सांगू शकत होते. जशी रोग्याची नाडी पाहून वैद्याला रोगाचे निदान करता येते, तसे इंजीनचा आवाज ऐकून त्यांना कोठे नादुरुस्ती आहे, हे बरोबर सांगता येत असे.

रेडिओ, टी. व्ही.,फ्रीझ, या नवीन इलेक्ट्रिक उपकरणांचा व्यापार त्यांनी हाती घेतला आणि वर्षा-दोन वर्षांच्या अवधीत त्याचे तंत्रज्ञान इतके आत्मसात करून घेतले, की परदेशातून शिकून आलेल्या तज्ज्ञांनीसुद्धा तोंडात बोटे घातली.

यंत्रालाही आत्मा असतो, असे त्यांना वाटे आणि त्याच्याशी संवाद साधला म्हणजे यंत्र तुमचे गुलाम बनते, असे ते निग्रहाने सांगत.

छोटी मोटार बनविण्याची त्यांची योजना सरकारने नामंजूर केली, पण

प्रयोगासाठी त्यांनी बनविलेल्या दहा छोट्या मोटारी कार्यक्षमरीत्या रस्त्यावरून पळत होत्या. मराठी माणसाचा- त्यातूनही ब्राह्मणाचा आवाज दिल्लीच्या पाताळयंत्री आणि मतलबी अधिकाऱ्यांच्या आणि पुढाऱ्यांच्या कानांत शिरला नाही. नाहीतर त्यांची फोर सीटर दहा हजार रुपयांत केव्हाच बाजारात येऊ शकली असती.

ऑईल इंजीन बनविण्याच्या त्यांच्या कारखान्याला मान्यता मिळाली आणि तो प्रकल्पही कार्यवाहीत आणण्याची त्यांची धडपड चालू होती. आपल्या देशातील गरजांचा विचार करून छोट्या शेतकऱ्याला उपयुक्त होतील अशी काटकसरी इंजिने त्यांना बनवायची होती. या प्रकल्पाला मान्यता मिळवून घेण्याच्या कामी तोलानीचा-म्हणजेच ललितेच्या बापाचा- उपयोग झाला, आणि तेव्हापासून के. आर. इंडस्ट्रीजमध्ये म्हणजेच कोल्हटकरांच्या ह्या उद्योगात तोलानीचा प्रभाव वाढू लागला.

तोलानी हा माणूस बोलायला अतिशय गोड आणि कोणावरही प्रभाव पाडू शकेल, अशा तोलामोलाचा होता. तो नेमके किती उद्योग करतो, याचा कुणालाही पत्ता लागलेला नव्हता. पण या देशाच्या कानाकोपऱ्यांत त्याचे औद्योगिक संबंध होते आणि सरकारमध्ये तर त्याचा दबदबा फारच मोठा होता. टाळायचे म्हटले, तरी तोलानीला टाळणे बाबूरावांना शक्य झाले नाही. तोलानी हा एक फार महत्त्वाकांक्षी आणि कारस्थानी माणूस आहे, हे त्यांना माहीत होते. त्याचे ऑफिस अगदी छोटेसे होते. पंधरा-वीस माणसांचे हे छोटेसे कार्यालय कोट्यावधी रुपयांचा व्यवहार करते, हे कुणालाही खरे वाटत नव्हते. तोलानी हे मुंबईतले एक बडे प्रस्थ होऊ पाहत होते. राजकीय नेत्यांचा त्यांना आश्रय असेच, पण नवे उद्योगधंदे काढणे, जुने ताब्यात घेणे किंवा जे ताब्यात घेता येत नाहीत ते बुडविणे व मग दिवाळखोरीत विकत घेणे अशा नाना तऱ्हेच्या मार्गांनी त्यांचे सत्ताकेन्द्र वाढत होते. तोलानीना या नव्या स्कूटर कंपनीच्या बोर्डावर घ्यावे अशी प्रकाश-म्हणजेच हेरंबची इच्छा होती.

बाबूरावांनी आपल्या मुलाचे हेरंब हे नाव भक्तिभावाने मुद्दाम ठेवले होते. पण तो वयात आल्याबरोबर त्याला हे नाव जुनाट वाटले आणि त्याने आपले नाव चक्क बदलून घेतले. तेव्हाही बाबूरावांना थोडा धक्का बसला. हे नाव केवळ गणेशाचे म्हणून त्यांनी ठेवलेले नव्हते, तर ते बाबूरावांच्या आजोबांचे नाव होते. आपल्या श्रद्धा किंवा पूर्वपरंपरा आपल्या मुलाला अजिबात मान्य नसाव्यात याचे त्यांना सखेद आश्चर्य वाटत असे.

आई वारल्यापासून तर प्रकाशचे आणि बाबूरावांचे जिव्हाळ्याचे नातेच

उरले नाही. घराचे घरपणच हरवले. घरात वैभव होते, नोकर-चाकर होते. गाड्या होत्या. पण कुटुंबाचा म्हणून काही एक व्यवहार असतो, तो मात्र बाबूरावांच्या पत्नीचा मृत्यू झाल्याबरोबर संपूर्ण नष्ट झाला. सकाळच्या ब्रेकफास्टला नाही म्हणायला दोघे एकत्र असत. एरवी त्यांची सहसा गाठसुद्धा पडत नसे.

प्रकाशने आपल्या लग्नाचे बापाला सांगितले, तेसुद्धा अनपेक्षितपणे. बाबूराव धार्मिक होते, पण कर्मठ नव्हते. त्यांना परक्या समाजातील विसंगत संगतीत वाढलेली व थोडीफार लाडावलेली अशी ही मुलगी मनातून फारशी आवडलेली नव्हती. त्यांनी लग्नाला काही विरोध केला नाही. करतासवरता झालेला आपला हा एकुलता एक मुलगा-तो ललितात किती गुंतलेला आहे, याची त्यांनी प्रथम खात्री करून घेतली. त्यांना कळण्यापूर्वी एक-दोन वर्षे ललिता आणि प्रकाश नुसते भेटत होते असे नव्हे, तर त्यांचे बरेच दृढ संबंधही होते, अशा तऱ्हेने शारीरिक संबंध निर्माण झालेल्या स्त्रीशी प्रकाश निदान लग्न करतो आहे, याचेच त्यांना बरे वाटले. गेली तीन-चार वर्षे हळूहळू ते आधुनिक जगाशी समरस होत आलेले होते. त्यामुळे ललिता जरी आपली सून झाली आणि ती जरी अल्ट्रा-माडर्न असली, तरीही आपले मराठीपण फारसे हरवणार नाही, अशी त्यांना आशा वाटत होती.

आपला मुलगा प्रकाश वाटतो तितका स्वतंत्र बुद्धीचा नाही, तो आपल्या पत्नीच्या पूर्ण कह्यात गेलेला आहे, हे त्यांच्या लक्षात यायला फार वेळ लागला नाही. फारसे संघर्ष कोठे झाले नाहीत. जी त्यांना अपेक्षित होती, ती कौटुंबिक समरसताही कुठे आली नाही. ती अनेकदा माहेरी जात असे आणि आपला मुलगाही अधूनमधन तेथेच राहतो हेही त्यांना कळत असे. ललिताचा बाप हा फार मोठा उद्योगपती होता. त्यामुळे ललिताच्या साऱ्या सवयी एवढ्या श्रीमंती असत की श्रीमंती अंगात मुरवून घेतलेल्या आणि जाणीवपूर्वक कोकणस्थी कद्रूपणा सोडून दिलेल्या बाबूरावांनासुद्धा आश्चर्य वाटे. खरे तर त्यांचेही काही सिंधी मित्र श्रीमंत होते. पण त्यांचेही आयुष्य बाबूरावांच्या आयुष्यसारखेच होते. एकतर निर्वासित होऊन परदेशी स्थायिक झालेल्या या पहिल्या पिढीने हालअपेष्टा, मानहानी आणि दारिद्र्य भोगले होते. त्या सिंधी धनिकांना पैसे मिळविले पाहिजेत, असे जरी वाटत असले आणि त्यांची ती गरज असली, तरी धंदेवाईक नीतिमत्ता संपूर्णतया संपलेली नव्हती. ऑटोमोबाईल इंडस्ट्रीत तर त्यांनी खूपच मोठा प्रवेश करून घेतला होता. अनेक उमदी, गोड बोलणारी माणसे त्यांच्या परिचयात आली होती. पण तोलानीबद्दल फारसे आदराने कुणी बोलत नसे.

तोलानीचे अनेक व्यवसाय होतेच, पण त्याचा मुख्य व्यवसाय 'स्मगलिंग' होता, अशी एक दाट वदंता होती. मुंबईच्या बाजारात, त्यामुळेच त्याचे राजकीय उच्चपदस्थांशी जवळचे संबंध होते. हा स्कूटरेटचा कारखाना काढण्यासाठी लागणारा परवाना बरेच दिवस मिळता मिळत नव्हता आणि जेव्हा परवाना मिळाला, तो तोलानीच्याच खटपटीने मिळाला, ही वस्तुस्थिती होती. गेल्या दीड-दोन वर्षांत प्रकाशचे आणि तोलानीचे संबंध आले आणि त्यातूनच प्रकाशचे आणि ललिताचे लग्न जुळले होते.

हा लग्नसमारंभही आपल्या पूर्वापार पद्धतीने मोठ्या थाटामाटात करावा अशी बाबूरावांची इच्छा होती. तोलानी तर धनंतर होता तेव्हा फार मोठ्या प्रमाणावर हा लग्नसमारंभ होईल, अशी बाबूरावांना खात्री वाटत होती. पण बाबूरावांची ती अपेक्षा पूर्ण होऊ शकली नाही. लग्न साध्या रजिस्टर पद्धतीने, गाजावाजा न करता झाले. मोठ्या लग्नसमारंभाला प्रकाशचा विरोध का होता, हे बाबूरावांना कधीच कळू शकले नाही. खूप मोठा असा स्वागत-समारंभ होईल, असे बाबूरावांना वाटले होते, पण तोही बाबूरावांना करता आला नाही. नाही म्हणायला सात-आठशे अशा निवडक लोकांना एक श्रीमंती जेवण तोलानीने दिले. आपल्या परीने बाबूरावांनी आपल्या सर्व कामगारांना स्वतंत्रपणे जेवण दिले, बोनस दिला, काही देणग्याही दिल्या; पण बाबूरावांचे समाधान झाले नाही. वधूवरांनी आपल्या कुलदैवत असलेल्या नार्व्याच्या गणेशाच्या दर्शनाला जावे, हीसुद्धा इच्छा त्यांना पुरवून घेता आली नाही.

लग्नानंतर हे जोडपे जेव्हा हनीमूनसाठी स्वित्झर्लंडमध्ये आणि मग युरोपच्या दौऱ्यावर गेले, तेव्हा बाबूरावांना फार एकाकी वाटू लागले. डॉ. गिंड्यांना घेऊन ते एकदा नार्व्याला जाऊन आले. समुद्रकिनाऱ्यावरच्या रेतीत शांतपणे बसल्यानंतर न राहवून डॉ. गिंड्यांनी त्यांना विचारले,

"बाबूराव, तुम्हांला काहीतरी खुपतं आहे..."

बाबूराव गप्पच बसले.

"तुम्हांला हवी तशी सून मिळाली नाही..."

"तसे नाही. वरवर दिसायला तर एक मराठी नाही हा दोष सोडला, तर आक्षेप घ्यायला काही तसे कारण नाही. ती सुंदर आहे, माहेर श्रीमंत आहे, माझ्यामागे माझ्या मुलाला मदत करायला कर्तबगार सासरा आहे. एकुलता एक मुलगा. त्याला दुखवून मी तरी काय करणार? तुम्हांला माझा स्वभाव माहिती आहे. माझं मन मला पुष्कळ वेळा मारावं लागलं. आरंभीआरंभीच मतभेद

निर्माण होऊ नयेत म्हणून शक्य ती काळजी घेतली. पण डॉक्टर, हे काही खरं नाही. आज प्रकाशची आई असायला हवी होती. कदाचित तिनं त्याला सावरलं असतं. माझ्यापेक्षा तो तिलाच मानतो. ती वारली, तेव्हा मी काही तसा पार वयातीत झालो नव्हतो. तुम्हीच मला दुसरं लग्न करायचा आग्रह करीत होतात आणि मी नकार दिला. विचार केला, की सोन्यासारखा मुलगा मागे ठेवून माझी बायको मला सोडून गेली. तिच्या आत्म्याला क्लेश होतील, तेव्हा मुलाचं नुकसान होईल. मी कोण होतो आणि आज कोण झालो आहे, ही सारी गणेशाची कृपा. पण त्याची कृपादृष्टी आता आपल्यावरून हललेली दिसते आहे, एवढंच.''

''बाबूराव, हे असलं काहीतरी मनात आणू नका. अवकृपा व्हायला तुमच्या हातून काय घडले? का म्हणून तुमच्यावर देवानं राग धरावा? मला वाटतं, कित्येकदा आपल्याला परमेश्वरी कृतीचे अन्वयार्थ समजत नाहीत. आपण लगेच परमेश्वराची अवकृपा झाली, असा निर्णय घेतो. एखादी गोष्ट चांगली किंवा वाईट हे ठरविण्यासाठीसुद्धा थोडा काळ जावा लागतो. इतकं घायकुतं होता कामा नये. प्रकाशसुद्धा तुमचाच मुलगा आहे, हे विसरू नका. तो काही ललितेच्या इतका आहारी जाणार नाही. नवलाईचे चार दिवस संपले, की सारं काही सुरळीत होईल. अहो, रक्ताची नाती असतात ही! योग्य वेळेला आपला गुणधर्म दाखविल्याशिवाय राहणार नाहीत!''

''देव करो नि तुमच्या तोंडात साखर पडो! परंतु मी खोट्या भ्रमात नाही. तसा मी गावंढळ आहे, पण उद्याचं संकट आज ओळखण्याची थोडीशी शक्ती मला परमेश्वरानं दिली आहे.''

डॉ. गिंडे हे सारे संभाषण आठवत आपल्या चेंबरमध्ये बसले होते. त्यांच्यासमोर जिनी बसली होती.

बाप-लेकांत काही ना काही वितुष्ट आलेले आहे, हे डॉ.गिंड्यांना सहज ओळखता आले, पण त्याचे स्वरूप काय आहे आणि त्याची व्याप्ती किती, याचा त्यांना अंदाज करता येत नव्हता. नार्व्याच्या समुद्रकिनाऱ्यावरील त्यांच्या त्या संभाषणानंतर पुन्हा काही या विषयावर बोलणे झालेले नव्हते. बाह्यत: तरी ते आनंदी वाटत. आठवड्यातून एकदा तरी एक सांयकाळ एकत्र घालवण्याची त्यांची प्रथा अजूनही चालूच होती. पण तेव्हाही त्यांनी कधी हा विषय काढला नव्हता. म्हणून डॉक्टर असे गृहीत धरून चालले होते, की बाबूरावांना वाटणारी भीती तितकीशी खरी नसावी. कदाचित आलेला हा स्ट्रोक काही प्रक्षोभामुळेही

निर्माण झालेला असावा, असे आपले निदान कदाचित खरे नसावे. पण जिनी जे जे बारीक तपशील सांगत होती, त्यावरून काहीतरी अनपेक्षित प्रक्षोभ घडलेला असावा, असे मानायला पुष्कळ जागा होती, आणि तो प्रक्षोभ ज्या परिस्थितीत निर्माण झाला, ती परिस्थिती समजावून घेतल्याशिवाय डॉक्टरांना उपचाराचे स्वरूप नीट ठरवता येत नव्हते.

डॉ. गिंडे बाबूरावांना आज अनेक वर्षे ओळखत होते, आणि त्यांचे अनेक वर्षांचे वैद्यकीय ज्ञानही त्यांना सांगत होते, की अतिप्रक्षोभ हा जसा पक्षाघाताला कारण होऊ शकतो, तसंच प्रतिप्रक्षोभ हा पक्षाघात बरा व्हायलाही कारणीभूत होऊ शकतो. आपले स्नायू नियंत्रित करणारी आपली इच्छाशक्ती पुन्हा प्रज्वलित व्हायला हवी, बधिरपण जायला हवे, म्हणजे माणूस आघातातून पूर्णपणे सावरूही शकतो.

सुदैवाने बाबूरावांना आलेला ॲटॅक फारसा गंभीर नव्हता. पण निसर्ग नियमाप्रमाणे होणारी पूर्वस्थिती ही कालनाशक तर होतीच, पण त्यामुळे ते संपूर्णपणे बरे होतील, अशी खात्री देता येत नव्हती. त्यांच्याकडे येणाऱ्या अनेक मनोरुग्णांचा अभ्यास करण्याचा डॉक्टरांना छंद होता आणि त्यांना एक गोष्ट अनुभवाने पटली होती, की औषधे, मसाज, शॉक्स या साऱ्यांमुळे प्रकृतीत बदल होतो; पण खरे औषध आहे, ते 'फाइट-बॅक' वृत्ती! कुठेतरी आपल्यावर झालेल्या अन्यायाविरुद्ध लढण्याची ऊर्मी अंत:करणात जागी करता आली, तर गात्रांना एक वेगळे चैतन्य लाभते. त्या चैतन्याचे स्वरूप वैद्यकीय शास्त्राला अवगत नाही. पण एखाद्या संजीवन मंत्रासारखा तो मंत्र बधिर झालेल्या मज्जातंतूना कार्यान्वित करण्यासाठी राखीव एनर्जी पुरवतो.

कोणत्याही वैद्यकीय उपचारात आपण नक्की बरे होऊ हा आत्मविश्वास रोग्याच्या मनात निर्माण करणे जेवढे आवश्यक आहे, त्याहीपेक्षा जगण्याला कारण निर्माण करणे जास्त आवश्यक असते. सर्वसामान्य माणसांना जीवनाचे अस्तित्वच इतके आवश्यक वाटते, की ते जगण्यासाठी धडपडतात आणि त्यातूनच ते बरेही होतात. बाबूराव हा काही सर्वसामान्य माणूस नाही. जीवनातले जेवढे रसास्वाद घेणे शक्य आहे, तेवढे त्याने सर्व घेतलेले आहेत. यशाच्या अनेक पायऱ्या तो चढून आलेला आहे. त्याच्या जीवनातील अनेक मर्मबंध- प्रथम राही, मग राधिका- तुटून गेलेले आहेत आणि त्यांचा एकमेव आधार असलेला त्यांचा एकुलता एक मुलगा हाही त्यांच्या मनापासून दूर गेलेला आहे. या एकतर्फी अवस्थेतून या माणसाला बाहेर काढला पाहिजे. ते म्हणाले,

"जिनी, यू हॅव ए हार्ड जॉब. तू बाबूरावला वाचवू शकशील, तुझ्यात काही लव्हेबल क्वालिटीज आहेत. तू काही केवळ परिचर्या करणारी नर्स नाही आहेस. तू बाबूरावांना त्यांच्या आत्ताच्या तोल गेलेल्या अवस्थेतून बाहेर काढू शकतेस. तुझ्याजवळ जिव्हाळा आहे. स्त्रीत्वाचे सगळे उत्तमोत्तम गुण तुझ्यात एकत्रित झाले आहेस. तू जन्माने ख्रिश्चन आहेस आणि करुणा हा तुझ्या धर्माचा मूलाधार आहे. बाबूराव हे माझे अत्यंत जीवश्चकंठश्च मित्र आहेत. थोडसं अतिशयोक्तीचं वाटेल, पण त्यांचा मुलगा व्हायलाही मला आवडलं असतं, असा एक उदार, कर्तबगार आणि माणुसकीला जपणारा तो माणूस आहे. त्याला आपण वाचवलं पाहिजे. पुन्हा उभं केलं पाहिजे, त्याचा नेमका आजार काय आहे, हे मी तुला काल सांगितलंच आहे. तू त्याच्या अंत:करणाचा वेध घेऊ शकली पाहिजेस. कोणत्याही साधनाने जर तू यशस्वी झालीस, तर तू मागशील, ते बक्षीस मी देईन.''

"मी मागीन?''

"होय! तू मागशील!''

- ० -

पाच

बाबूराव जागे झाले, तेव्हा शेजारच्या दिवाणावर जिनी पेंगुळलेल्या अवस्थेत झोपलेली दिसली. त्यांना वाटले, तिला हाक मारावी. त्यांना चहाची तल्लफ आली होती. शिवाय त्यांना युरीन पॉटही हवे होते. पण त्यांनी मन आवरले. जिनी इतक्या शांतपणे झोपलेली होती आणि तिचा शिसवीसारखा काळाभोर देह इतका निरागस आणि प्रसन्न दिसत होता, की त्यांना वाटलं, तिला आत्ता एखादं सुंदर स्वप्न पडलं असेल.

गेल्या पाच-सहा दिवसांत ती त्यांच्याशी जिव्हाळ्यानं वागत होती. तो जिव्हाळा केवळ नर्सचा जिव्हाळा नव्हता. तिच्या वागण्यातच एक अभूतपूर्व असा गोडवा होता. तिचे मराठी उच्चार सदोष होते. पण त्यांच्या वेगळेपणामुळे आणि नादमय स्वरांमुळे तिने काहीतरी बोलत राहावे, असे त्यांना नेहमी वाटे. तिचा आवाज जेव्हा त्यांनी प्रथम ऐकला, तेव्हा राहीत आणि तिच्यात काही विलक्षण साम्य आहे, हे त्यांच्या लक्षात आले.

राही! त्यांच्या तारुण्याला आणि राहीच्याही तारुण्याला आलेला तो पहिला मोहर!

-आणि त्यांची गाठ तरी किती विचित्र तऱ्हेने पडली!

राहीची नुसती आठवण झाली आणि ते पुन्हा अर्धनिद्रेत गेले.

घाटाच्या खालची एक छोटीशी वस्ती. लल्लूबरोबर ते मुंबईला आले आणि त्याच्याबरोबर ते त्याच्या घरी राहू लागले. आणि लल्लूही या छोट्या मुलावर प्रेम करायला लागला. अधूनमधून त्याच्या ट्रकमधून त्याला पान किंवा सिगारेट आणून द्यायची अशी कामे तो करू लागला.

लल्लूने त्याला म्युनिसिपालिटीच्या शाळेत घातला. मूलबाळ नसलेल्या लल्लूच्या घरात तो त्याच्या मुलासारखाच रुजून गेला.

पहिल्या-पहिल्यांदा त्याची भाषा त्याला समजायची नाही. तीही समजायला लागली. मायेची भाषा समजायला त्याला फारसा वेळ लागला नाही. कोकणात आयुष्य गेल्यामुळे त्यांनी

कधी रोटी, परोठा हे पदार्थ खाल्लेले नव्हते. तेही पदार्थ त्याला आवडायला लागले. जबान जशी त्याच्या जिभेवर बसली, तसेच लल्लूच्या घरचे सगळे खाणे-पिणे त्याला आवडायला लागले. मुंबईत आल्यावर आपल्याला माणसांच्या या जंगलात राहावे लागेल, अशी त्याला भीती होती. त्याऐवजी त्याला मिळाले लल्लूचे आणि रैनाचे प्रेमळ छत्र.

शाळेत त्याचे फारसे लक्ष नसायचे. तेव्हा लल्लू त्याला दाटायचा. लल्लूच्या एक गोष्ट लक्षात आली, की पोर ब्राह्मणाचे असले, तरी त्याची वृत्ती मात्र लोहाराची आहे. गाडी कधी नादुरुस्त झाली तर एखाद्या अंतर्ज्ञानी माणसाप्रमाणे त्याला गाडीतील मिस्टेक लवकर कळायला लागली. लल्लूच्या गैरहजेरीत तो ट्रकही चालवायला शिकला. तिथे राहता राहता हा वाहतुकीचा व्यवसाय तो दर क्षणाला शिकत होता. त्यातल्या अडचणी, त्यातले धोके- सगळे शिकत तो एकेक पाऊल पुढे टाके.

शाळांना सुट्टी लागली होती, म्हणून लल्लूबरोबर तो एकदा सफरीवर निघाला आणि घाटाखाली लल्लूनेच गाडी थांबविली आणि इथेच मुक्काम करायचा, असे लल्लूने त्याला सांगितले.

लल्लूच्या ट्रकचा हॉर्न ऐकल्याबरोबर समोरच्या झोपडीतून एक चौदा-पंधरा वर्षाची मुलगी बाहेर आली. तिने आत डोकावून ओरडून सांगितले,

"आई, लल्लू आलाय गं!"

त्याबरोबर दुसरी प्रौढ बाई त्या पडक्या घराच्या दरवाजाच्या चौकटीत येऊन उभी राहिली. स्वागताच्या दोन कमानी तिथे उभ्या राहिल्या. लल्लूने बाबूला आत यायला सांगितले आणि मग दोघेही त्या मोडकळीला आलेल्या घरात गेले. लल्लू त्या बाईशी खूप काहीतरी बोलत होता, आणि अवघडून बाबू मात्र बाहेरच्या घडवंचीवर बसून होता. आतून आवाज येत होते आणि आपण नेमके काय करावे, हेच बाबूला समजेना. एवढ्यात आतून आधी बाहेर आलेली ती चौदा-पंधरा वर्षांची मुलगी चहाचा कप घेऊन आली आणि मोठ्या तोऱ्याने म्हणाली.

"काय रे, काय नाव तुझं? तू कशाला आलास?"

बाबू शरमला. काय उत्तर द्यावं, तेच त्याला समजेना.

तीच पुढे म्हणाली,

"चांगला गोरागोमटा दिसतोस, लल्लू कोण तुझा?"

"बापच म्हटला, तरी चालेल!" स्वत:ला सावरून बाबू कसातरी, पण

ठसक्यात म्हणाला.

झिपऱ्या मागे सारीत ती पोरगी खळखळून हसली आणि म्हणाली-

"खोटं बोलतो काय? लल्लूला मुळी मुलगाच नाही. तू कशाला त्याला बाप म्हणतोस?"

"तसा काही तो माझा बाप नाही. पण बापासारखाच आहे. घर सोडून पळून आलो आणि त्याच्या घरी राहिलो, आणि तो मला मुलासारखा सांभाळतो. मग त्याला बाप नाही म्हणायचं, तर काय?"

"चांगलं बामणासारखं बोलतोस की, रे!"

आता मात्र बाबूची मान उंच झाली. तो गुर्मीने म्हणाला,

"आहेच मी ब्राह्मण. माझं नाव बाबू-बाबू कोल्हटकर! काय म्हणायचं आहे तुला?"

"तसं काही नाही. पण म्हटलं, हे नवीन यडं कोण आणलंय लल्लूनं, ते बघावं!"

बाबू ताडकन उभा राहिला. त्याच्या धष्टपुष्ट थोराड बांध्याकडे ती पोरगी खुळ्यागत बघतच राहिली. मूळचा थोडा गोरा पण आता रापलेला त्याचा चेहरा, ते करडे घारे डोळे, आणि अचानकपणे त्याच्या डोळ्यांत आलेली गुर्मी याने ती मुलगी थोडी घाबरली. पण लगेच खाली मान घालून म्हणाली,

"चहा पी. पितुस नव्हं चहा आमच्या हातचा?"

"न प्यायला काय झालं?"

"आमच्याकडचं जेवण चालंल काय तुला? सागुती आहे, म्हणून म्हणतीय."

"न चालायला काय झालं? सगळं चालतं. सागुतीच काय, पण अख्खी तुलासुद्धा खाऊन टाकीन!"

एकदम त्या पोरीनं पदर सावरला, मान खाली घातली, चहाचा कप त्याच्या हाती दिला आणि ती आतल्या खोलीत पळून गेली.

जराशानं बाबू बाहेर पडला व त्याने ट्रकभोवती एक चक्कर मारली. तसा ट्रक नीट लावलेलाच होता, पर त्याने तो आणखी घराच्या जवळ आणून लावला.

ट्रकचा आवाज येताच लल्लू बाहेर आला आणि म्हणाला,

"बाबू, काय करतोयस?"

"ट्रक जरा घराजवळ नीट लावून घेतला. तुझा मुक्काम पडणार, असं दिसतंय."

यावर लल्लू गडगडाट करून हसला. लल्लू परत आत गेला. हसण्या-खिदळण्याचे आवाज ऐकू येत होते.

बाबूला आत जावेसे वाटू लागले, पण जायची हिंमत नव्हती. आपण आत यावे असे वाटत असते, तर लल्लूने तसे आपल्याला सांगितले असते.

एरवी लल्लू त्याचे खूप लाड करायचा व त्याला मुलासारखाच मानायचा. परमेश्वराने बाबू ही आपल्याला दिलेली एक देणगी आहे, असेही त्याच्या मनात यायचे. लल्लू बरेच दिवस मुंबईत वावरलेला होता. त्यामुळे इथल्या जातीपाती त्याला ओळखता येत होत्या. एका ब्राह्मण घराण्यातले हे अनाथ मूल आपल्या घरी येते, मांसमच्छी खाते, राकट आणि दांडगट माणसांच्या संगतीत अहोरात्र वावरते, याबद्दल त्याला मनातून खेद वाटे, पण त्याचा काही इलाजही नसे. बाबूच्या तोंडून कधी शिवीगाळी आली, की लल्लू त्याला सरळ एक लाफा लगावून देत असे. पहिल्या पहिल्यांदा बाबू कळवळला. हळूहळू तोही निगरगट्ट व्हायला लागला. तो हसून म्हणायचा-

"अरे, मी तुझा मुलगा ना? मग तुझी जबान माझ्या तोंडी येणारच!"

रैनासुद्धा त्या वेळेस खदखदून हसायची. त्याला जवळ ओढायची. मायेने कुरवाळायची आणि पोटाशी बिलगून घ्यायची. तिच्या लाडाला तर परिसीमाच नव्हती. आपण लल्लूला मूल देऊ शकलो नाही ही खंत बाळगत असतानाच त्याच्या बाहेरख्यालीपणाला स्वीकारायला ती कोडगेपणाने तयार झाली होती. पण या कोडगेपणाला बाबू घरात आला, आणि एक वेगळेच अस्तर लाभले. तो तिचा एक विरंगुळा झाला.

लल्लू तसा दिलदार माणूस. कित्येक वर्षे कपूर कंपनीत तो ट्रक चालवायचे काम करायचा आणि बऱ्याच मोठ्या ट्रकच्या ताफ्यावर त्याचे नियंत्रण असायचे. अगदी महत्त्वाच्या वेळेला जोखमीचा माल असला, तरच अलीकडे तो ट्रक घेऊन बाहेर पडे. विशेषत: कोकणातल्या खेपा तो मुद्दाम मागून घ्यायचा. आपल्या ट्रकमधून कोणता माल येतो, हे त्याला मनोमन माहीत होते आणि तो माल आणताना कोणते धोके असतात, हेही तो अनुभवाने शिकला होता. शिवाय या कोकणच्या खेपा करताना त्याला मुख्य आकर्षण असायचे, ते अर्थात राहीच्या आईचे-म्हणजे अंजनीचे. ह्या रस्त्यावर त्याच्या महिन्यातून एकदोन खेपा तरी होत.

बाबू लल्लूच्या घरी आला, तेव्हा कोवळा पोर होता, पण आता तो चांगला निबर, मिसरूड फुटू लागलेला तरुण वाटायला लागला. आल्याआल्याच

महिन-पंधरा दिवसात जमली तेवढी शाळा आणि उरलेला वेळ कपूर कंपनीच्या वर्कशॉपमध्ये लागला. हळूहळू शाळेकडे दुर्लक्ष होत गेले आणि तो त्या वर्कशॉपमध्ये जास्त वेळ राहू लागला. लल्लूचा तेथे दबदबा होताच.

पहिले चार-सहा महिने तो काही कामगार नव्हता. त्यामुळे कोणत्याही दुरुस्तीच्या कामाच्या वेळेस तो हजर व्हायचा. पडेल ती कामे करायचा. त्याची काम करण्याची हौस आणि त्याहीपेक्षा त्याचा नेमकेपणा, तिथला फोरमन जॉनी याला फार आवडायचा. तो त्याला वेळ मिळेल तेव्हा एक-एक काम शिकवू लागला. प्रत्येक गोष्ट आत्मसात करीत, कामाला न कंटाळता तो काम करतोय, असे पहिल्यानंतर त्याला रीतसर कामगार म्हणून घेण्यात आले. वरकमाईही थोडी सुरू झाली आणि वयाची सोळा वर्षं पूर्ण व्हायच्या आत ट्रक, गाडी, मोटारसायकल यातली बरीचशी कामे त्याला एकट्यालाच करता यायला लागली.

हे वर्कशॉप मुख्यत्वेकरून ट्रक-दुरुस्तीचे होते. पण त्या परिसरात दुसरे चांगले वर्कशॉप नव्हते, म्हणून साध्या प्रवासी गाड्यासुद्धा तेथे दुरुस्तीला येत. कपूर कंपनीचे मालक कपूर बंधू यांच्या खासगी गाड्या तर नेहमीच लखलखीत ठेवायला लागायच्या. ते काम हळूहळू बाबूने आपल्या अंगावर घेतले. बाबूला इतर कामगारांचा थोडा त्रास होत असे, नाही असे नाही. त्याचे रंगरूप इतरांपेक्षा वेगळे होते. बोलणे-चालणेसुद्धा इतरांत मिसळून जाण्यासारखे नव्हते. पण बाबूने कुणाशी वाद केले नाहीत. त्याला माहीत होते, की हीसुद्धा शाळा आहे. इथे शाळेच्या नियमाने शिकले पाहिजे. लल्लू झाला, तरी काही तो इथला मालक नाही. त्याच्या थोडं अलिप्त वागण्याचा फायदा झाला आणि हळूहळू लोक त्याच्या वाटेला जाईनासे झाले. उलटपक्षी आपली कामे त्याच्या अंगावर ढकलून आपली कामे कमी करण्याचा ते प्रयत्न करीत.

इंजीन खोलणे आणि जोडणे हे सर्वांत अवघड काम. ते अनुभवी माणसाशिवाय कुणाच्या हाती दिले जात नाही. गिअरबॉक्स, ब्रेक्स हीही कामे जाणकारांनीच करायची असतात. हळूहळू अंगावर कामे पडत गेल्याकारणाने बाबू ती करायला लागला. कधी अडचण आलीच तर तो सरळ जॉनीकडे जायचा, आणि त्याच्याकडून सूचना घेऊन ते काम संपवून टाकायचा. सर्व्हिसिंगचे काम तसे सोपे आहे आणि केवळ त्यात हमाली श्रम करावे लागतात. पण या कामामुळे गिऱ्हाइकांची सहानुभूती मिळते, शिवाय यंत्राची तंदुरुस्ती कशी राखायची, हेही त्यातून कळते.

बाबू आता एक उपयुक्त मदतनीस झाला. तेव्हा त्याचे वय अवघे सोळा

वर्षांचे होते. पण दिसायचा मात्र तो अगदी वयात आलेल्या पुरुषासारखा! विशीचा.

अंजनीच्या झोपडीत हळूहळू अंधार दाटायला लागला. मध्येच येऊन राही एक दिवटी ठेवून गेली. त्या दिवटीच्या अंधूक प्रकाशात राहीची आणि त्याची एकदा दृष्टादृष्ट झाली. तोपर्यंत तो कपडे काढून एक लुंगी गुंडाळून बाजल्यावर पडला होता.

त्याच्या भरदार गोऱ्यापान अंगाकडे राहीची नजर खिळून राहिली, तिने लगेच स्वत:ला सावरले आणि ती म्हणाली,

"भूक लागली काय?"

"नाही, बुवा."

"जेवण होतंच आलंय."

खरेतर जेवण तयार झालेय, हे सांगण्याची फारशी गरज नव्हती. कारण मटण शिजल्याचा खमंग वास केव्हाच त्याच्यापर्यंत पोहोचला होता. त्याची भूक खवळून जागी झाली, कारण दुपारी काही नीटसे खाता आले नव्हते. पण तिच्या नजरेला नजर देताच त्याला भुकेचा विसर पडला. अलीकडे बाईसंबंधी त्याच्या मनात भलभलते विचार यायला लागले होते. कपूर कंपनीतील अनेक मेकॅनिक बायकांबद्दल बोलत आणि ते सर्व त्याच्या कानांवर पडत असे. काहीतरी वेगळे चलनवलन आपल्या देहात घडत आहे हे त्याला कळत होते. आईची त्याला नीटशी आठवण नव्हती. नार्व्यात त्याने पाहिलेल्या बायका त्याला कधी बायका वाटल्याच नाहीत. तो लल्लूबरोबर येऊन मुंबईत राहिल्यापासून मुंबईच्या जीवनात त्याला खूप गोऱ्यागोमट्या बायका दिसायच्या. गुडघ्यांपर्यंत फ्रॉक असलेल्या काळ्या-गोऱ्या किरिस्तावणी पाहताना त्याचे लक्ष त्यांच्या उघड्या पोटऱ्यांकडे जायचे. पण तो घरी आला, की स्त्रियांची ती सारी वर्णने पुसून जायची. कारण स्थूल देहाची, स्निग्ध डोळ्यांची ममताळू रैना हे एकच स्त्रीरूप त्याच्या डोळ्यांत साठून राहिले होते. साऱ्या स्त्रिया अशाच असाव्यात किंवा असायला पाहिजेत, असे त्याला एकीकडे मन सांगायचे पण शेजारच्या वस्तीत जाणाऱ्या-येणाऱ्या पुरुषांकडे हावरटपणे पाहणाऱ्या आणि अंग उडवणाऱ्या बायकाही त्याला पाहायला लागायच्या. रैनाने कधी उंच आवाज केला नाही किंवा कधी संतापून लल्लूशी भाषण केलेले त्याने ऐकले नाही. तिची नाराजी फक्त तिच्या डोळ्यांत दिसायची. बाबू तर ती नाराजी पाहाताच एकदम विरघळून जायचा, पण लल्लूसारखा

महाकाय आडदांड पुरुषसुद्धा एकदम गप्प बसायचा. सकाळची न्याहारी किंवा रात्रीचा खाना ते तिघे एकत्र घ्यायचे. त्या वेळेस कधी कधी लाडात येऊन लल्लू चक्क एखादा घास रैनाच्या तोंडात द्यायचा प्रयत्न करायचा. तेव्हा खोटी नाराजी दाखवून रैना म्हणायची,

"काही लाजलज्जा आहे की नाही? पूर्वीचं ठीक होतं, पण आता घरात चांगला वाढलेला पोर आहे. त्याला काय वाटेल, याचा काही विचार कराल की नाही?"

लल्लू तिमजली हसायचा आणि म्हणायचा,

"बिबी, बायकोशी कसं वागायचं, हे त्याला शिकवायला पाहिजे की नाही?"

ती म्हणायची.

"काही नको! वेळ आली, की ज्याचं त्याला कळतं."

मग बाबू तिथून उठायचा आणि थाळी घेऊन बाहेरच्या खाटल्यावर येऊन बसायचा.

कधी कधी बाबूच्या मनात बाईबद्दल चमत्कारिक विचार यायचे. तो रहस्यकथा किंवा हलकीफुलकी मासिके वाचायचा. त्याला बाई आणि पुरुष एकमेकासंबंधी एवढे आतुर का असतात याचे आश्चर्य वाटायचे.

आत्ता समोर राहीच्या डोळ्यांतही एक विलक्षण चाळवाचाळव पाहून त्याने कधीमधी वाचलेल्या स्त्रियांच्या वर्णनाच्या आविर्भावाचा पुन:प्रत्यय घेतला. त्याला एकदा वाटले, चटकन उठावे आणि तिचा हात हातात घेऊन "काय एवढं रोखून पाहातेस?" असे विचारावे, पण त्याला ते धाडस झाले नाही.

थोड्या वेळाने त्याला बोलावले, म्हणूनच तो आत गेला. त्याला वाटले होते, की बहुतांशी जेवणाची थाळी आपल्याला बाहेर आणून मिळेल. पण तसे न घडता आपल्याला आत जेवायला बोलावले, म्हणून त्याला बरे वाटले. आत गेल्यावर त्याच्या लक्षात आले, की आपण ऐकत होतो, त्याहून लल्लू अधिकच या घरात गुंतलेला आहे.

बाबू येताक्षणीच लल्लूने त्याची अंजनीशी आणि राहीशी ओळख करून दिली. अर्थात ओळख करून द्यायची त्याची रीत रानटी होती. त्यामुळे समजायचे काय, ते बाबू समजून गेला.

परसदारी जाऊन त्याने हातपाय तोंड स्वच्छ धुतले आणि लुंगी घट्ट सावरत तो थाळीसमोर येऊन बसला. भाकऱ्यांची एक मोठीच्या मोठी चवड आणि मटनाचे एक मोठे पातेले मधे ठेवलेले होते. निम्मे कापून ठेवलेले कांदे

होते. मिरच्या होत्या. खरे तर बाबूला भात खायची फार इच्छा होती. त्याने रैनाला सांगितल्यापासून त्याला मटनाबरोबर लल्लूच्या घरी नेहमी रोटीबरोबर भातही मिळायला लागला होता. एरवी भाकरी खायची त्याला फारशी काही सवय नव्हती. म्हणून त्याने हलक्या डोळ्याने चुलीकडे पाहिले. तिथे त्याला एक भगोले झाकून ठेवलेले दिसले.

त्याची नजर पकडून अंजनी म्हणाली,

''भाकर आवडत नसेल, नाही का? खाऊन तर बघ. नाही आवडली तर मग भात देते.''

भाताचे नाव काढताच बाबूची कळी खुलली. लल्लूही खुद्कन हसला आणि मग पुढचे जेवण यथासांग पार पडले.

बघता बघता भाकरीची चवडही दिसेनाशी झाली. भातावरही रस्सा ओतून त्याने भात ओरपला. पोट कसे अगदी गरगरून तृप्त झाले. लल्लू म्हणाला,

''मजा आली का नाही?''

बाबू पोटावरून हात फिरवीत म्हणाला,

''झकास!''

थोड्याशा अरबट-चरबट गप्पागोष्टी झाल्या आणि झालेले जेवण बाबूच्याही अंगावर येऊ लागले. लल्लू म्हणाला,

''कुठे झोपणार? ट्रकमध्ये काही झोपायची गरज नाही, इथं काय तशी चोरांची भीती नाही. बाहेरच्या पाख्यात झोप नाहीतर रस्त्यापलीकडच्या हनुमानजीच्या देवळात जाऊन झोप. राही तुला एक घोंगड किंवा तरट देईल. लवकर उठायचं लक्षात ठेव. जाताना माचिस घेऊन जा.''

बाबू बाहेर आला. त्याने चांगले अंगभर आळोखेपिळोखे दिले. झोप चांगली डोळ्यांत आली. राहीने त्याला एक चांगली घोंगडी दिली. त्याने आपल्या कपड्याचे बोचके उचलले आणि राहीने बोट दाखविले, त्या दिशेने तो देवळाकडे निघून गेला.

बाहेर अर्धामुर्धा प्रकाश होता. राहीकडून घोंगडे घेताना त्याने तिची नजर टाळली होती. पण बाहेर पडल्यावर त्याला राहीच्या झोपडीकडे डोकावून पाहिल्याशिवाय चैन पडेना. राही दारातच उभी होती. तिचा चेहरा त्याला दिसत नव्हता, पण त्याला माहीत होते, हे डोळे आपला वेध घेताहेत. झोपडीतल्या दिवटीच्या अर्धवट प्रकाशाच्या पार्श्वभूमीवर राही एखाद्या यक्षिणीसारखी दिसत होती. पण तरीही त्याने चळलेले मन आवरले, तिच्याकडे पाठ फिरवली आणि

तो देवळाच्या पायऱ्या चढून आत गेला.

देऊळ अगदी छोटेसे- देवळीसारखे होते. दारे-खिडक्या त्याला काहीच नव्हते, आणि पत्र्याची छोटीशी छपरी असेच त्याचे स्वरूप होते. त्याने आत निरखून पाहिले. मग काडी ओढली. मग त्याच्या लक्षात आले, की देऊळ स्वच्छ सारवून ठेवले आहे. देवापुढे एक पणती होती. दुसरी काडी ओढून त्याने ती पणती पेटवली, तेव्हा अंधूक प्रकाशाने ती देवळी भरून गेली. त्याने घोंगडे पसरले, कपड्यांचे बोचके भिंतीलगत टेकवून ठेवले आणि केवळ कुतूहल म्हणून तो पुन्हा देवळाच्या तोंडाशी आला.

अजूनही राही झोपडीच्या दरवाजातच उभी होती. भोवताली वस्ती अशी फारशी नव्हतीच. रस्ताही वर्दळीचा नव्हता. निर्मनुष्य, नि:स्तब्ध, गहिरी शांतता आसमंतात नांदत होती. साऱ्या रानावनांवर चांदण्याचे एक मायाजाळ पसरले होते. झाडझाडोरा आसपास असा कुठे नव्हता. मग परत झोपडीकडे त्याचे लक्ष गेले, तेव्हा दरवाजा बंद झालेला होता. राही अदृश्य झाली होती आणि हळूहळू त्याच्या डोळ्यांत जमा झालेली झोप प्रत्यक्षात अंगावर येऊ लागली.

आपल्याला किती वेळ झोप लागली, याचे त्याला स्मरण नव्हते. पण झोपताना आपण राहीचाच विचार करीत होतो, एवढे त्याला आठवत होते आणि प्रत्यक्ष कुणीतरी शेजारी बसलेले आहे, हे त्याला जाणवले. प्रथम काही श्वापद असेल, म्हणून त्याने अंदाज घेतला आणि मग त्याच्या लक्षात आले, की ते दुसरे-तिसरे कुणी नसून ती राहीच आहे. ती त्याच्याकडे बघत होती.

निसर्गाची एक आंतरिक प्रेरणा खडबडून जागी झाली आणि त्याने नुसते बाहू वर केले. त्याबरोबर एक कोवळे फूल त्याच्या मिठीत आले. या वेळेला काय करायचे असते, कसे वागायचे असते, हे पुरुषाला शिकवावे लागत नाही. नराजवळ जसा एक उपजत पुरुषधर्म असतो, तसा स्त्रीजवळ एक प्रकृतिधर्म असतो. थोड्याशा रानदांडगेपणाने, थोड्याशा धसमुसळेपणाने त्याने तिला आपल्या मिठीत ओढून घेतले. आणि मग परमेश्वराच्या साक्षीने एक पुरुष आणि स्त्री निसर्गाला प्रथमच वश झाली! नव्याने शिकत, दुसऱ्याला शिकवत.

केव्हातरी पहाटे लल्लूला जाग आली. लवकर निघायला पाहिजे ही जाणीव त्याला होतीच. पण त्याचबरोबर उन्हे चढण्यापूर्वी घाट ओलांडून जायला हवा होता, ही जाणीव प्रबळ होती. तो आळोखेपिळोखे देत उठला. सुस्तपणाने नग्नावस्थेत झोपलेल्या अंजनीच्या अंगाला त्याने एक जोरदार चिमटा घेतला.

"ऊठ, ए! किती उशीर झाला, माहीताय?"

"झोपा जरा गुमान. अजून दिवस वर यायला खूप अवकाश आहे."

"तुझं ठीक आहे. पण मला उरावर एवढं ओझं घेऊन दुपारपर्यंत पोचायला पाहिजे. ऊठ आणि लवकर चूल पेटव."

नाइलाजाने अंजनी उठून बसली. इकडे-तिकडे फिस्कारलेली साडी तिने नीट अंगाभोवती गुंडाळून घेतली. चोळीचीही घट्ट गाठ बांधली. सुटलेले केस घट्ट आवळून त्याचाही घट्ट अंबाडा बांधला आणि ती म्हणाली,

"कापडं तरी घाल म्हणजे राहीला उठवते."

लल्लू उठला. त्याने करकचून लंगोट कसला, लुंगी गुंडाळली आणि तोंड धुण्यासाठी तो बाहेर पडला.

अंजनीने थोडी आवराआवर केली आणि तिने राहीला हाक मारली. राही काही ओ देईना. तेव्हा तीच जमिनीला रेटा देऊन उठली आणि तिने शोधून माचिस हाती घेतली आणि दिवटी पेटवली. मधले दार उघडले आणि बाहेरच्या पाख्यात दिवटी घेऊन डोकावून पाहिले, तर तिथे कोणीच नव्हते. तिने लल्लूला ओरडून हाक मारली. लल्लू लगेच हाकेसरशी पुढच्या पाख्यात आला. त्याने बाहेर जाऊन आसपास डोकावून पाहिले-राही कुठे दिसते का ते. तो अंजनीला म्हणाला,

"तू आधण ठेव. मी बाबूला उठवून आणतो. राही कुठे जाणार? असेल इथंच कुठेतरी."

लल्लू पायांत पायताणे अडकवून बाहेर निघाला, तेव्हा अंजनी म्हणाली,

"मी पण येते."

"तू कशाला?"

"येते."

दोघेही तरातरा चालत देवळापाशी आले. देवळात ते आले आणि त्यांच्या दृष्टीला जे पडले, ते दृश्य पाहून लल्लू तर अवाक झाला. पण अंजनीसुद्धा आश्चर्यचकित झाली.

चिमुरडी निरागस मूल वाटत होती ती राही आणि रस्त्यावरून उचलून आणलेले हे अनाथ पोर जगाची कसलीही पर्वा न करता, कुणाच्याही संमतीची वाट न पाहता नग्नावस्थेत एकमेकांशी एकरूप होऊन मिठीत झोपले होते. एखाद्या दगडी शिल्पातल्या काळ्या आणि पांढऱ्या दगडांच्या संयोगस्थानी गौर-कृष्ण वर्णाचे एखादे शिल्प कोरावे, तसे ते दृश्य दिसत होते! उन्माद होता, तो

संपला होता! निसर्गाचे काही गूढ रहस्य असले, तर तेही आता उलगडले होते! आता उरला होता, तो फक्त हिशेब-आणि तोही जगातल्या व्यवहारी नियमानुसार!

लल्लू एकदम वास्तवात आला. पुढे पाऊल टाकून तो आता काही तरी कृत्य करणार, हे लक्षात येताच अंजनीने त्याचा हात घट्ट धरला व म्हणाली,

"जरा बाहेर ये-" त्याला जवळपास ओढत देवळापासून दूर नेले आणि ती म्हणाली, "तू कसा आहेस, हे मला माहीत आहे. मी कशी आहे, हे तुला माहीत आहे. आपली मुलं-बाळं अशीच असणार. जगावेगळं काही घडलेलं नाही. डोक्यात राख घालू नकोस. तुझ्या पोरावर तर राग मुळीच काढू नकोस. त्यानं पुढाकार नक्कीच घेतलेला नाही, हे मी तुला सांगते, तू आपण काही पाहिलं आहे, हे विसरून जा. आज ना उद्या, हे असं होणारच होतं."

"अंजनी, तुला माहीत नाही, या पोराला मला खूप मोठं करायचं आहे. देवाच्या कृपेनं हे पोर माझ्या हाती आलं. हे चांगल्या मोठ्या कुळातलं मूल असावं. आत्तापासून ते असल्या नादाला लागलं, तर आमच्यासारखंच हे भुरटं आयुष्य त्याला जगावं लागेल, हे थांबवलं पाहिजे. अंजनी, हे थांबवलं पाहिजे."

"लल्लू, गरम माथ्यानं असले प्रश्न सुटणार नाहीत. मी तुझ्या नादाला का लागले? चांगलं घरदार, शेतीवाडी सोडून रानावनांत कुठल्या मोहानं का राहते? अरे, हे असंच असतं. हे वादळवारं आहे. हे हातानं थांबत नाही."

धुसमुसत लल्लू थोडा वेळ गप्प राहिला आणि एकदम घरात शिरला.

तिनं चुलाणे पेटत लावले. पाणी उकळायला लागल्यावर तिने मोठ्याने राहीला हाकारी दिली. एकदा, दोनदा, तीनदा... दोन-चार मिनिटांनी केस सावरत कपडे आवरत जणू काही घडलेच नाही, असे दाखवत राही पाठीमागच्या बाजूने घरात शिरली.

ती कुठे होती, हा प्रश्न अंजनीने तिला विचारला नाही आणि लल्लू तर खुरमांडी घालून भिंतीला टेकून सिगारेट ओढत गप्प बसला होता.

हळूहळू त्याचा राग कमी झाला. गाळून ठेवलेला चहाचा कप चटकन उचलून राहीने लल्लूपुढे नेला. लल्लूने तिच्याकडे रोखून पाहायचा प्रयत्न केला, पण तिने त्याच्याकडे न पाहता दुसरीकडेच पाहणे सुरू ठेवले.

एवढ्यात बाबूही आला आला. त्याने कपडे बदलेले होते. पॅन्ट-शर्ट अडकवून तो ट्रक चालू करत असल्याचे लक्षात आले.

"बाबूला चहा नेऊन दे." अंजनी म्हणाली.

राही एक शब्दही बोलली नाही. तिने चहाचा कप उचलला आणि

खालच्या मानेने ती खोलीबाहेर पडली. अंजनी आणि लल्लू एकमेकांकडे पाहत होते. जे काही राहीत आणि बाबूत घडले, हे आपल्याला समजलेले आहे, याबद्दल आपण कोणताही शब्द उच्चारला नाही किंवा कोणतीही भावना प्रकट केली नाही, याची खंत लल्लूला वाटत होती. कधी नव्हे ते त्याने आपला राग गिळला होता.

पुन्हा अंजनीने आणखी एक कप दिलेला चहा तो प्याला. तो उठला आणि त्याने कपडे चढवायला आरंभ केला. कपडे चढवून झाल्याबरोबर खिशातून त्याने पन्नास रुपये काढले आणि अंजनीच्या हातावर ठेवले व तो म्हणाला,

''एवढे पुरतील?''

''रगड झाले. आता कवा येणार?''

लल्लू पहिल्यांदाच मोकळेपणाने हसला आणि म्हणाला,

''आता ते माझ्या एकट्यावर अवलंबून नाही. बाबूसाठी यावं लागेल.''

मग मात्र अंजनीच्या तोंडावर हसू फुटले. दोघे जण का हसली, हे मात्र परतलेल्या राहीला समजले नाही.

- ० -

सहा

बाबूराव झोपेतून जागे झाले, तेव्हा त्यांना खूपच बरे वाटत होते. गेले दोन दिवस औषधात काही बदल केलेला होताच. याहीपेक्षा जिनीच्या खास परिचर्येमुळे त्यांना त्यांच्या जगण्यातला रस वाढतो आहे असे वाटू लागले.

फिजिओथेरपिस्ट जोशी त्यांना मसाज करून जात असत. रात्री झोपण्यापूर्वी जिनी त्यांना पुन्हा मसाज करीत असे.

त्यांना वळता येत नसेल तरी ती उपडे करून त्यांच्या पाठीवरून मस्तकापर्यंत हलक्या हाताने दीर्घकाळ मसाज करीत असे. तिचा चेहरा पाहण्याच्या उत्सुकतेने त्यांनी एकदा पाठ वळविण्याचा प्रयत्न केला आणि गमतीची गोष्ट म्हणजे त्यांना पाठ वळवता आली.

अलीकडे त्यांचे उच्चारही सुधारले होते. हळूहळू, प्रयत्नपूर्वक, लहान मुलासारखे एकेक शब्द ते उच्चारत होते. त्यात शारीरिक हालचालींत सरळतेची भर पडली. त्यामुळे मनातून जिनी सुखावली

डॉक्टर आल्याबरोबर त्यांना बाबूरावांच्यात झालेला बदल ती दाखविणार होती, आणि जर डॉक्टरांनी संमती दिली, तर हळूहळू त्यांच्या शारीरिक हालचाली वाढविण्याचा ती प्रयत्न करणार होती. पण हे सारे बाबूरावांचे मन:स्वास्थ कायम राहण्यावर अवलंबून होते.

त्यांना भेटायला यायला त्यांच्या कुटुंबीयांखेरीज कुणालाही प्रवेश नव्हता. तसा प्रवेश नसण्याचे मुख्य कारण अर्थातच त्यांचा कारखाना, उद्योग, व्यवसाय किंवा त्यांच्या मुलासंबधी काही वार्ता त्यांच्या कानावर पडू नयेत हाच होता. बाबूरावांचा एक हात काम करीत होता. हे कळल्यामुळे त्यांचा मुलगा प्रकाश काही कागदपत्रांवर सह्या घेण्यासाठी त्यांच्याकडे आला असताना प्रथम बाबूरावांनी हाताने आणि मग मुद्रेने नकार दिला आणि मग कोणत्याही कागदपत्रावर त्याची सही घेणे हे आत्ताच्या परिस्थितीत बरोबर नाही, असे त्याला डॉक्टरांच्याचकरवी सांगावे लागले. पण त्या घटनेपासून बाबूराव थोडे क्षुब्ध झाल्यासारखे वाटू लागले. सुदैवाने त्या क्षुब्धतेचा दुष्परिणाम होण्याऐवजी

थोडाफार फायदाच झाला. त्यांचे बोलणे अधिक स्पष्ट झाले. त्यामुळे त्यांना, थोडे का होईना, संभाषण करणे शक्य होऊ लागले. त्यांना जेव्हा थोडे स्पष्ट बोलता येऊ लागले, तेव्हा काही लिहून आणि काही बोलून जिनीकडून त्यांनी एक वचन घेतले. त्या साऱ्या बोलण्याचा सारांश जिनीला आत्ताही आठवत होता. 'प्रकाशपासून मला दूर ठेव' ह्या सूत्रमय वाक्याचा अन्वयार्थ तिने आणि डॉक्टरांनी लावण्याचा प्रयत्न केला आणि त्यांना जेव्हा काही गोष्टींचा पत्ता लागेना, तेव्हा त्यांनी सॉलिसिटर अभ्यंकरांना बोलावून घ्यायचे ठरवले.

अभ्यंकर हे बाबूरावांच्या सर्व उद्योगधंद्यांचे कायदेशीर सल्लागार होते. अभ्यंकरांची आणि डॉ. गिंड्यांची तशी चांगली ओळख होती. जेव्हा अभ्यंकर डॉ. गिंड्यांच्या हॉस्पिटलमध्ये आले, तेव्हा ते म्हणाले,

''अलीकडे मी बाहेर कुणाकडे जात नाही. वयामुळे जाणं जमतही नाही, शिवाय तुम्ही काम काय, हेही सांगितलं नाहीत. त्यामुळे खरे तर मी आलोच नसतो. पण त्या निमित्तानं तुमची परवानगी घेऊन बाबूरावांना निदान पाहता तरी येईल, असा विचार मी मनाशी केला आहे.''

''तुम्हांला इथं येण्याची तकलीफ मी दिली, याबद्दल मला क्षमा करा. पण तुम्ही इथं आल्याशिवाय हे काम होण्यासारखं नव्हतं. बाबूरावांची आणि तुमची गाठ घालून देणं हे तर मुख्य काम आहेच, पण त्यापूर्वी एकदोन गोष्टींच्या सूचना मला करायच्या आहेत. कुठल्या तरी अचानक प्रक्षोभामुळं बाबूरावांना हा अ‍ॅटॅक आलेला आहे. हा अ‍ॅटॅक फारसा गंभीर नाही. ते नक्की बरे होतील. पूर्वीइतके नाही, तरी नव्वद टक्के कार्यक्षम होतील. माझ्या ट्रीटमेन्टला ते अतिशय उत्तम तऱ्हेने प्रतिसाद देतील. ते आता थोडं बोलू शकतील, जिभेचं पांगळेपण हळूहळू कमी झालंय. काहीतरी सांगण्याच्या अनिवार अशा इच्छेतूनच ते बोलायला लागले आणि त्यांची ही इच्छाच मला जास्त उत्साहित करते. परवा त्यांचा मुलगा प्रकाश काही कागदपत्रांवर सह्या मागायला आला होता. कारण त्यांना आता सही करता येते, हे त्याला माझ्याकडूनच कळले होते. कदाचित हे सांगण्यात माझी चूक झाली असेल, पण त्यांचा तो एकमेव वारसदार आहे. त्यांच्या उद्योगधंद्यांचा प्रमुख कारभारी आहे-म्हणजे या नात्यानं मी त्याच्याशी बोललो असेन; पण त्या माहितीचा आधार घेऊन त्यांना सह्या करण्यासाठी त्यानं काही कागदपत्र आणली. आपल्या विकलांग अवस्थेतसुद्धा त्यांनी त्या कागदपत्रांवर सही करायला नकार दिला. आता ते कागदपत्र कशाचे होते व त्यांची धंद्याला कितपत आवश्यकता होती, याची मला काहीच कल्पना असणं शक्य नाही. तो

माझा प्रांतही नाही. ते तुम्हांला माहीत असण्याची शक्यता आहे. शिवाय ह्या कागदपत्रांवर सह्या करण्यास इतक्या ठामपणे नकार देण्याचं बाबूरावांना काहीतरी कारण असलं पाहिजे. ते तुम्हांला सांगता येईल. त्यातला लीगल ॲस्पेक्ट मला माहीत नाही. फक्त त्यांच्या क्षुब्धतेचं कारण आणि परिणामाची कक्षा समजून घेणं आवश्यक आहे. कारण त्या क्षणापासून बाबूराव इज रिस्पॉन्डिग फास्ट. तेव्हा तुम्ही मला मदत करू शकता काय?''

''बाबूराव हे माझे जुने आणि चांगले अशील आहेत. त्यांना मदत करणे आवडेल. पण तुम्ही म्हणता, तसे कोणतेही महत्त्वाचे कागदपत्र आमच्याकडून तरी आलेले नाहीत.''

''एनी वे, यू सी हिम ॲन्ड टेल मी आफ्टरवर्ड्‌स.''

सॉलिसिटर अभ्यंकर बाबूरावांच्या खोलीत गेले. तेव्हा जिनी त्यांना काहीतरी वाचून दाखवीत होती. बाबूरावांचे अभ्यंकरांकडे लक्ष जाताच ते एकदम उत्तेजित झाले आणि उठून बसायचा प्रयत्न करू लागले. आजपर्यंत कमरेच्या भागाची कोणतीही हालचाल त्यांना करता आलेली नव्हती. परंतु त्यांची आत्ताची हालचाल पाहून जिनी एकदम आश्चर्यचकित झाली. तिला एकदा वाटले, की त्यांना उत्तेजन द्यावे आणि त्यांना टेकून बसते करण्याचा प्रयत्न करावा. पण अन्य इसम असताना हा धोका पत्करण्याची तिची तयारी नव्हती. त्या रात्री तिने तो प्रयत्न थोड्याफार प्रमाणात करायचे ठरवले.

जिनीकडे नजर जाताच बाबूराव हसले. आपली उत्तेजकता जिनीच्या लक्षात आली आणि ती त्यामुळे आनंदित झाली आहे, हे त्यांच्या लक्षात आले. अभ्यंकर बाबूरावांना भेटायला येणार, याची कल्पना जिनीला होतीच. त्यामुळे दोघांचे संभाषण कुतूहलपूर्वक ऐकण्याचे तिने ठरवले; परंतु खासगी गोष्टींत आपण लक्ष देत नाही, असे दाखविण्यासाठी ती खुर्चीवरून उठली आणि खिडकीपाशी जाऊन पाठमोरी उभी राहिली.

''तुमची तब्येत आता सुधारतेय, असं डॉक्टर म्हणाले. कसं वाटतंय?''

''छान! मी बरा होईन अशी अशा वाटू लागली आहे.''

''मी अशासाठी आलो होतो, की प्रकाशने काही कागद तुमच्याकडे सहीसाठी आणले होते. पण तुम्हांला माहीत असलेलं बरं की, त्यांपैकी कोणतेही कागदपत्र माझ्या फर्मनं तयार केलेले नाहीत. आता तुमच्या मुलानं असं का करावं, हे मला समजलेलं नाही. तुमच्या संमतीनंच जर हा बदल झाला असेल, तर माझं काही म्हणणं नाही. पण जर तुमच्या संमतीशिवाय असं काही घडलं

असेल, तर त्याचा गंभीरपणे विचार करायला पाहिजे. कागदपत्र कशासंबंधी होते?''

''मला काही कल्पना नाही. पण मी सही करायचं नाकारलं. तुम्हांला कदाचित माहीत असेल-प्रकाशचे आणि माझे पुष्कळ विषयांवर मतभेद आहेत. माझ्या ह्या अपंग अवस्थेत तुम्हा सर्व विश्वासू जुन्या सहकाऱ्यांशिवाय मी काही निर्णय घेणं शक्य नाही. अर्थात मी ते कागद काय आहेत, हे समजून घ्यायला हवे होते. म्हणजे मला त्याचं स्वरूप तरी कळलं असतं.''

बाबूराव अतिशय हळूहळू पण कणखर भाषेत बोलत होते.

''तुमचे आणि प्रकाशचे मतभेद नेमके कोणत्या मुद्द्यावर आहेत?''

''सगळ्याच! पहिली गोष्ट, त्याचं पैशावर प्रेम आहे, पण धंद्यावर प्रेम नाही. पैसा कोणत्याही मार्गानं मिळवला तरी त्याला चालतो. मला ते चालण्यासारखं नाही. एका विशिष्ट पद्धतीनं मी आजवर धंदा करीत आलो. मला बदलणं शक्य नाही आणि बदलण्याची मला गरजही वाटत नाही. कारण माझ्या या पद्धतीमुळंच धंद्यात मला लौकिक मिळाला, पैसा मिळाला, कामगारांचे आणि माझे संबंध सलोख्याचे राहिले. माझ्या मुलाला माझे धंद्याचे जुने मार्ग पसंत नाहीत. तो आपल्या सासऱ्याच्या-म्हणजे तोलानीच्या- साहाय्याने धंद्यात खूपच उलाढाली करतो आहे आणि हे मला उपद्रवकारक वाटू लागले आहे. माझा आजार, खरं तर, त्यामुळेच निर्माण झाला. मी तर असा पंगू झालो. माझा एकुलता एक मुलगा. त्याच्याशी मला तसं उघडपणे शत्रुत्वही करता येणार नाही. पण त्याच्याबरोबर धंदाही करता येणार नाही. म्हणून मला बरं व्हायचं आहे ते, हा धंदा तोलानीच्या उद्योगसमूहात सामील होऊ नये यासाठी. पण जर का बरा होऊ शकलो नाही, तर मात्र अगतिकपणे मला घडत आहे ते पाहत राहण्यावाचून गत्यंतर नाही.''

''नाही, तुम्ही नक्की बरे व्हाल. व्हायला पाहिजे! कारण तोलानी हा काही भला माणूस नाही. तुम्हीच त्याला अटकवू शकता. तोपर्यंत जे काही करता येईल, ते मी तुमच्यासाठी करतो. मला आता प्रॉब्लेम कळालेला आहे. मी आता तपशील समजावून घेईन. तुम्ही अजिबात चिंता करू नये.''

अभ्यंकर उठले. त्यांनी बाबूरावांचा हात हातात घेतला आणि पुष्कळ वेळ तो घट्ट हातात धरला. त्यांच्या डोळ्याला डोळा देत ते म्हणाले-

''यू आर ए ब्रेव्ह मॅन! तुमच्यासारखा क्लाएंट मिळायला भाग्य लागतं. उद्यापासून मी माहिती गोळा करीन आणि मला जमेल तसतशी तुम्हांला कळवत जाईन. पण पुढच्या महिन्याच्या अखेरपर्यंत तुम्हांला बरं व्हायलाच पाहिजे,

कारण शेवटच्या शनिवारी जनरल बॉडी मीटिंग आहे. माझ्या माहितीप्रमाणं ज्या कागदपत्रांवर सह्या घेण्याचा प्रयत्न तुमच्या चिरंजीवांनी केला, त्यांचा संबंध त्या मिटींगशीच असला पाहिजे.''

अभ्यंकर निघून गेले आणि परत जिनी खुर्चीवर येऊन बसली. येताक्षणीच ती वाकून म्हणाली-

''तुम्ही आता बरे झालात!''

''कसा?''

''तुमच्या आजाराचं कारण सापडलं, म्हणून उपचारही सापडले. तुम्हांला आता जगण्यावाचून पर्यायही नाही.''

बाबूराव हसले.

आत्ता झालेल्या जिनीच्या आणि अभ्यंकरांच्या संभाषणामुळे बाबूराव थकले होते. बोलताना त्यांना त्रास होत होता, हे तर उघडच होते. तरी ते प्रयत्नपूर्वक बोलत होते.

जिनीच्याही ते लक्षात आले. ती म्हणाली-

''आता तुम्ही थोडी विश्रांती घ्या. कारण आता तुम्हांला खूप बोलायचं आहे. सगळं सगळं मला सांगायचं आहे.''

''सगळं म्हणजे?''

''ग्लानीत तुम्ही खूप गमती-गमतीशीर बोलत होता. ही राही कोण? लल्लू कोण? राधा कोण? सगळं सगळं मला तुमच्याकडून कळलं पाहिजे. तुमचं आयुष्य मोठं गमतीदार असलं पाहिजे.''

बाबूराव हसले आणि त्यांनी डोळे मिटून घेतले.

- ० -

सात

राही, राधिका आणि पुष्कळ कोणी बाबूरावांच्या आयुष्यात येऊन गेल्या. पण आता राहीही जवळ नाही आणि राधिका तर हयातच नव्हती. राहीशी कोवळ्या वयात आलेला शरीरसंबंध. एका तरुण सुरवंटाचे फुलपाखरू झाले. पुन्हा पुन्हा नव्या ओढी, प्रथम लल्लूबरोबर आणि मग एकटाच... बाबूराव राहीकडे जात राहिले. राहीची कौलारू झोपडी हळूहळू एक शानदार विटांचे बांधलेले घर झाले. जंगली आणि रानवट वाटणारे राहीचे मन हळूहळू संस्कारित झाले.

लल्लूने तेव्हा झाल्या प्रकरणाची बाबूरावांना जाणीव दिली नव्हती. पण हे गुपित किती दिवस गुप्त रहाणार होते? शिवाय बघता बघता बाबू यशाच्या एकेक पायऱ्या चढत चालला. इतकी वर्षे ट्रान्स्टपोर्ट व्यवसायात असून आपण फक्त ट्रकड्रायव्हर आणि फार तर ट्रान्स्पोर्ट व्यवहारातील सीनियर सुपरवायझर या पलीकडे मजल गाठली नाही आणि बाबूने मात्र बघताबघता वर्कशॉपची असिस्टंट मॅनेजरशिप पटकावली. त्याचा उत्साह अवर्णनीय होताच. फोर्टमध्येही एखादे चांगले गॅरेज चालू शकेल, कारण गाड्या वापरणाऱ्यांचे प्रमाण आता वाढू लागले होते, हे त्याच्या ध्यानात आले होते. कपूर कपंनीच्या सर्व्हिसिंग स्टेशनमध्ये 'सिल्व्हर ओक' या एक्सपोर्ट-इम्पोर्ट कंपनीच्या गाड्या दुरुस्तीसाठी येत असत. आणि त्यामुळेच त्याची 'जोनाथन जोन्स' या कंपनीच्या मालकाची अकस्मात गाठ पडली. गाडी घेऊन जोन्सला अकस्मात पुण्याला जायचे होते आणि त्याच्याजवळ कोणी चांगला ड्रायव्हर नव्हता. त्याने कपूर कंपनीत फोन केला आणि तो योगायोगाने बाबूरावांच्या हातात आला. त्याने आपण होऊन जोन्सबरोबर ड्रायव्हर म्हणून यायचे कबूल केले आणि तो त्यांच्याबरोबर पुण्याला गेला.

कपूर कंपनीत बरेचसे कामगार ख्रिश्चन होते. त्यांच्याकडून शिकलेल्या इंग्रजीमुळे त्याला कामापुरते बोलता आले. जोन्ससाहेबांना हुशार आणि तरतरीत माणूस हवाच होता. बोलता बोलता आपण गाड्यांची सर्व प्रकारे कशी दुरुस्ती करू शकतो. आपण घरातून पळून का आलो आणि आपल्याला

स्वतंत्र गॅरेज काढण्याची महत्त्वाकांक्षा आहे, हे त्याच्या बोलण्यातून जोन्सला कळून आले. सिल्व्हर ओक कंपनी आता हळूहळू आपला गाशा गुंडाळत होती. त्यांचे एक गोडाऊन फोर्टमध्ये रिकामेच पडलेले होते. भाडेपट्टीने हे गोडाऊन त्याला चालेल काय, असे जोन्ससाहेबांनी विचारले.

जागा मिळविणे तसे सोपे गेले, पण दुरुस्तीची अवजारे मिळविणे बरेच कठीण गेले, आणि पहिले काही दिवस तर अगदी हलाखीत गेले. जोन्ससाहेबांच्या मदतीने पुष्कळ गोष्टी त्याला सुलभ झाल्या. त्यांनी मदत का करावी, याचेही बाबूरावांजवळ तसे उत्तर नव्हते.

एके दिवशी त्यांची गाडी सर्व्हिस करून परत देण्यासाठी बाबूराव गेला असताना त्यांनी त्याला थांबवून घेतले आणि ते म्हणाले-

"चहा घ्यायला आवडेल का तुला माझ्याबरोबर?"

बाबूरावला आकाश ठेंगणे झाल्यासारखे वाटले. जोन्स त्याला मदत करीत होता, पण त्याच्याशी कधी सलगी करीत नव्हता. आज प्रथमच त्याच्या कुलाब्याच्या घरात त्याने त्याला आत बोलावले आणि चहा देऊ केला. तो म्हणाला-

"वेल, यंग मॅन, तुझी माझी फारशी ओळख नसताना मी तुला जागा मिळवून दिली, काही गिऱ्हाइकं मिळवून दिली, बँकेकडून तुला कर्ज मिळायची व्यवस्था करून दिली, याचे तुला कधी आश्चर्य वाटले नाही काय?"

"तुमच्या उपकारांबद्दल मी सदैव ऋणी आहे. पण तरीही तुमच्या चांगुलपणाचं मला आश्चर्य वाटलेलंच होतं."

"एक गोष्ट अशी, की तुझ्या डोळ्यांत चमक आहे, धिटाई आहे, काम करण्यात तू वाकबगार आहेस, पण ही खरी कारणं नाहीत. खरं कारण अगदीच वेगळं आहे. चार-सहा महिन्यांत मी देश सोडून जाईन. कारण आमची कंपनी आता बंद करायची आहे. तुझी-माझी त्यानतंर काही गाठ पडणार नाही. मनातील एक गोष्ट तुला सांगतो, म्हणून तुला आज मी थांबायला सांगितलं. तुझ्यासारखाच, तुझ्याएवढाच मला एक मुलगा होता. तुझ्यात आणि त्याच्यात खूप साम्य आहे. तुला प्रथम पाहिलं. तेव्हा मला त्याची फार आठवण झाली."

"कुठाय तो आता?"

"घाई करू नकोस. थांब. सगळं सांगणार आहे. युद्धात तो लढता लढता मरण पावलाय! एकुलता एक मुलगा! तो गेला, तेव्हा मला आणि मेरीला किती दुःख झालं असेल, याचं वर्णन कसं करू? माझा मुलगा काय, पण माझ्या

देशातील शेकडो कोवळी मुलं ऐन तारुण्यात देश वाचवताना मृत्युमुखी पडली. आम्ही युद्ध जिकलं, पण युद्धाच्या अत्यंत दुःखद आठवणी आमच्या सगळ्यांच्या अंगाखांद्यांवर आहेत. मेरीची आणि तुझी मी आजपर्यंत भेट घडू दिली नाही. कारण तिला पुन्हा जुन्या दुःखाचा उमाळा येईल. पण विचार केला, की तिनं तुला एकदा पाहावं.''

एवढ्यात चहाचा ट्रे घेऊन मेरीच दिवाणखान्यात आली. तिची आणि बाबूरावांची दृष्टादृष्ट झाली मात्र, तिच्या हातून चहाचा ट्रे पडणारच होता. पण तेवढ्यात जोन्स चटकन तिच्याजवळ गेला. त्याने तिलाही सावरलं आणि ट्रेही सावरला.

तो सारा प्रसंग बाबूरावाला नेहमी आठवत असे. त्याच्या आयुष्यातले हे एक वळण होते. जोनाथन आणि त्याच्यामुळे जर मेरी त्यांना भेटलीच नसती तर? हा प्रश्न त्याने स्वतःला वारंवार विचारून पाहिला होता. पण शेवटी ही गणेशाची इच्छा या पलीकडे त्याला उत्तर नव्हते.

जोपर्यंत ते जोडपे हिंदुस्थानात होते, तोपर्यंत बाबूराव वेळात वेळ काढून त्यांच्याकडे जात असत. मोडक्या तोडक्या इंग्रजीत बाबूराव जोनाथनशी बोलत असत. त्या चारपाच महिन्यांच्या अवधीत त्यांच्याकडे केवळ चांगले इंग्रजीच बोलायला शिकला, असे नाही, तर सर्व सुसंस्कृत रीतिरिवाजांची ओळख झाली. हस्ते-परहस्ते जोनाथनच्याच खटपटीने त्यांना खूप मदत झाली. त्याचं गॅरेज तर अतिशय उत्तम चालू लागले आणि त्यांचा उच्च वर्तुळातही थोडाफार प्रवेश झाला. जोनाथनाच्याच खटपटीने त्याला इंग्लंडमधील काही गाड्यांची माहिती झाली, आणि मग त्याचे स्वतःचे कर्तृत्व आणि नशीब यांच्या जोरावर समृद्धीचे सर्व रस्ते खुले झाले. सँडहर्स्ट ब्रीजवर त्यांनी शोरूम घेतली, आणि तिथेच वरती राहण्यासाठी जागाही घेतली.

- ० -

आठ

अवघ्या आठ-नऊ वर्षांच्या कारकिर्दीत मोठ्या नामवंतांना मागे सारून बाबूरावांनी मुंबईच्या जगात चांगलाच जम बसविला. इतक्या तरुण वयात इतकी मोठी धडपड करून तरी किती लोकांना यश मिळते? फोर्ट विभागात बघता बघता बाबूरावांचे एक चांगले सर्व्हिसिंग सेन्टर आणि वर्कशॉप सुरू झाले.

सॅन्डहर्स्ट ब्रीजवर चांगली शोरूम, जुन्या मोटारींच्या विक्रीचे उत्तम केंद्र आणि शिवाय अधूनमधून मिळणाऱ्या, जवळपास नव्या असणाऱ्या, अत्याधुनिक गाड्यांची विक्री अशा उद्योगात त्याचा वेळ कसा जात असे, हे सुद्धा त्याला कळत नसे.

लल्लू त्याच्या मदतीला आलेला होता. तो मुख्यत्वेकरून फोर्टमधील सर्व्हिसिंग स्टेशनवर असे आणि बाबूराव सगळेच आर्थिक व्यवहार आणि मोटारींच्या खरेदी-विक्रीची व्यवस्था पाही. सुदैवाने चांगले नामांकित आणि प्रामाणिक असे पुष्कळ कामगार त्यांनी कपूर कंपनीतून आणि इतर ठिकाणांहून हेरून आणले, त्यांच्यात कामाची शिस्त लावून दिली आणि स्वत: मालकाला प्रत्येक गोष्टीतले कळते असे समजल्यानंतर कामगारही दबून वागत असत.

सुरुवातीला त्याला हिशेबाचे आणि आकडेमोडीचे काम आवडत नसे. पण त्याच्या लक्षात जोनाथन साहेबांनी एक गोष्ट आणून दिली होती की,

"काम थोडे केलेस, तरी चालेल; पण नेकीने कर आणि एक दिवसही उधारी थकवू देऊ नको. तुझं काम सोडून तुला वसुलीसाठी हिंडता येणार नाही आणि मग वसुलीपायी धंदा बुडीत जाईल. आपला खर्च किती, आपलं उत्पन्न किती, याची महिन्याच्याअखेरी मालकानं स्वत: पाहणी केली पाहिजे. काही चुकत असेल, तर दुरुस्ती केली पाहिजे. वाटेल ते दर-दाम लावून गिऱ्हाइकाला नाडायचं नाही, तसंच वाटेल तितके स्पर्धात्मक दर आकारून खोटही खायची नाही. गिऱ्हाइकाशी व्यवहार आर्जवी असावा, पण आपण ठरविलेले मुद्दे कधीही सोडू नयेत. एखादं गिऱ्हाईक गेलं तरी चालेले पण लहान

मुलसुद्धा विश्वासानं आपल्याकडे आलं, तरी ते फसविलं गेलं, असा आपला दुर्लौकिक होता कामा नये. आपल्या सावकारांची देणी वेळेवर चुकवली पाहिजेत. कित्येकदा अडचणी येतात, पैसे वेळेवर देता येत नाहीत. तेव्हा वेळ संपण्याच्या पूर्वीच, त्यांनी मागण्यापूर्वीच आपण सावकाराच्या किंवा माल सप्लायरच्या घरी जायचं. त्याच्या घरी गेलं आणि मुदत मागितली, की सहसा कुणी नाही म्हणत नाही, कटुताही येत नाही. मात्र सारख्या तारखा लांबवत राहायच्या नाहीत. कामगारांशी जेवढ्यास तेवढं बोलायचं. कठोरपणे वागायचं, पण त्यांच्याही अडचणी असतात. त्या समजून घ्यायच्या. वक्तशीरपणा, नेटकेपणा या गोष्टी सवयीनं कामगार शिकतात. कुणी चांगलं काम केलं, तर त्याला शाबासकी तर द्यायचीच, पण बक्षीसही द्यायचं. कामगार वेगवेगळ्या जातींचे आणि धर्मांचे असतात. कामगारानं निष्काळजीपणानं काम केलं, तर त्याला चांगली कडक समज, दंड किंवा प्रसंगी बडतर्फीसुद्धा करावी लागते. कामगाराची मन:स्थिती एखादे दिवशी बिघडलेली असते. त्या दिवशी त्याला सरळ घरी जायला सांगायचं. कामगारांना सणासुदीला काही भेटवस्तू द्यायच्या. त्यांच्या मुलाबाळांचे वाढदिवस असतील, लग्नकार्य असेल, तर शक्यतो स्वत: जायचं, बऱ्यापैकी भेट द्यायची. बहुतेक कामगार कृतघ्न नसतात. ते मालकाच्या वागणुकीप्रमाणे वागत असतात. मालक तत्पर, कर्तव्यदक्ष आणि कामावर प्रेम करणारा असला, तर कामगारही हळूहळू तसे घडत जातात. आपल्या धंद्यात मिळणारा नफा हा आपल्या भांडवलाचा, श्रमाचा, बुद्धीचा आणि नशिबाचा भाग असतो ही गोष्ट खरी; पण तितकाच कामगारांच्या श्रमाचाही त्यात वाटा असतो. कामगारांशी उघडपणे फार वाईटपणे वागलं नाही, तरी मनात त्यांच्याबद्दल उदारबुद्धी ठेवावी. मागण्या न्याय्य असतील, तर त्यांचा वेळच्या वेळीच विचार करावा, म्हणजे उग्र रूप प्राप्त होत नाही. संपाची परिस्थिती मात्र कधी उद्भवू देऊ नये. पण आलीच, तर ती कोणत्याही मार्गानं मोडून काढावी. एकाच ठिकाणी फार मोठ्या प्रमाणावर उद्योगधंदे वाढवू नयेत. आज तू एक छोटा उद्योजक आहेस, पण वाढण्यावाचून तुला गत्यंतर राहणार नाही. प्रत्येक वेळेला वेगवेगळ्या संस्था, निरनिराळ्या भागीदारीत किंवा नावात काढण्यात फायदा असतो. कारण आपलं भाग्य कुणाच्या डोळ्यांत येत नाही. समाजातल्या सर्व थरांत मोठमोठ्या लोकांशी आपले जवळचे संबंध असले पाहिजेत. लहानमोठ्या कामासाठी त्यांनी कधी देणगी मागितली, तर 'नाही' म्हणू नये. डॉक्टर, वकील आणि सॉलिसिटर अशी त्या त्या व्यवसायातील माणसं जेव्हा लागतील, तेव्हा आपण नेमावीत.

त्यांची फी जास्त असते. पण अंती ती स्वस्त पडते. सहसा आपले सल्लागार बदलू नयेत. एक तर त्यांची आणि आपली कामाची पद्धत एकमेकांना माहीत असते आणि त्यामुळं निर्णय घेणं सोपं जातं...''

जोनाथनने एका बैठकीत एका व्याख्यानाच्या उद्देशाने काही हा उपदेश त्याला केला नव्हता. वेळोवेळी त्याला तो एखाद्या विषयावर सोप्या भाषेत पाच-दहा मिनिटे काही सांगायचा. त्याच्या सांगण्यावरून त्याने एक इंग्रजी शिक्षक ठेवला होता आणि त्याच्या सांगण्यावरून शिकलेल्या बऱ्यावाईट इंग्रजीत त्याला तो विषय लिहून आणायला सांगायचा. हळूहळू त्याचे इंग्रजीही सुधारत गेले आणि इंग्रजी व्यापारी नीतीही त्याला समजत गेली. जोनाथन हिंदुस्थान सोडून गेला, तेव्हा त्याला अतिशय वाईट वाटले. कारण त्याचे साहाय्य आणि सल्ला यामुळेच त्याच्या व्यक्तिमत्त्वाला आकार येत गेला.

पुढे चेम्बर ऑफ कॉमर्सचा अध्यक्ष झाल्यानंतर त्याने 'व्यापारनीती' या विषयावर तीन व्याख्याने दिली. त्या व्याख्यानात जोनाथनने सांगितलेले आणि नंतर अनुभवाला आलेले अनेक विचार त्याने एकत्र केले. त्याचा प्रांजळपणा, साधेपणा आणि नैतिकता यामुळे ती भाषणे वाचून मुख्यमंत्र्यांनी त्याला भेटायलाही बोलावले.

ऐन तारुण्यात म्हणण्याजोगे यश आणि पैसा त्याच्याजवळ खेळू लागला, म्हणून तो काही राहीला विसरला नाही किंवा लल्लूलाही विसरला नाही. लल्लू त्याचा 'सेकन्ड-इन-कमान्ड' होता, पण लल्लूने आपली पायरी कधी सोडली नाही. पूर्वीची पत्र्याच्या चाळीतली जागा त्याने सोडली आणि नंतर तो भायखळ्याच्याच एका चांगल्या वस्तीतील चाळीत राहू लागला. लल्लू नको म्हणत असतानाही त्याच चाळीतल्या शेजारच्या चाळीत राहीचे आणि अंजनीचे बिऱ्हाड, बाबूने सुरू करून दिले. एकतर त्याला राही जवळ असायला हवी होती आणि त्याला इतक्या दूर जाणे शक्य नव्हते. त्याच्या दृष्टीने आता आयुष्यात कसलीही कमतरता नव्हती. पण लल्लू मात्र त्याला सांगायचा,

''बाबू, हे काही खरं नाही. जातीपातीतील एखादी मुलगी शोधून तू आता लग्न करून टाक. तू आता प्रतिष्ठित झाला आहेस, श्रीमंत झाला आहेस. ठिकठिकाणी तुला बायकोबरोबर जावं लागेल. त्यासाठी तुला राहीचा काही उपयोग नाही. राहीला काही वाऱ्यावर टाकून द्यायला मी सांगत नाही. अरे, पुरुषानं कितीही शौक केले तरी, त्याच्या इतमामाला शोभेल, अशी त्याला धर्माची बायको हवीच. मुलं पाहिजेतच. नाहीतर हा एवढा पैसा मिळवून करणार

काय? तेव्हा माझं ऐक. रुबाबात गावी जा. तुझ्या रूपाला, पैशाला भुलून कोणताही घरंदाज तुला चांगली मुलगी देईल.''

''हे बघ लल्लू, हा सगळा उपदेश तुझ्यापाशी ठेव. आपल्याला काही घरंदाज व्हायचं नाही. आपला धंदा कोणता? त्याला घरंदाजपणा करायचा काय? आणि आमच्या जातीजमातींत माझ्या धंद्याला काही प्रतिष्ठा नाही. तेव्हा कोणीही चांगला घरंदाज बाप आपली मुलगी काही मला देणार नाही. तेव्हा मी म्हणतो, आहे ते काही वाईट नाही. आता काय ती पूर्वीइतकी गावंढळ नाही. तिनं तोंडातून शब्द काढला नाही, तर तिची जातसुद्धा ओळखता येणार नाही.''

लल्लू हसला.

''वेडा आहेस बाबू. राही वाईट आहे, असं मी म्हटलेलं नाही. राही चांगलीच आहे. पण तरीही ती तुला शोभणार नाही आणि दिवसेंदिवस ती अधिकच विशोभित होत जाईल. त्यातून तिला मूलबिल झालं असतं, तर प्रश्न कठीण झाला असता. तसंही काही घडलेलं नाही. खरं सांगू, मी तिलासुद्धा विचारलं. तिचंही माझ्यासारखंच मत आहे. ती म्हणते, नव्या धडुत्याला चांगलं लावलं, तरी ठिगळच आहे मी!''

''तो तिचा मोठेपणा झाला. तू माझ्या आयुष्यात आला नसतास, तर मी कुठल्यातरी हॉटेलात कपबशा विसळत बसलो असतो की नाही? आणि जोन्ससाहेबानं जर लेकरासारखी माया केली नसती, तर मी 'कपूर कंपनीत' मेकॅनिकच राहिलो असतो. तेव्हा मी मूळचा कोण आहे, हे लक्षात घेतलं तर चाललंय ते उत्तम आहे. लोकांना तरी माझी जात कुठं माहीत आहे?''

''बाब्या, तुला खरोखरीच अक्कल नाही. तुला पैसे मिळाले, तू आता श्रीमंत झाला आहेस, पण तुझ्यासारख्याची जात देवानं तुझ्या चेहऱ्यावर आणि डोळ्यांतच कोरून ठेवली आहे ना! त्याला काय करशील! तुला मी मुलासारखा मानला, तरी तुला माझा मुलगा म्हणणं मला शोभतं तरी काय? ते काहीही असो. आमचा सगळ्यांचाच हट्ट आहे की तू आता लग्नाला उभं राहिलं पाहिजे.''

''पाहू या...'' असे म्हणून बाबूने ती वेळ सारली.

पण तो प्रसंग लवकरच यायचा होता. हिशेबाचे काम करण्यासाठी बाबूच्या शोरूममध्ये मुगभाटात राहाणारे जोशी नावाचे कारकून होते. जोशी पूर्वी 'सिल्व्हर ओक' कंपनीत बिल क्लार्क होते आणि ती कंपनी बंद होताक्षणीच जोनाथन साहेबांच्या शिफारशीने त्यांना बाबूने आपल्याकडे नेमून घेतले होते.

माणूस पापभीरू, खालच्या मानेने काम करणारा आणि कष्टाळू होता हे बाबूच्या लगेच लक्षात आले. शिवाय तो आकडेमोडीत अगदी चोख. हिशेब, इन्कमटॅक्स वगैरेसारखी कामे त्याच्या रक्तातच होती. प्रथम फोर्टमधल्या सर्व्हिसिंग स्टेशनमध्ये तो कामाला लागला आणि नंतर शोरूम निघाल्यावर तिथला आर्थिक व्यवहार जास्त म्हणून त्याची तेथे बदली झाली. अर्थात दोन्हींकडचे हिशेब तोच बघत होता. पण त्यामुळे त्याचे आणि बाबूचे संघटन वाढत गेले. तो मालकापुढे अगदी नम्रतेने वागायचा. ठरलेल्या वेळेच्या तो खूप आधी यायचा आणि सर्व लोक गेल्यावर मग कुलूप लावून जायचा. बँकांची खाती, बँकांचे ओव्हरड्राफ्ट्स, गिऱ्हाइकांचे चेक्स हे सगळे करताना त्याची धावपळ होत असे, नाही असे नाही. पण कंपनीच्या गाडीचाही तो उपयोग करी. एक दिवस जोशींनी बाबूला विचारले,

"उद्या मला एक दिवस रजा हवी आहे. मुलीला ठाण्याला नेऊन दाखवायची आहे. वेळअवेळ होईल, म्हणून दिवसभराची सुट्टी मागितली आहे. लवकर परत आलो, तर येतोच मी शोरूमवर."

"रजा घ्या हो. रजा घ्यायला काही हरकत नाही. पण तुम्हांला एवढी मोठी मुलगी आहे?"

"'तर हो. येत्या माघ महिन्यातच तिला सतरा पूर्ण होतील. हुशार आहे. शिकायची इच्छासुद्धा आहे. पण खर्च परवडणार कसा मालक? तेव्हा विचार केला, अजून दोन मुलं आहेत. त्यांची शिक्षणं व्हायची आहेत. तेव्हा मुलीला आपलं उजवून टाकावं. स्थळही बरं आलंय. मुलगा पोष्टात आहे. माझ्या बहिणीनंच मध्यस्थी केली आहे. तेव्हा बहुतेक जमेल असं वाटतं."

"मग असं करा जोशी, तुम्ही गाडी घेऊनच जा उद्या. म्हणजे दगदगही वाचेल आणि वेळही वाचेल."

"नको नको साहेब. अहो, कारकुनाची मुलगी गाडीतनं आलेली पाहिली, की वरपक्षाचे डोळे फिरतील!"

"काही नाही हो. त्यांना सांगा, मी काम करतो तिथल्या मालकांची गाडी आहे म्हणून. त्यांना रजा द्यायची नाही, म्हणून गाडी घेऊन जा म्हणाले."

"असं खोटं कसं सांगू साहेब?"

"अहो, खोटं कसलं यात? तुम्ही ज्यांच्याकडे काम करता, त्यांनी तुमची सोय बघायलाच पाहिजे. समजा, गाडी नेल्यामुळे जरी थोडाफार हुंडा जास्त मागितला, तर तो मी देतो. मग झालं की नाही?"

"तुम्ही काय म्हणून त्रास घेणार?"

"ते तुम्हांला कळणार नाही. जोशी, तुम्ही माझ्याकडे काम करता. तुमच्यावर विश्वास टाकून मी काम सोपवितो. तुम्हांला पगार देतो, मी काही उपकार करीत नाही. तुमच्या डोक्यावरचं ओझं कमी झालं, तर तुम्ही कामही अधिक चित्त लावून करू शकाल नाही का? तेव्हा माझं तसं नुकसान होणार नाही."

जोशी गाडी घेऊन आपली मुलगी दाखवायला गेले. ते परतल्यानंतर 'काय झालं' असं विचारावं, असं बाबूला वाटलं. पण तो काही बोललाच नाही.

दोन-चार दिवस झाल्यानंतर बाबूला न राहवून बाबू म्हणाला, "काय झालं हो? पडली का पसंत मुलगी?"

जोश्यांचा चेहरा एकदम उतरला. त्यांनी काहीच उत्तर दिले नाही. तेव्हा बाबू म्हणाला,

"पैशासाठी लग्न मोडत असेल, तर मोडू नका. माझं ऐका."

"तसं नाही झालं हो मालक. तसं झालं असतं, तर बरं झालं असतं, म्हणजे मला खाली तरी मान घालावी लागली नसती. मुलाला मुलगी पसंत पडली. मानपान वगैरेच्याही काही त्यांच्या अटी नव्हत्या आणि तिथल्या तिथंच मुलानं आणि त्याच्या वडिलांनी मुलगी पसंत असल्याचं सांगितलं."

"मग काय झालं तरी काय, जोशीबुवा?"

"अहो, माझ्यापुढे आजपर्यंत कधी तोंड वर करून बोलली नाही ती कार्टी सगळ्यांच्या समोर म्हणाली-मला मुलगा पसंत नाही. धरणी पोटात घेईल तर बरं, असं मला वाटलं. तिथं काय बोलावं, हेच मला कळेना. तिथली सगळी मंडळी प्रक्षुब्ध झाली. मी अगतिक झालो आणि मुलगी म्हणते, इतक्या बावळट मुलाबरोबर मी लग्न करणार नाही. वाटलं तिथल्या तिथं तिचा जीव घ्यावा. पण तसलं धारिष्ट्य माझ्यात नाही. कधी कुणाच्या अंगावर मी हात टाकलेला नाही, पण घरी आलो आणि माझा तोल गेला, आणि मी घरी आल्याबरोबर मुलीच्या अंगावर हात टाकला. गुरासारखं मारलं. कारण माझं डोकंच फिरलं होतं. मी हे काय केलं? बायकोलाही बोलता येईना. ती तरी बिचारी काय बोलणार? तिरीमिरीत मी ऑफिसला आलो आणि आपण माझ्याकडे पाहिलंत. आपल्याला विचारायचं होतं, की-काय झालं? वाटलं होतं, की खरेपणाने, साहेब, आपल्याला सर्व सांगून टाकावं. पण नाही जमलं. सवयच नाही असलं काही खरेपणानं बोलायची. त्या दिवसापासून आत्ताच्या क्षणापर्यंत घरातल्या कुणाशीही मी बोललेलो नाही." असे म्हणत जोशीबुवा रडायला लागले.

बाबूला राहवलं नाही. तो चटकन आपल्या जागेवरून उठला आणि त्यांच्याजवळ गेला. त्यांच्या पाठीवर हात ठेवून तो म्हणाला,

"जोशीबुवा, तुम्ही माझ्यापेक्षा खूप मोठे-जवळपास वडिलांच्या सारखे मोठे आहात. एवढ्याशा गोष्टीचा तुम्ही केवढा त्रास करून घेतलात? मला सांगा. माझं आयुष्य तुम्हांला माहीत नाही. आई तर लहानपणीच मेली आणि नाकर्ता बाप ऐन पोरवयात मेलेला. धडपडत, कोणाचाही आधार घेत मी मुंबईला आलो. या दहा-अकरा वर्षांच्या आयुष्यात चार पैसे मिळवले. तसं म्हणाल, तर रक्ताचं मला कोणी नाही. मला दोन्ही वेळेला जेवू घालायला म्हटल्यासारखं मानलेली आई आणि लल्लूसारखा बाप आहे. पण माझ्या आयुष्याला मूळ नाही, नुसताच विस्तार आहे. तुम्हांला घर आहे, बायको आहे, सोन्यासारखे मुलगे आहेत. मुलगी आहे. मुलीनं एखादी गोष्ट तुमच्या मनाविरुद्ध केली, एका मुलाला नाकारले, तर तुम्ही एवढा डोक्यात राग घालता? समजा, तुमच्या डोक्यावर परिणाम झाला किंवा तुमचं काही बरंवाईट झालं, तर तुमच्या एवढ्याशा पिलांनी काय करायचं? आणि बायकोनं काय दुसऱ्याच्या घरची धुणीभांडी करायची? जगातल्या एका पुरुषाला तिनं नाही म्हटलं, म्हणून जगातले इतर पुरुष आहेत ना? जग काय ओस पडलंय? आणि मुलगी काय म्हातारी झालीय? होईल तिचं लग्न आज ना उद्या. स्वतःच्या मानापमानाला एवढं महत्त्व दिलं तुम्ही? स्वतःला न आवडलेल्या मुलाशी केवळ तुमच्या समजुतीखातर तिनं लग्न करायला हवं होतं? तिच्या आयुष्याचा प्रश्न होता तो. तुमच्या शिरावरचं ओझं काढून टाकायला तुम्ही आतुर असला, तरी त्यासाठी तिनं सारं आयुष्य मन मारण्यात घालवायचं? चला, पाच-दहा मिनिटांत घरी जा. मुलीची समजून घाला आणि विसरून जा, काय घडलंय ते... नाही तर असं करू या. आपण दोघंही तुमच्या घरी जाऊ या...चला!"

आपण एवढं लांबलचक भाषण कोणत्या आधारावर दिलं, याचा विचार नंतर बाबूच्या मनात आला. कुठूनतरी घरात भरून राहिलेला अंधार लवकरात लवकर संपवावा, अशी जोशींच्या मनातही इच्छा होती. म्हणून कसलाही शब्द न वाढविता आज्ञाधारक मुलाप्रमाणे जोशीबुवा उठले आणि बाबूच्या मागोमाग त्याच्या गाडीत जाऊन बसले.

जशा गिरगावातल्या कारकुनांच्या चाळी असायच्या, तशीच जोशीबुवा राहत असलेली चाळ होती.

जोशीबुवा घरात गेले, तेव्हा त्यांची बायको काहीतरी निवडत बसली

होती. त्यांना आणि त्यांच्या बरोबरच्या पाहुण्यांना पाहताच गडबडीने ती उठली आणि तिने 'राधिका' अशी हाक मारली. अजून बाबू आणि जोशीबुबा बसायचेसुद्धा होते, तेवढ्यात स्वयंपाकघराच्या दाराजवळ राधिका चित्रासारखी उभी राहिली. तिला पाहताच बाबू एकदम चमकून मागे सरकला. मवाळ, खालच्या मानेने वावरणाऱ्या जोशीबुवांची मुलगी अशी असेल, अशी त्याने कल्पनाच केली नव्हती. गोरीपान, तेजस्वी, सडसडीत उंच अशी ती मुलगी खरोखरच कुणाचंही लक्ष वेधून घेण्याइतकी सुंदर होती. तिने त्या मुलाला नाकारले ते बरोबरच असले पाहिजे, असे बाबूला वाटून गेले.

जोशीबुवांनी 'बसा' म्हटलेले त्याला ऐकू आले; पण त्याप्रमाणे कृती व्हायला मात्र वेळ लागला. तो लगेच सावरला आणि तिच्याकडे पाहून म्हणाला,

"तुम्हीच हा इतिहास घडवलात तर!"

बोलावं की न बोलावं, याच्या घोटाळ्यात क्षणमात्र ती मुलगी पडली, पण लगेच म्हणाली.

"एकदम लग्नच ठरवायला निघाले होते. घरी येऊन बाबांना सांगायला काही सवडच ठेवली नाही त्यांनी मी तरी काय करू? पण बाबा रागावले ते बरंच झालं. त्यांना बाजूला घेऊन मी सांगायला हवं होतं. पण माझ्याच्यानं धीरच धरवला नाही आणि पटकन मी बोलून गेले. घरी आल्यावर मी काही बोलायच्या आतच ते मला फाडफाड मारायलाच लागले. बाबांनी माझे इतके लाड केलेले आहेत की ते मला मारताहेत, ही कल्पनाच सहन होईना. गेले तीन-चार दिवस मला वाटायचं, की बाबा उगीच जिवाचा कोंडमारा करून घेत आहेत. त्यांना सांगावं की वाटलं तर त्या मुलाची मी माफी मागते आणि त्याच्याशी लग्न करते, पण घराचं तुम्ही असं स्मशान करू नका. पण हिंमतच झाली नाही. आत्ता बाबांना मी पाहिलं आणि त्यांचे डोळेच बदललेले मी ओळखलं. तुमच्याबद्दल ते बोलायचे, यावरून तुम्ही कोण, हे माझ्या ध्यानात आलं. तुम्ही बाबांना घेऊन घरी आलात आणि पूर्वीचे बाबा आम्हांला मिळाले. बस्स! आणखी काही नकोच आम्हाला!" असे म्हणत ती एकदम वडिलांच्या जवळ गेली आणि त्यांच्या कुशीत विसावली.

जोशीबुवांच्या डोळ्यांतून पाणी येऊ लागले आणि राधिकेची आई तर आधीपासूनच मुसमुसत होती.

या रडवेल्या घरात आपण काय करायचे, हेच बाबूला समजेना. तो म्हणाला,

"जोशीबुवा, मी जायला काही हरकत नाही ना?"

जोशीबुवांनी मुलीला चटकन बाजूला केले आणि ते म्हणाले,

"मालक, असं कसं जाऊन चालेल? तोंड गोड केल्याशिवाय तुम्हांला जाता कसं येईल?"

तिथे त्यातल्या त्यात बरी असणारी खुर्ची जोशीबुवांनी बाबूरावांसाठी सरकवून पुढे आणली आणि बाबूराव त्याच्यावर अवघडून बसले. अशा कारकुनी जीवन जगणाऱ्या माणसाच्या घरात ज्या गोष्टी जशा असायच्या, तशाच परंतु त्या अतिशय ठाकठिकीने दिसत होत्या.

का कुणास ठाऊक, बाबू आजपर्यंत आपली जात विसरला होता, पण ह्या मध्यमवर्गीय ब्राह्मणी घरात त्याला आपण एक बाबू कोल्हटकर आहोत हे जाणवले. आजपर्यंत गेले कित्येक दिवस त्याचा ब्राह्मण कुटुंबाशी असा निकट संबंध आलेला नव्हता. तो नेहमी ख्रिश्चन, पंजाबी, मुसलमान अशा लोकांत त्याच्या व्यवसायामुळे वावरत होता, आणि त्याच्या गिऱ्हाइकाची जात फक्त श्रीमंत एवढीच असे. बाहेर कुणीही असला तरी घरात राजा असणारा मध्यमवर्गीय बाप, त्याची आज्ञाधारक शालीन पत्नी आणि नाइलाजाने शाळा शिकून कारकुनीच्या दिशेने वाटचाल करणारी त्याची आज्ञाधारक मुलगी, असे एक कोमट पण सुरक्षित असे मध्यमवर्गीय घर त्याच्या डोक्यातून केव्हाच हाकलले गेले होते. त्याच्या खाण्यापिण्यावर तर कसले निर्बंध नव्हतेच, पण ब्राह्मणाचा असा कोणताही गुणधर्म किंवा आचारधर्म त्याच्या वागण्यात नव्हता. लल्लूच्या घरात त्याचे शैशव कातरून टाकले गेले होते आणि तो तरुण झाला होता. तारुण्याचा पहिला उन्मादही त्याने राहीसारख्या रासवट, निरक्षर, जात नसलेल्या मुलीपासून मिळवला. त्यामुळे त्याची आत्तापर्यंतची वाटचाल ही थोडी धडाकेबाज आणि बेफिकिरीचीच झाली होती. स्वार्थ प्रत्येकालाच असतो. त्या उपजत स्वार्थाने त्याचे रक्षण आणि आजपर्यंत वर्धन केले होते. सुरक्षित घराची कल्पनाही कधी त्याच्या डोक्यात आली नव्हती. जेवायच्या वेळेला तो जिथे कुठे असेल, तिथे अगदी कोंगाट्याच्या हॉटेलपासून ते मुलतान्याच्या हॉटेलपर्यंत किंवा गाडीवरच्या पावभाजीपासून ताजमहालमधल्या डायनिंग रूमपर्यंत कुठेही जेवू शकत असे. कसाही आणि कुठेही झोपू शकत असे. आयुष्याला काही आकारच नव्हता, हे कधी त्याला समजलेही नव्हते. किंबहुना अशा तऱ्हेची संयमी सावधगिरी बाळगण्याची त्याची वृत्ती नसल्यामुळेच एका मागोमाग एक यशाच्या पायऱ्या तो चढत आला होता. पण यश हेसुद्धा एखाद्या फ्रेममध्ये बंदिस्त करावे लागते, म्हणजे त्याचे

कर्तृत्वात रूपांतर होते आणि व्यवसायाचे रूपांतर चिरस्थायी संस्थेत होते. जी काही त्याच्याकडून थोड्याफार प्रमाणात स्थिर वाटचाल झाली ती जोन्स आणि मेरी ह्यांच्या सुखी, तृप्त अशा कुटुंबसौख्याकडे पाहून आणि त्यांचा आदर्श मानून. त्याने मनाशी ठरवले होते की घर करायचे तर जोन्ससाहेबांसारखे. बायको हवी तरी मेरीसारखी. दोघांच्याही डोळ्यांत एकमेकांबद्दल असणारे विलक्षण गूढ आकर्षण त्याला नेहमीच मोहात पाडत असे.

मघाशी क्षणभर डोळ्यांसमोर तरळून गेलेली राधिकेची मूर्ती त्याला आवडली- म्हणजे तशी ती कुणालाही आवडण्यासारखीच होती. पण आपल्यासारख्या संस्कारहीन आणि अनिर्बंध वर्तणूक करणाऱ्या माणसाच्या टप्प्यात अशी मुलगी चुकूनसुद्धा येणे शक्य नाही, हेही त्याला जाणवले. जोशीबुवा आपल्याबद्दल आणि आपल्या मुलांच्याबद्दल काहीतरी सांगत होते, पण तिकडे बाबूरावाचे मुळीच लक्ष नव्हते. त्याच्या डोळ्यांसमोरून सारखी अधूनमधून मघाशी क्षणमात्र चमकून गेलेल्या तरुण मुलीची प्रतिमा तरळत होती!

आपल्या हातात कुणीतरी काहीतरी खाद्यपदार्थाची डिश दिलेली आहे म्हणून ती घेण्यासाठी त्याने हात पुढे केला. निमुळत्या बोटांतून पुढे केलेली ती डिश घेताघेताच त्याने वर निरखून पाहिले. ती मुलगी त्याच्याकडे निरखून पाहत डिश त्याच्यापुढे करीत होती. क्षणभर तो बावरला. वास्तविक उघड उघड डोळा देणे त्याला कठीण झाले. पण आपण तिचाच विचार करीत होतो, हे तर त्या मुलीला समजले नसेल, असे त्याच्या मनात आले. कारण तिच्या मुद्रेवर एक किंचित चावरे हास्य होते. त्याने खाली मान घालून चमच्याने बशीतली वस्तू खायला आरंभ केला, त्या पदार्थाची चव हळूहळू जिभेतून त्याच्या मस्तकापर्यंत पोहोचली. खरपूस भाजलेला खमंग असा शिरा-त्याने शिरा खाल्लेला होता, पण आत्ता खात असलेल्या वस्तूचे वेगळेपण त्याच्या लक्षात आले. त्या चवीवर खूश होऊन तो अभावितपणे उदगारला-

"छान आहे."

दारात ओठंगून उभ्या असलेल्या जोशीबुवांच्या बायकोने-यशोदेने-स्निग्ध आवाजात सांगितले,

"राधानंच केलाय बरं का."

वास्तविक बाबूरावाला म्हणायचे होते ते वेगळेच; पण तो चटकन म्हणून गेला,

"फारच छान!" आणि मग त्याला ज्या आवाजाची प्रतीक्षा होती. तो

चावरा, किणकिणणारा, मिश्किल आवाज ऐकू आला.

"काय छान? शिरा, की--?"

तेवढ्यात बाबूराव सावरला होता आणि त्याची नेहमीची प्रवृती जागी झाली. तो म्हणाला,

"शिरा छान झाला आहे, यात काही आश्चर्य नाही. पण करणाऱ्याचा हातगुणसुद्धा छान!"

-आणि मग जोशीबुवा, त्यांची पत्नी-नव्हे, हे सारे घरच हसू लागले!

मग तो चहा प्यायला. त्याच्या हातावर सुपारी ठेवली गेली. त्याची उठायची इच्छा नव्हती, पण जास्त वेळ बसणे बरे दिसणार नाही, म्हणून तो म्हणाला,

"जोशीबुवा, आता मी निघतो. मला जायलाच पाहिजे. आता तुम्ही यायची काही गरज नाही. आजच्या दिवस तुम्ही विश्रांती घ्या. वाटलं तर सगळे जण सिनेमाला जा."

"सिनेमा? बाबूराव, यांना सिनेमा मुळीच आवडत नाही आणि कधी आम्ही आग्रह धरलाच, तर धार्मिक सिनेमाला आम्ही जातो. सिनेमाला गेलं की मुलांची मनं बिघडतात असं त्यांना वाटतं, होय की नाही, बाबा?"

"तू आता फार तोंड वर करून बोलायला लागलीस हं!" राधाची आई नाटकी रागीट आवाज काढून म्हणाली. पुन्हा एकदम सर्व जण हसले.

बाबूराव म्हणाले,

"जोशीबुवा, आणखी एक गोष्ट सांगतो. तुम्ही तुमच्या मुलीची मुळीच चिंता करू नका. अहो, तिचं लग्न काय अगदी सहज होईल. कुणीही तिला हसत स्वीकारील. मी तुम्हांला एखादं चांगलं स्थळ सुचवीन. जाऊ मी आता?"

मग बाबूराव बाहेर पडला. त्याला पोहोचविण्यासाठी सारे जण बाल्कनीत आले. जोशीबुवा तर खाली उतरून चौकात उभ्या असलेल्या मोटारीपर्यंत पोहोचवायला आले आणि बाबूराव त्यांना मागे सोडून शोरूमच्या दिशेने परत निघाले. त्याच्या लक्षात एक गोष्ट आली, की आपण जरी किती दूर आलो, तरी आपले मन मात्र मागे गुंतलेले आहे. ही वस्तू तशी अप्राप्य आहे. कारण आपले हीन संस्कार जोशीबुवांना व त्याच्या कुटुंबीयांना मानवण्यासारखे नाहीत. उघडपणे आपण एका बाईशी संबंध ठेवलेले आहेत, याची कल्पना बहुधा जोशीबुवांना असली पाहिजे. शिवाय बाकीचे आपले वागणे, बोलणे, चालणे ते रोज पहातात. मालक म्हणून कदाचित चांगले असू, पण जावई म्हणून जोशीबुवा कधीच

आपल्याला आपली मुलगी देणे शक्य नाही.

त्या रात्री बाबूराव राहीकडे गेला. राहीकडे तो गेला, की नेहमीच अंजना लल्लूच्या मकानात जाऊन बसत असे-तेव्हा एकांतात आल्यावर राही म्हणाली,

"आज तुम्ही नेहमीचे नाही! काहीतरी वेगळं घडलंय! काय झालंय तुम्हांला?"

एरवी खरे म्हणजे राहीच्या घरी गेल्यानंतर दोन-पाच मिनिटे आपल्या रांगड्या स्वभावाप्रमाणे तो राहीच्या देहाचा कुस्करा करीत असे. तिच्याही ते अंगवळणी पडले होते. त्यामुळे आज शांतपणे पलंगावर रेलून पडणारा बाबू पाहून तिला आश्चर्य वाटणं स्वाभाविकच होतं.

चार-दोन क्षण बाबूने काही उत्तरच दिले नाही. नंतर तो म्हणाला,

"तसं सगळंच वेगळं घडलं. तुला आवडणार नाही. पण आपलं काही अंदर-बाहेर नाही."

मग त्यानं जोशीबुवांच्याकडे घडलेली सारी हकीकत सांगितली.

त्यावर राही संतापेल. तिचा रासवटपणा जागा होईल, प्रसंगी ती आपल्याला झिडकारील, अशी त्याने मनातून अपेक्षा केली होती. पण घडले, ते अगदीच भलते. तिने त्याला घट्ट मिठी मारली आणि ती म्हणाली,

"फार चांगली बातमी सांगितलीस बाबू. खरं म्हणजे यापूर्वीच असं काही घडायला हवं होतं. तुझ्यासारख्या माणसाला शोभेल अशी बायको हवीच. तुला वाटलं असेल की असं काही तू सांगितलंस, तर मला राग येईल, पण खुळा आहेस तू! तुला काही कळत नाही. तुझं-माझं अगदी कितीही प्रेम असलं तरी तुला काही मी बायको म्हणून शोभणार नाही. तुझ्या वाढत्या लौकिकाला शोभेल अशी बायको तुला करायलाच पाहिजे. मुलंबाळं, संसार सगळं हवंच तुला. माझी तू अगदी चिंता करू नकोस. एक तर माझी मी समर्थ आहे आणि दुसरी गोष्ट तितकीच खरी आहे, कितीही बायका तुझ्या आयुष्यात आल्या-आत्तासुद्धा अनेक बायकांशी तुझे संबंध आहेत, हे काय मला माहीत नाही?-तरी तू मला विसरू शकणार नाहीस! तुझ्यासारख्या लांडग्याला दुसरी कुठली बाई पुरी पडणार?" आणि मग ती खळखळून हसली आणि त्याच्या मिठीत शिरली.

बाबूला एक मनोमन माहीत होते, की आपल्यात एक जंगली श्वापद वास करते आहे. या जगंली श्वापदाची भूक तर अनावर आहेच. पण याचा आवेगही सर्वसामान्य स्त्रीला सहन होण्यासारखा नाही.

राही ही मूळची कोण वगैरे त्याला काही माहीत नव्हते. पण आदिम

संपूर्ण स्त्रीची ती प्रतिमा होती! शरीराने तर ती विलक्षण प्रतिकारक्षम होतीच, पण तिच्यातही स्त्रीपुरुषसंबंधाच्या वेळी एक हिंस्त्रपणा होता. ज्या काही अन्य स्त्रियांशी बाबूरावचा संबंध आला, त्या तृप्तीचे नाटक करीत. पण स्त्रीचा दुबळेपणा त्यांच्या ठायी जाणवत असे. राही कामाला वाघ होती. दमणूक ही गोष्ट तिला माहीतच नव्हती. ती जेव्हा वस्तीवर रानावनांत राहत होती, तेव्हा तर तिची आई रानवाघिणीसारखी होती. मुंबईचे जिणे तिला फारसे आवडायचे नाही. अधूनमधून ती दोघे मूळच्या गावी, मूळच्या झोपडीत पण आता बांधलेल्या घरात राहायला जायचे. तेव्हा तिचे खरे असली रूप बाबूला पाहायला मिळायचे. तिच्या सर्वच भुका चांगल्या प्रज्वलित होत्या. पण असे असूनही ती पूर्वीसारखी सडपातळ होती. त्याच्या डोळ्यादेखतच एका कुमारीची ती स्त्री झाली होती. नागर स्त्रीची संभाषणकला तिला अवगत नव्हती. ती थोडे बोलायची, पण तिची खरी भाषा डोळ्यांची, बरीचशी स्पर्शांची आणि हुंकाराची. सुखदु:खाच्या तिच्या अपेक्षाही वेगळ्या आणि तिची साधनेही वेगळी. बाबूला पैसे मिळायला लागल्यानंतर तिच्यासाठी काही श्रीमंती कपडे आणि काही चैनीच्या वस्तू तो घेऊन जाई. तिला त्यातले काहीही आवडायचे नाही. तिचे पूर्वीचे रूप जसेच्या तसे तिला शाबूत ठेवायचे होते. कदाचित त्यामुळेही असेल, पण मुंबईच्या या बकाल जगातसुद्धा तिचे वेगळेपण बाबूला सारखे जाणवत असे.

पुन्हा पुन्हा ती राधेचा विषय काढी आणि त्यामुळे विसरायचा प्रयत्न करूनसुद्धा बाबूला राधेचा कधी विसर पडू शकला नाही. राधा हे स्त्रीत्वाचे अगदी वेगळे टोक होते. त्याचे कुतूहल सारखे त्याला चाळवीत राहायचे. तृप्त झालेल्या आणि पाय पोटाशी घेऊन निरागसपणे झोपलेल्या नग्न राहीच्या देहाकडे पाहून त्याला अशा स्थितीत राधा कशी दिसेल याचा विचार करायचा चाळा लागला आणि त्याच्या तोंडावर खुद्‌कन हसू येई. राधा अशी मुळी झोपणारच नाही. इतके सर्वस्व देऊन टाकण्याची कल्पना तिला पटणारच नाही. प्रत्यक्ष नवऱ्यानेसुद्धा आपला नग्न देह सदासर्वदा निरखीत राहावे ही कल्पना तिला पटणारच नाही. ''हवं ते घ्या-'' असे ती म्हणेल, पण आपल्याकडून ती काहीच अपेक्षा करणार नाही.

राही आणि राधा अशा तुलनेत त्याच्या रात्री अकारण बेचैनीत जायला लागल्या. त्याला एकदा वाटले, की सरळसरळ जोशीबुवांना विचारावे. फार तर जोशीबुवा 'नाही' म्हणतील आणि हा प्रश्न निकालात निघेल. पण त्याला तशी हिंमत झाली नाही.

कधी कधी चारचार दिवस तो राहीकडे जात नसे. एकटाच राहायचा. अन्य कोणत्याही स्त्रीशी त्याचा संबंध आता सुटल्यासारखाच होता. दारूसुद्धा तो प्रयत्नपूर्वक टाळायला लागला. दोन-चार दिवस गेले, की मग एखादे दिवशी तो एकटाच दारू पिऊन येरझारा घाली. वेळीअवेळी रात्री दीड-दोन वाजता राहीकडे येई. इतक्या अवेळी गेल्यानंतर अंजनीला लल्लूच्या घरी जाता येत नसे आणि मग राहीला आणि त्याला हवा तितका एकांत मिळत नसे. आपल्या मालकाचे काहीतरी बिघडलेय, हे लल्लूला, रैनाला आणि जोशीबुवांनासुद्धा कळले होते. राही आणि अंजनीला तर केव्हाच कळले होते. पण कुणीही काय घडलंय, याचा तपास करायला चाचरत. एक दिवस हा गुंता अचानक सुटला.

नेहमीप्रमाणे तो सकाळची फोर्टमधील सर्व्हिसिंग स्टेशनवरची चक्कर मारून नऊ-साडेनऊच्या सुमारास शोरूममध्ये आला. शोरूमच्या किल्ल्या जोशीबुवांकडे होत्या. ज्याअर्थी शोरूम उघडलेली होती त्याअर्थी केबिनच्या बाहेर जोशीबुवा काम करताना दिसायला हवे होते. बाकीचे कामगार आपापल्या कामात गुंतलेले होते. गेले असतील कुठेतरी असे समजून जोशीबुवांच्या टेबलाकडे कटाक्ष टाकीत बाबूराव आपल्या केबिनमध्ये शिरला आणि दरवाजा उघडून त्याचे लक्ष जाताच तो क्षणभर अवाक होऊन उभाच राहिला. एका सोफ्यावर राधिका बसलेली होती- बसलेली होती असे म्हणण्यापेक्षा झोपलेली होती, असे म्हणणेच बरोबर होईल. त्याने केबिनचा दरवाजा शक्य तितक्या हलक्या आवाजात बंद करायचा प्रयत्न केला. पण तरीही थोडासा आवाज झालाच. त्या आवाजाने एकदम ती जागी झाली आणि बाबूरावला पाहून दचकून उभी राहिली आणि म्हणाली,

"सॉरी! मला झोपच लागून गेली."

"बसा, बसा तर, बसून बोला."

"नाही, बसत नाही मी आता. मला जायला पाहिजे. बाबांची तब्येत बरी नाही. त्यांना रात्री हॉस्पिटलमध्ये न्यावं लागलं. पोटात अचानक दुखायला लागलं. डॉक्टर म्हणतात, अल्सर असेल. आज दुपारपर्यंत तपासणी होईल. आणि मग डॉक्टर नक्की निदान करतील. आई तिथं बसलेली आहे. तिला थोडावेळ तरी घरी जाऊन यायला पाहिजे. म्हणून मी निघते लगेच. शोरूमच्या किल्ल्या बाबांजवळ होत्या. त्यांनी खरं तर मला तुमच्या घरी नेऊन द्यायला सांगितल्या होत्या. पण मलाही खूप जागरण झालं होतं आणि नक्की घर माहीत नव्हतं."

"अहो, मी इथंच वर राहतो."

"बाबा असं काहीतरी म्हणाले होते. पण सकाळी पुष्कळ वेळा तुम्ही फोर्टमध्ये जाता, म्हणून किल्ली कुणाला द्यायची, हा प्रश्न होताच. तेव्हा मी ठरवलं, शोरूम उघडायच्या वेळी आपण यावं आणि तुम्ही येईपर्यंत थांबावं. आता मी जाऊ?"

"अशी वेड्यासारखी घाई करू नका. जरा शांत डोक्यानं वागा. अल्सर म्हणजे काही अगदी गंभीर रोग नाही. जोशीबुवा नक्की बरे होतील. काही काळजी करू नका. मी तुम्हांला गाडीमधून हॉस्पिटलमध्ये घेऊन जातो, म्हणजे जोशीबुवांची माझी भेटही होईल. मग वाटलं, तर तुमच्या मातोश्रींना घेऊन तुमच्या घरी मी सोडीन."

"तुम्ही कशाला एवढा त्रास घेता? हॉस्पिटल घरापासून लांब आहे तुमच्या."

"हे पाहा, लहान मुलीचा सल्ला मी ऐकत नाही."

"मी काय लहान मुलगी आहे? बाबा तर माझं लग्न करायला निघालेत." झोपाळलेल्या डोळ्यांतून तेवढ्यातही हसू फुटलं.

बाबूराव किंचित पुढे झाला. त्यानं तिच्या खांद्यावर हात ठेवला. तिनं अंग चोरलेलं त्याच्या लक्षात आलं पण तिकडे दुर्लक्ष करून तो म्हणाला,

"राधा नाही का नाव तुझं?

"हो."

"तू त्या मुलाला का नाकारलंस?"

"कसं सांगू? अगदीच बावळा आणि मेषपात्र होता हो. त्यानं मान वर करून धड माझ्याकडे पहिलंसुद्धा नाही."

"तुला नेमका मुलगा आवडतो तरी कसा?"

तिनं त्याच्या डोळ्याला डोळा दिला आणि ती म्हणाली,

"नेमकं सांगणं कठीण! पण सांगायचंच ठरवलं तर तुमच्यासारखा चालेल!"

"माझ्यासारखा? का मीसुद्धा?"

तिची नजर एकदम खाली गेली. पण अगदी नकळत मघाशी आक्रसलेले तिचं अंग आता सैल झालेले त्याच्या लक्षात आले. एवढेच नव्हे, तर दोघांच्यातले अंतरसुद्धा किंचित कमी झालं. तो म्हणाला,

"हे बघ राधा, मी आहे रांगडा माणूस! मोटरवाला, ट्रकवाला. ब्राह्मण म्हणवून घेण्यासारखं माझ्यात काहीही उरलेलं नाही. तू ज्या संयमी आणि

सदाचारी वातावरणात वाढलीस, त्याच्या अगदी विरुद्ध वातावरणात मी वाढलो. आई-वडील नसलेला मी एक निराधार माणूस आहे. म्हणून इच्छा असली तरीसुद्धा तुझी प्राप्ती मला होणार नाही!''

''का?'' हा प्रश्न विचारताना तिच्या डोळ्यांत नुसतं आश्चर्य नव्हतं, तर एक प्रकारची स्निग्धताही होती.

''ते तुला कळणार नाही. तुझ्या वडिलांची त्या गोष्टीला संमती मिळणार नाही.''

''पण तुम्हांला मी आवडलेय? माझ्यासारख्या एका गरीब कारकुनाच्या मुलीशी लग्न व्हावं, अशी खरोखरच तुमची इच्छा आहे काय?''

बाबूरावाने वेळ दवडला नाही. तिच्या दोन्ही खांद्यांवर आपले दोन्ही हात रोवत तो म्हणाला-

''हे बघ, शब्दांशी खेळणं मला जमत नाही.''

त्यानं तिला एकदम आवेगानं घट्ट मिठी मारली आणि तिचा श्वास गुदमरेपर्यंत तिचे एक प्रदीर्घ चुंबन घेतले. कशीबशी तिने त्याच्या मिठीतून सुटका करून घेतली. कारण ती कासावीस झाली होती पण तरीही ती खट्याळपणे म्हणाली-

''खरंच, तुम्ही राक्षस आहात! आता माझ्या संमतीचा प्रश्न उरलेलाच नाही.''

-आणि मग दोघे खळखळून हसले.

त्यानंतर कोणाच्याही संमतीचा प्रश्न उरला नाही.

- ० -

नऊ

जिनी बाबूरावांच्या आयुष्याचा पट हळूहळू समजून घेण्याचा प्रयत्न करीत होती. अर्थात त्यांच्या बोलण्यामध्ये सुसंगत अशी कहाणी नव्हती. अधूनमधून पुष्कळ गोष्टी मागेपुढे होत. एकदम ते नार्व्याच्या बाळपणात हरवून जात, तर एकदम कारखान्यातल्या संपाच्या गोष्टी सांगू लागत. त्यांची स्मृती अतिशय तल्लख होती. प्रत्यक्षात नार्वे गाव न पहातासुद्धा नार्वे गाव कसे असेल, याचे चित्र तिच्या डोळ्यांसमोर आले होते.

डोंगराची एक चंद्रकोर दोन्हींकडून समुद्रात घुसली होती आणि मधल्या अर्धवर्तुळाकार अशा ह्या सागरपट्टीवर इतर जगापासून दुरावलेले नार्वे आपले अलिप्त जीवन जगत होते. पाच-सात छोट्या खेडेगांवासाठी आणि त्याही बऱ्याच दूरवर पसरलेल्या गावांसाठी चांगले रस्ते कोण बांधणार? आणि ही लहान, छोटी गावेसुद्धा एकमेकांना कोण जोडणार? वर्तुळाकार झालेला डोंगर तसा दुर्गम किंवा उंच नव्हता, तरी पण जिथे काही म्हणण्याजोगा उद्योगधंदा नाही त्यासाठी एवढा खर्च करून वाहतुकीची व्यवस्था कोण करणार? म्हणून अशा खेड्यातली ग्रामव्यस्था अजून तशीच मध्ययुगीन आहे. त्यातल्या त्यात हा डोंगरपट्टा थोडा मऊ मातीचा म्हणून त्यावर पुष्कळशी शेती होती. बैलगाड्यांनी किंवा पायी घाटी ओलांडून पाच-सहा मैल रस्ता कापावा तेव्हा कुठे गुहागर, चिपळूणचा पक्का रस्ता भेटायचा. अशा ह्या एकारलेल्या गावात समुद्राची अथांगता, वनराजींचे गूढपण पाहत पाहत माणसांचे आयुष्य संपून गेले. जगच पाहायला मिळाले नसल्यामुळे जगात काय चाललेय, हे कळायचा मार्ग म्हणजे कधीमधी येणारे वृत्तपत्र. नारळाचा आणि सुपारीचा व्यापार करणारे त्यातल्या त्यात श्रीमंत. बाकी सारे तिन्हीत्रिकाळ पेजेचे धनी. झाडांच्या गर्द सावलीत, कौलारू घरात कुरकुरणारे झोपाळे आणि कुरकुरणारी माणसं नेहमी वावरायची.

अशा ह्या खेडेगावातून एक मुलगा राजरस्त्यावर यावा आणि त्याच्या नशिबाने त्याला मुंबईसारख्या महानगरीत आणून

सोडावे, ही केवळ नियतीची इच्छा. याशिवाय या घटिताला काही अन्वयार्थ नाही. लल्लू, रैना, राही, अंजनी, जॉनी, कपूर आणि कंपनी आणि जोनाथन जोन्स या माणसांचा तसा काही एकमेकांशी संबंध आहे का? एखाद्या सोंगट्यांच्या पटावर ज्याप्रमाणे सोंगट्या विखुरलेल्या असाव्यात, त्याप्रमाणे ही माणसे विखुरलेली होती. अनुकूल दान पडले आणि ह्या सोंगट्यांत एक नाते निर्माण झाले आणि बघता बघता बाबूचे बाबूराव झाले, मोटार मॅकनिकचे उद्योगपती झाले. साऱ्या गोष्टीला आकार देणारा श्रीगजानन आहे आणि त्याचे नाव बाबूरावांच्या मुखातून सारखे बाहेर पडे.

एकदा बाबूरावांनी विचारले-

"जिनी, तुझं खरं नाव काय? तू कुठची?"

"कशाला हवी आहे ती माहिती तुम्हांला? काय उपयोग आहे त्याचा तुम्हांला? तुम्ही आता बरं व्हा आणि बायकामुलांत घरी जाऊन पडा."

बाबूराव विषण्णपणे हसले आणि म्हणाले-

"असं असतं तर बरं झालं असतं. माझी बायको असती, तर मला हॉस्पिटलमध्ये राहावंच लागलं नसतं. मुलाचं माझ्यावर खरंखुरं प्रेम असतं, तर सगळं काही अनुकूल असून माझी अशी दैन्यावस्था झाली नसती."

"बाबूराव, सगळं काही ठीक आहे. शेवटी तो तुमच्या रक्ताचा मुलगा आहे. केव्हातरी त्याला रक्ताची ओळख पटेल आणि त्याचं वागणं सुधारेलसुद्धा. एवढं निराश होण्यासारखं त्यात तरी काही नाही आणि तुमची बायको वारल्यानंतर लग्नाचं वय असून तुम्ही दुसरं लग्न का नाही केलं?"

"मी असा पोरक्या अवस्थेत एकटा गाव सोडून बाहेर पडलो होतो. माझ्या मुलाचीही आई गेलेली होती. दुसऱ्या एखाद्या स्त्रीशी लग्न केलं असतं, तर कदाचित माझ्या मुलाचे हाल झाले असते. मला माझी एकाकीपणाची आठवण झाली आणि मी ठरवलं, की मुलाला सावत्र आई आणायची नाही."

"ते जाऊ दे. राही तुमच्या आयुष्यात आली होती की नाही? तिला तुम्ही का सोडून दिलीत?"

"खरी गोष्ट अशी आहे की मी तिला सोडलेली नाही. तीच मला सोडून गेली आहे. ती का गेली, कुठे गेली, हे मला कधी कळलंच नाही."

"तुम्ही शोध नाही घेत? जाऊन जाऊन जाणार कुठे ती?"

"मानवी प्रयत्नाला शक्य होतं तेवढं मी सगळं केलं. परंतु काही उपयोग झाला नाही. पोलिसांचीसुद्धा मदत घेतली. एकदा मला वाटलं होतं की तिच्यावर

काहीतरी आरोप ठेवावा, तक्रार करावी म्हणजे पोलीस उघडपणे चौकशी करू शकतील. पण खरं सांगू, तो हलकटपणा झाला असता. कारण इतक्या अनंत प्रकारांनी मला राहीनं सुखी केलं होतं, की तिला मिळवण्यासाठीसुद्धा लबाड ठरवणे हा देवाच्या घरी गुन्हा झाला असता. पोलिसांनी गुप्तपणानं जेवढं करणं शक्य होतं तेवढं केलं, पण त्यांचाही काही इलाज चालला नाही.''

''पण निदान लल्लूला तरी तिच्याबद्दल माहिती असायला हवी होती. कारण राहीची आई अंजनी आणि लल्लूचे संबंध होते ना?''

''हीच तर गमंत आहे. एकटी राही गेली असती तर तिचा शोध लावणं शक्य होतं. पण राही गेली, अंजनीही गेली, त्याचबरोबर लल्लू आणि रैनाही एकदम अदृश्य झाली.''

''आश्चर्य आहे. इतकी चांगल्या पगाराची नोकरी, सुस्थिर आयुष्य सोडून लल्लू बाहेर जाऊन काय करणार?''

''लल्लू मोठा अजब माणूस. मला जसे चार पैसे मिळू लागले, तसतसा त्याचा पगार मी वाढविला. शेवटी फोर्टमधलं माझं सर्व्हिस स्टेशन तो सर्वच्या सर्व बघू लागला, तेव्हा त्याला जवळपास दोन हजार रुपये पगार झाला. त्याला खर्च असा फार काही नव्हता. शिवाय राहीलाही मी चांगले पैसे देत असे. तेव्हा त्या सर्वांच्या जवळ नवीन आयुष्य सुरू करण्यासाठी पुरेसे पैसे असले पाहिजेत. पैसे हा मुद्दाच नव्हता. ती साधी माणसं होती. श्रीमंतीत ती अवघडल्यासारखीच वागायची. लल्लू तर अखेरपर्यंत निळी पॅन्ट वापरायचा- तीही मळकट. राहीला बांडी लुगडी आवडायची. मला आश्चर्य वाटायचं, इतका पैसा मी त्यांना देतो तर हे लोक खर्च का नाही करीत? ते चिक्कू नव्हते. कारण लल्लू चिकट असता तर माझ्यासारख्या अनाथ पोरावर त्यानं अवाजवी खर्च केलाच नसता. त्यानं आपणहून माझ्याकडे एक दमडीदेखील मागितली नाही. मला आपलं वाटायचं की माझ्या ह्या भाग्यातला तो एक भागीदार आहे. कधी कधी गॅरेजच्या बिलांचे वीस-पंचवीस हजार रुपये त्याच्याकडे जमायचे. पण त्यातली पै अन् पै हिशेबासकट तो माझ्याकडे आणून द्यायचा. त्याला आमच्या जॉइन्ट खात्यात सही करायचा अधिकार होता. पण चूकूनसुद्धा त्यानं एका चेकवरही सही केली नव्हती. बायकांबद्दल असं म्हटलं जात की त्या लोभी असतात, त्या वेडेवाकडे हट्ट करतात. पण राही अगदी विक्षिप्त वागायची. ती काही मागायची तर नाहीच आणि काही दिलं तर माझी चेष्टा करायची आणि म्हणायची, ''शेठ, पैशाची मस्ती नका दाखवू हं.'' मला ह्या लोकांशी कसं वागायचं हे कधी कळलंच नाही.

मी कधी कधी दारू प्यायचो. लल्लूचं पाहूनच मी दारू प्यायला शिकलो होतो. माझ्याकडे लल्लू आला तर मी देईन ती दारू तो प्यायचा, नाही असं नाही. त्याच्या घरी मात्र विलायती दारू कधी मिळायची नाही. तिथं हातभट्टीच प्यायला लागायची आणि खरं सांगू, मी सगळी एवढी श्रीमंती मिळवली, आलिशान घरं बांधली, मोठमोठ्या हॉटेलांत खाल्लो-प्यालो, दहा-दहा लाख रुपये घेणाऱ्या एक-दोन सिनेनटयांच्या जवळसुद्धा झोपलो, पण लल्लूच्या घरी खाटल्यावर बसून रैनाच्या हातचे परोठे खाण्यात जी मजा होती किंवा राहीच्या हातची सागुती खाण्यात जी मजा यायची ती काय कुठं यायची नाही. दोन-चार दिवस झाले, की रैनाच्या घरी जायची मला ओढ लागायची. तिथं माझे जुने कपडे असायचेच. मग फतकल मारून, लुंगी नेसून, रैनाशी माझ्या गप्पा चालायच्या. एक शब्द न बोलता लल्लू हुक्का ओढत बसायचा. श्रीमंत झाल्यावर त्यानं चैन केली ती एवढीच. राहीकडे तर तिनं श्रीमंतीची कोणतीही खूण राहू दिली नाही. साधा पलंगसुद्धा तिनं घेऊ दिला नाही. एकीकडे मला श्रीमंतीचा मोह असायचा. माझं घर मी नवनव्या गोष्टींनी भरायचो, पण त्याचा कंटाळा आला, की पुन्हा त्या रांगड्या लोकांच्यात जाऊन त्यांच्यातलाच एक होऊन जायचो.''

''पण ही सारी जण तुमच्यावर इतकं प्रेम करीत होती, मग ती तुम्हांला अशी अचानक सोडून का गेली? याचं काही कारण तुम्ही शोधलं असेलच की नाही?''

''जिनी, लोकांना मी जितका शहाणा वाटतो, तितका काही मी शहाणा नाही. त्या मानानं माझी बायको राधा अधिक शहाणी होती. तिनं मला काही दिवसांनी या घटनेचं कारण सांगितले आणि ते बरोबर असावं असं मला नंतर वाटू लागलं. माझं लग्न व्हावं, अशी लल्लूसकट सगळ्यांची इच्छा होती. कारण ती प्रामाणिक इच्छा असावी, निदान मला तरी तसं वाटतं. मी त्यांच्या जातीचा नव्हतो, संस्काराचा नव्हतो. अधूनमधून माझं ब्राह्मणीपण त्यांच्या लक्षात यायचं. हळूहळू मग संपत्ती मिळायला लागली, नावलौकिक व्हायला लागला, तेव्हा माझं सांस्कृतिक जग वाढयला लागलं. मला त्याची फारशी जाणीव नव्हती. कारण अजूनही मी तशा अर्थानं मोटार व्यवसायात होतो, आणि मोटार व्यवसायात राहणाऱ्या मनुष्याचा संबंध बहुतांशी ज्या लोकांशी येतो, त्या जगात लल्लू, राही हे सगळे चांगल्या तऱ्हेनं खपण्यासारखे होते. पण मोटारधंद्याबाहेरही माझं क्षेत्र वाढू लागलं. माझी भाषा बदलली, वागणं बदललं आणि ह्या सर्वांची जाणीव निदान राहीला तरी होत असली पाहिजे. तिला मुख्यत्वेकरून शरीराची

भाषा समजत होती, आणि जोपर्यंत तो शरीर व्यवहार शारीरिक पातळीवर होतो, तोपर्यंत संस्कृतीचा प्रश्न येतच नाही. मला अर्थात अजूनही असं वाटतं की मी आज कुणीही असलो, कसाही असलो, तरी माझ्याइतकेच लल्लू आणि राही दोघेही सुसंस्कृत होते. त्यांना मात्र कुठंतरी कमीपणाची भावना जाणवत असणार. माझी चूक झाली असली तर एकच. ती म्हणजे संस्कृतीचा एकेक स्तर मी वर चढत गेलो आणि त्यासाठी नाना प्रकारांनी शिक्षणाचा ध्यास धरला. तोच ध्यास मी राहीसाठीही धरायला पाहिजे होता. किंवा लल्लूसाठीही धरायला पाहिजे होता. आपण एकटं वाढून चालत नाही, हे माझ्या लक्षातच आलं नाही. परिणाम असा झाला की बाहेरून जरी सगळं काही ठीकठाक चाललंय असं वाटत असलं, तरी कुठंतरी अंतर पडत चाललं होतं. आपण कित्येकदा नवरा-बायकोतही असं घडताना पाहतो. पण प्रत्येक जातीतले जे संस्कार असतात ते तरी कायम असतात. शिवाय लग्नबंधन नावाची गोष्ट असतेच. मुलं झाली, म्हणजे आणखीनच पाय खोलवर रुतत जातात आणि मग जरी दुरावा उत्पन्न झाला तरी माणसं एकमेकांना सांभाळून राहतात. आमच्या बाबतीत नजरचुकीनं माझ्याकडून ते झालं असलं पाहिजे, आणि त्या सुमाराला माझ्या आयुष्यात राधिका आली. माझं लग्न व्हावं, मला शोभेल अशी बायको मिळावी, अशी जरी त्या सर्वांची इच्छा असली, तरी राधेला प्रत्यक्ष पहिल्यानंतर त्यांच्या लक्षात आलं असेल, की मी आता संपूर्ण बदललोय. विलक्षण देखणेपणा, करारीपणा यापेक्षाही राधेजवळ विलक्षण सुसंस्कृत तेज होतं. लग्नाला सारेच जण आले होते आणि सगळ्यांची मी व्यवस्थित ओळख करून दिली. त्या सर्वांचा योग्य तो मान जोशीबुवांनी राखला होता. लल्लूला तर माझ्या थोरल्या भावाप्रमाणं त्यांनी वागवलं. चूक त्यांची काहीच नव्हती. पण केवळ माझं आयुष्य संपूर्ण बदलून टाकेल अशी घटना घडली आहे, असं त्यांनी गृहीत धरलं असावं. लग्न झाल्यानंतर अगदी सगळंच्या सगळं मी राधेला सांगितलेलं नव्हतं. पण सांगणार होतो. एक तर मला तिच्यापासून माझं पूर्वायुष्य लपवून ठेवायचं होतं. पण त्याहीपेक्षा प्रयत्न करूनही राहीचा मोह मला टाळता आला नसता, अशी मला खात्री होती. कसं सांगायचं, याची योजना मी मनाशी करायचो, पण खरं सांगायचं, तर राधेच्या बरोबरचे काही दिवस मी भारल्यासारखा झालो होतो. स्त्री ही गोष्ट मला काही नवीन नव्हती. पण राधेच्या आयुष्यात मी पहिलाच पुरुष होतो. मला पूर्वी प्रथमदर्शनी ती चुरचुरीत बोलणारी वाटली, पण नंतर माझ्या लक्षात आलं, की ती फार बोलकी नाही. बोलायची पण फार मोजकं बोलायची,

चांगलं बोलायची. तिनं हळूहळू माझा सारा जीवनक्रमच बदलून टाकला. माझा सारा भोंगळपणा, बेशिस्तपणा आणि आडदांडपणा हा माझी इच्छा नसताना मला सोडून जायला लागला. पूर्वी माझं घर मोठं होतं, पण अस्ताव्यस्त होतं आणि आता एकदम त्या घराला घरपण आलं, माझ्या जेवायच्या-खायच्या सर्व वेळा नियंत्रित झाल्या. मी दारू पितो, हे तिला माहीत असावं. त्याबद्दल तिनं चुकून कसलीही खळखळ केली नाही. उलट, मी घरी आलो की मी आंघोळ करून यायच्या आत ती ड्रिंकचा सारा इंतजाम करून ठेवायची. मी तिला अगदी नवी नवलाई असतानाच विचारलं होतं,

"तू घेणार काय?" तेव्हा ती "नको" म्हणाली. "कंपनीशिवाय एकट्यानं घेण्यात काय फायदा?" असं नुसतं मी म्हणालो, तर तिनं लगेच माझ्या देखत दुसऱ्या एका ग्लासमध्ये दारू ओतली. मी करतो त्याचं अनुकरण करून सोडा घातला आणि नाटकी थाटात म्हणाली, "फॉर युवर कंपनी!" मी चाटच पडलो. ब्राह्मण कुटुंबात वाढलेली एक मध्यमवर्गीय तरुण मुलगी इतकी सहजगत्या ड्रिंक घ्यायला तयार होईल ही कल्पनाच मी करू शकत नव्हतो! मी बावरून म्हणालो, "छे छे, तशी काही माझी जबरदस्ती नाही."

"असल्या गोष्टीत मी जबरदस्ती करूनही घेणार नाही. पण केवळ कंपनीसाठी माझ्या नवऱ्यानं बाहेर जावं, ही गोष्ट मला कशी चालेल? तेव्हा अगदी अक्कलहुशारीनं, राजीखुशीनं मी ड्रिंक घेत आहे, जे मी केलेलं नवऱ्याला चालतं, ते मी करायला तयार आहे."

"मग तिनं चक्क माझ्यादेखत तिच्या आयुष्यातला पहिला मद्याचा घोट घेतला. माझ्या एक गोष्ट लक्षात आली हिच्याशी आपण काळजीपूर्वक वागलं पाहिजे. ही अजून तशी लहान असली, तरी पूर्ण स्त्री झालेली आहे. हिच्याजवळ करारीपणा आहे.

"या सावधानतेच्या जाणिवेमुळं असेल, पण राहीबद्दल सांगायला मला धारिष्ट्य होईना. आठ-पंधरा दिवसांनंतर वेळ काढून दुपारचं मी राहीकडे गेलो. मला वाटलं राही रुसली असेल, रागावली असेल. पण तसं काहीच दिसलं नाही. उलट ती म्हणाली,

"नवी नवरी काय म्हणतेय? सगळं जमलं की नाही व्यवस्थित?"

"तिच्या बोलण्यातला गर्भितार्थ लक्षात येऊन तिला जरा छळावं एवढ्यासाठी मी तिला धरायला गेलो, तर ती चटकन निसटली आणि म्हणाली,

"आता पूर्वीसारखं काही नाही. आता काही मी एकटीच तुमची मालकीण

नाही. तुम्हांला रिकामं करून पाठवलं तर बाई काय म्हणतील?''

मी तिला पकडली आणि म्हणालो,

''गप् ए ऽ, उगीच आगाऊपणा करू नको! नाहीतर तुला अशीच्या अशी खाऊन टाकीन!''

''मग गेली आठ-दहा वर्षे काय करता आहात? अजून खाऊन संपली नाही? आता काही असला फाजीलपणा चालणार नाही. आता एकदम चांगल्या माणसासारखं वागायचं!''

बोलण्यात वेळ घालवण्यात काही अर्थ नव्हता. राधाबरोबरचा पहिला एकांत आणि त्यानंतरचे दहा-बारा दिवस हे एका जादूनगरीत वावरल्यासारखे गेले. पण ती जादू वेगळी होती आणि राहीची जादू वेगळी होती. अगदी पहिल्यांदा जेव्हा मी राधेला मिठीत घेतलं, तेव्हा ती थरथरत होती! तेव्हा कुरवाळत हळुवारपणे मी तिला विचारलं,

''घाबरलीस?''

राधा काहीच बोलली नाही, पण बावरली नक्कीच होती. तिच्या केसांशी, अंगाशी खेळत मी म्हणालो,

''अगं, यात घाबरण्यासारखं काही असतं, तर लोकांनी लग्नंही केली नसती आणि त्यांचे संसार सुखाचेही झाले नसते!''

खाली मान घालून राधा म्हणाली,

''त्यामुळे घाबरले नाही. तुमच्या अपेक्षांना मी पुरी पडेन का नाही, म्हणून मला भीती वाटली!''

''वेडी आहेस! अग मी चारचौघांसारखाच मनुष्य, जगावेगळा थोडाच आहे? शिवाय दोघांनी मिळून खेळायचा खेळ आहे हा! तेव्हा घाबरण्यासारखं त्यात काही असणंच शक्य नाही. आपल्याला घाई थोडीच आहे? अजून रात्र पुष्कळ बाकी आहे आणि आपल्यापुढं आयुष्यही खूप पसरलेलं आहे. तेव्हा एकमेकांना समजून घेऊन एकमेकांच्या सोयीनं आपल्याला हा खेळ खेळायचा आहे!''

''पण पहिल्याच दिवशी तुमच्या केबिनमध्ये तुम्ही मला किती घट्ट आवळलं होतं, हे माझ्या लक्षात आहे. दोन दिवस माझं अंग दुखत होतं.''

''हात् तिच्या, एवढीच अडचण आहे ना? आता फार तर मी तुझं अंग चेपून देईन. आता तुला एक फुकटाफाकटी आज्ञाधारक घरगडी मिळालाय, होय की नाही?''

यावर ती नुसतं हसली आणि त्या हसण्याने एका नव्या प्रकारच्या सुखाचे

रस्ते माझ्यापुढे खुले झाले!

अगदी पहिल्यांदा मारुतीच्या देवळात राही माझ्या मिठीत आली तो क्षणही मला आठवत होता. त्या वेळेला केवळ दोन शरीरं एकत्र आली होती आणि फार तर अधूनमधून निघाले ते आनंदाचे चीत्कार किंवा होणाऱ्या वेदनांचे चीत्कार! दोन जंगली श्वापदांची ती क्रीडा-नर आणि मादी नैसर्गिक अवस्थेत एकत्र येत होती. याउलट राधा मात्र स्त्रीच्या रूपात नव्या पुरुषाला भेटत होती. तिला कौतुक हवं होतं, धीर हवा होता, पुन्हा पुन्हा कणाकणानं सावकाशीनं सुखाचे घोट घ्यायचे होते. वेलीवर फुलं येतात इतक्या हळुवारपणानं अंगावर रोमांच येऊ द्यायचे होते. दोघीही स्त्रियाच होत्या. एक आदिम स्त्री होती, ती आव्हान देत होती आणि दुसरी नागर स्त्री होती, ती हाक मारीत होती.

राहीनं मला विरोध केला नाही. ती माझ्या स्वाधीन झाली. पण तिचा नेहमीसारखा आक्रमकपणा निश्चितच कमी झाला. अधूनमधून सवयीनं मूळचा हिंस्र स्वभाव जागा होत होता, नाही असं नाही. पण राही आता पूर्वीची नव्हती. नकार देण्याचं तिला सामर्थ्यच नव्हतं, आणि ते कधी येणारही नव्हतं, पण युद्धाचं निमंत्रण मात्र तिच्याकडून आता येणार नव्हतं.

आता बाबूरावांची तब्येत चांगली झाली होती. ते उठून बसू शकत होते. फार वेळ बसता येत नव्हतं. तरी पण देहाचे सर्व भाग त्यांना हलवता येत होते. बोलता तर चांगलेच येऊ लागले होते. पण त्यांच्या प्रकृतीत एवढा चांगला बदल झालेला आहे, ही गोष्ट बाहेर कुणाला माहिती नव्हती. बाबूरावांच्या सांगण्यावरूनच ही गोष्ट गुप्त ठेवण्याचा प्रयत्न केला होता.

सॉलिसिटर अभ्यंकर मात्र एकदोनदा भेटून गेले होते आणि लवकरच होणाऱ्या सर्वसाधारण सभेसाठी आवश्यक ते अधिकारपत्रही त्यांनी तयार करून घेतले. कंपनीचा चीफ अकौटंट नवरे सॉलिसिटर अभ्यंकरांना अधूनमधून भेटत असला पाहिजे, त्याचप्रमाणे मॅनेजर नायडूही. कारण कंपनीतील सर्व कारभाराबाबतचे तपशीलवार टिपण बाबूरावांच्या सूचनेवरून गुप्तपणाने बाबूरावांकडे येत होते. मध्यंतरीच्या कालखंडात बाबूरावांचा मुलगा आणि सून चार-पाच वेळा येऊन गेले. ती आली की प्रथम रिसेप्शनिस्टकडून इंटरकॉमवर आल्याची सूचना मिळे आणि त्याबरोबर चांगले उठून बसलेले बाबूराव चक्क पांघरूण घेऊन झोपी गेल्याचा आविर्भाव करीत. बाबूरावांचा मुलगा प्रकाश जिनीशी जे काही बोले ते बाबूरावांना ऐकू येई. आपल्याशी महत्त्वाच्या विषयावर त्याला बोलायचे आहे, हे

तो सांगे आणि बाबूराव जागे झाल्यावर आपल्याला फोन करायचीही सूचना देई. तासा-दोन तासांनंतर बाबूराव जिनीला फोन करायला सांगत आणि अजून आपल्याला बोलता येत नाही आणि कोणत्याही कागदपत्रावर सही करता येत नाही, असा निरोप देत. अर्थात त्यांना एकदा वाटले की आपण त्याचे म्हणणे ऐकून घ्यायला काय हरकत आहे? कंपनीचा जो कारभार चालेला होता त्यावरून त्याचे म्हणणे अदमासाने समजले होते. तरी पण त्याचे नेमके प्रपोजल काय आहे ते समजावून घ्यायला हरकत नव्हती. पण जिनी त्यांना सांगे,

"अजून तुमच्या शरीरयंत्रावर तुमचा ताबा आलेला नाही. तेव्हा तुम्ही आत्ताच काही संघर्ष उभा करू नका. एखादे वेळेस तुमची सुधारू लागलेली शरीरयंत्रणा त्या धक्क्यामुळं पुन्हा तोल घालवून बसेल."

कंपनीच्या कारभारात फार मोठी ढवळाढवळ करण्याची जरी प्रकाशची इच्छा असली तरी कायद्याचा विचार केला तर ती गोष्ट काही शक्य नव्हती. कंपनी जरी लिमिटेड असली तरी एकावन्न टक्के शेअर्स अजूनपर्यंत बाबूरावांच्या मालकीचे होते. वेळोवेळी मुलाला काही शेअर्स त्यांनी भेटीदाखल दिले होते. राधाच्या नावावरचे शेअर्सही प्रकाशच्या मालकीचे होते. सर्वसाधारण सभेपुढे तसा महत्त्वाचा प्रश्न नव्हताच. सर्वसाधारण ताळेबंद, नफा-तोटा पत्रक, काही डायरेक्टर्सच्या फेरनेमणुका अशाच तऱ्हेचे काम होते. सरकारी मोठे कर्ज आर. आर. इंडस्ट्रीजला मिळाले होते. त्यामुळे सरकारी खात्याचा एक डायरेक्टर कंपनीच्या बोर्डावर असणे स्वाभाविक होते. प्रश्न इतकाच होता की कंपनीचे उत्पादन सुरू होण्याच्या बेतात आलेले असताना प्रकाशने जे काही कामगारविषयक धोरण स्वीकारले होते, त्यामुळे अचानक संप झाला होता. बाबूराव आजारी पडताच कामगार पुढाऱ्यांनी संप मागे घेतला होता, ही गोष्ट निराळी. कारण कामगारांचे आणि बाबूरावांचे संबंध अतिशय सलोख्याचे होते. कारखाना चालू झाला होता; परंतु तो हव्या त्या गतीने आणि सफाईने चाललेला नव्हता. अर्थात त्यामुळे काही आर्थिक प्रश्न निर्माण झाले होते. बाबूरावांची बाजारातील पत अतिशय चांगली असल्यामुळे बाबूरावांनी ते प्रश्न सोडवतही आणले होते. अशा वेळेला नेमके बाबूराव आजारी पडले. बाबूरावांचा जूना विश्वासू सहकारी नायडू हाच कंपनीचा मॅनेजर होता. त्याने कंपनी चालू ठेवण्यात यश मिळवले असले तरी त्याचे आणि प्रकाशचे एक दिवसही पटत नव्हते. प्रसंग अजून निकरावर आलेला नव्हता, पण तो केव्हाही येण्याची शक्यता मात्र होती. या जनरल बॉडीसभेबाबत काही निर्णय घेणे आवश्यक होते. सभेला उपस्थित राहणे

बाबूरावांना जेवढे आवश्यक होते, तेवढेच बाबूराव सभेला उपस्थित न राहणे हे प्रकाशला आणि त्याचा सासरा तोलानी यांना आवश्यक वाटत होते.

प्रकाश हा पूर्वीपासूनच डायरेक्टर होता आणि मॅनेजिंग डायरेक्टर-चेअरमन बाबूराव कोल्टटकरांचा मुलगा म्हणून त्याला परंपरेने जास्त अधिकार वापरता येत होते. इंडस्ट्रियल लायसेन्सच्या कामात तोलानीची मदत झाली, म्हणून इच्छा नसतानाही तोलानीला डायरेक्टर करून घेण्यात आले होते. तोलानीचा उद्योगधंद्यातील दबदबा, आर्थिक बळ आणि सरकारातील वजन याचा नाही म्हटले तरी थोडाफार परिणाम होत असे. तोलानी इंडस्ट्रीज स्कूटरेटच्या सोल एजन्सीसाठी कंपनीच्या सर्व तऱ्हेच्या आर्थिक जबाबदाऱ्या घ्यायला तयार होती. पण मुळात एका व्यक्तीच्या आहारी आपला सर्व धंदा जाऊ देणे ही गोष्ट बाबूरावांना मान्य नव्हती. त्यातही तोलानीसारख्या पाताळयंत्री उद्योगपतीकडे आपला हा सर्वच धंदा गहाण पडावा असेही त्यांना वाटत नसे. आर. आर. इंडस्ट्रीजच्या कारखान्यातील ही नवी स्कूटर ('राही') ही केवळ अद्ययावत नव्हती, तर स्कूटरनिर्मितीत क्रांती करू शकेल, अशीच तिची रचना होती. म्हणून निर्मिती दिसू लागल्याबरोबर बाबूरावांनी एक देशव्यापी दौरा केला होता आणि ठिकठिकाणच्या ऑटोमोबाईल डिलर्सकडून मर्यादित क्षेत्रात एजन्सीच्या पोटी डिपॉझिट्स घेऊन आर्थिक प्रश्न सोडवला होता. अर्थात उत्पादन वेळच्या वेळी सुरू होणे व त्याचा वेग कायम राखणे या गोष्टी करारानुसार होणे आवश्यक होते. संपामुळे हा वेग थोडा बिघडला आणि नंतर तर बाबूराव आजारीच पडले. सर्वसाधारण सभेच्या दिवशीच संध्याकाळी एक हजार स्कूटर्सचा पहिला हप्ता बॉम्बे आटोमोबाईल्स या वितरकाला देण्यात यावयाचा समारंभ मुख्यमंत्र्यांच्या हजेरीत पार पाडायचा होता. व्यवस्थापक नायडू आणि कामगार नेता गोयल यांनी प्रयत्नांची पराकाष्ठा करून आपले उद्दिष्ट जवळपास पुरे करीत आणले होते. म्हणूनही त्या सर्वसाधारण सभेला आणि नंतरच्या समारंभाला बाबूरावांनी थोडा वेळ का होईना, पण हजर राहाणे आवश्यक होते. बाबूरावही मोठ्या निश्चयाने आणि प्रयत्नाने तिथे पोहोचण्याचा प्रयत्न करणार होते. हळूहळू खोलीतल्या खोलीत त्यांनी चालणे सुरू केले. अर्थात जिनीचा आधार घेऊन. योग्य ती काळजी घेतली, तर त्या दिवशी आपण प्रथम सभेसाठी आणि सभेनंतर लगेच होणाऱ्या समारंभासाठी हजर राहू शकू असा विश्वास डॉ. गिंड्यांनी व नंतर जिनीने दिलेल्या सहकार्यामुळे त्यांना वाटू लागला होता. परिस्थितीवर मात करण्याची दुर्दम्य इच्छा एवढे एकच भांडवल त्यांच्याजवळ होते.

सभेच्या आदल्या दिवशी संध्याकाळी इंटरकॉमवरून जिनीला फोन आला की खाली प्रकाश आलेले आहेत आणि त्यांना ताबडतोब वडिलांना भेटायचे आहे. जिनीने नेहमीच्या सवयीने ते झोपल्याचे सांगितले, परंतु प्रकाश ते काही ऐकून न घेता वडिलांना भेटण्याचा हट्ट धरतो आहे, हे पहिल्यानंतर जिनीने त्याला डॉ. गिंड्यांकडे फोन जोडून द्यायला सांगितले. प्रकाशचे आणि डॉक्टर गिंड्यांचे नेमके काय बोलणे झाले हे तिला कळले नाही. पण तिने बाबूरावांना थोडीशी कल्पना दिली. तेवढ्यात दरवाजावर आवाज झाला, जिनीने पुढे जाऊन दार उघडले. डॉ. गिंडे, प्रकाश आणि त्यांच्या मागोमाग दुसरे एक गृहस्थ आले. हे गृहस्थ दुसरे तिसरे कोणी नसून सर्जन जनरल आहेत हे जिनीने ताबडतोब ओळखलं. कारण जिनीने त्यांच्या हातूनच ते डीन असताना नर्सिंगचे सर्टिफिकेट घेतले होते. ते एकदम आत आले. एवढ्यात डॉक्टर म्हणाले,

"यू नो डॉ. फारूख, हे कोर्टाचा हुकूम घेऊन आलेले आहेत. आधी ते बाबूराव कोल्हटकरांची तपासणी करतील आणि जर त्यांना असं वाटलं की बाबूरावांना इथं ट्रीटमेन्ट बरोबर मिळत नाही तर ते त्यांना सरकारी रुग्णालयात हलवतील. प्रकाशनं तसा अर्ज केला आहे. म्हणून कोर्टानं हा हुकूम दिला आहे. एनी ऑब्जेक्शन, बाबूराव?"

बाबूराव मुळात पाठ करून झोपण्याचे ढोंग करीत होते. त्यांनी पाठ फिरवली आणि ते हळूहळू उठून बसले. पांघरूणही त्यांनी पायावरून खाली सरकवले. कॉटखाली त्यांनी पाय सोडले आणि हळूहळू ते उभे राहिले. कसलाही आधार न घेता ते हळूहळू चालू लागले. डॉक्टरांच्या जवळ पोहोचताच ते म्हणाले,

"डॉ. फारूख मला भेटायला आले का? वा! मला आनंद झाला. कारण डॉ. फारूख यांची माझीही फार जुनी ओळख आहे. डॉक्टर, तुम्हांला आठवतंय की तुमची पहिली अपाईन्टमेन्ट सेंट जॉर्जेसला झाली तेव्हा तुम्ही माझ्याकडे गाडी विकत घेण्यासाठी आला होतात आणि मी तुम्हांला एक चांगली स्टुडबेकर दिली होती. ती गाडीही भाग्यवान ठरली. कारण मग तुम्ही पुष्कळांना मागे सारीत खूप प्रमोशन्स मिळवलीत. ही तुमची जुनी गाडीसुद्धा मीच परत विकून दिली होती, सात-आठ वर्षापूर्वी! आठवतंय?"

"व्हॉट ए मेमरी? यू आर दॅट बाबूराव?"

"अगदी तोच, तसाच काही फरक नाही! तरी पण एवढी जुनी आठवण ठेवून तुम्ही माझ्या आजारात भेटायला आलात, याबद्दल मी आभारी आहे."

"माफ करा बाबूराव, मी तुम्हांला भेटायला आलो नव्हतो. कोर्टाच्या

हुकुमावरून मी तुम्हांला तपासायला आलो आहे. एनी वे, तुम्ही बरे झालेले दिसताय. तेव्हा मला न आवडणारे ते कटू कर्तव्य करावे लागत नाही याबद्दल मी अल्लामियाचा आभारी आहे.''

''मी सांगतो ना तुम्हांला. माझ्या मुलाला, माझे जिवलग मित्र डॉ. गिंडे, ही छोटी प्रेमळ नर्स जिनी यांच्या संगतीतून मला हलवायची इच्छा होती. दॅट इज व्हाय यू आर हिअर.''

प्रकाश या सगळ्या संभाषणाकडे आणि बापाच्या ह्या सुधारलेल्या प्रकृतीकडे पाहून आश्चर्यचकित झाला होता. डॉ. गिंड्यांकडे वळून म्हणाला,

''तुम्ही माझी जाणीवपूर्वक फसवणूक केलीत. यू आर ए बास्टर्ड!''

डॉ. गिंडे हसले आणि म्हणाले,

''माझ्या प्रोफेशनल लॉयल्टीज रुग्णांशी असतात, रुग्णांच्या स्वार्थी नातेवाइकांशी नाहीत! त्यांच्या प्रकृतीबद्दल कुणाला काहीही कळू नये, अशी तुझ्या वडिलांची इच्छा होती. त्यांची कारणं त्यांना माहीत. ते त्याचं उत्तर द्यायला समर्थ आहेत. अजून ते पुरते बरे झालेले नाहीत, पण होतील. त्यांना मी बरा करू शकलो, यात सगळं काही आलं. मग मी बास्टर्ड असलो किंवा नसलो, तरी चालण्यासारखं आहे. मी विचारानं आणि मनानं जे खुजे लोक असतात, त्यांच्या मूर्ख शब्दांमुळे अजिबात प्रक्षुब्ध होत नाही! कसाही असलास, तरी तू माझ्या मित्राचा मुलगा आहेस! सो आय् इग्नोअर युअर इन्सल्ट! तू माझ्या हॉस्पिटलमधून ताबडतोब निघून जावंस आणि पुन्हा पाऊल टाकू नयेस हे उत्तम.''

प्रकाश तावातावाने दरवाजा आपटून निघून गेला आणि चौघेही जण झालेल्या घटनेने स्तंभित होऊन क्षणभर स्तब्ध झाले. बाबूरावच पुढे म्हणाले,

''वेल, जन्टलमन झाला हा कौटुंबिक मामला होता. तुम्हांला झळ लागली, याबद्दल मी दिलगीर आहे. डॉक्टर परवानगी देतील, तेव्हा एखाद्या रात्री आपण माझ्या चुकांचं परिमार्जन करू. आता मी थकलोय. लेट मी रेस्ट!''

डॉक्टर फारूख पुढे झाले आणि बाबूरावांच्या खांद्यावर हात ठेवीत म्हणाले,

''तुम्ही एक विक्षिप्त, हट्टी पण तरीही लोभस गृहस्थ आहात. तुमच्याबद्दल खूप गोष्टी ऐकल्या आहेत. पुन:पुन्हा आपली भेट होत जाईल अशी मी आशा करतो. कोर्टाला मी तुम्ही संपूर्णपणे चांगल्या देखरेखीखाली आहात, एवढंच नव्हे, तर आता आजारीही नाहीत, हे उद्याच्या उद्या कळवून टाकतो. एनी वे, अशा परिस्थितीत मला यावं लागावं, याचं मला मात्र वाईट वाटतं. उद्या

वृत्तपत्रांत ही काही भानगड येऊ नये म्हणजे झालं!''

तो सारा उरलेला दिवस बाबूराव विशेष आनंदात होते. त्यांच्या संपूर्ण आयुष्याची कहाणी जिनीला समजलेली नव्हती. आता तशी समजून घेण्याचे कारणही उरले नव्हते. पण तिला बाबूरावांचा लळा लागला होता. उरलेले आयुष्यही समजावून घ्यायची तिला इच्छा झाली होती. पण आता कुतूहलाने तिला काहीच विचारता येण्यासारखे नव्हते. आणखी काही दिवसांत बाबूरावांचा अणि तिचा संबंध संपणार होता. पण, का कुणास ठाऊक, बाबूरावांबद्दल तिला एक अनामिक ओढ लागली होती. जवळपास निकामी झालेला माणूस आज माणसात येणार, कर्तबगारीची नवी क्षेत्रे पादाक्रांत करणार! पण हे सारे तो कशासाठी आणि कुणासाठी करणार?

तोलानीच्या घरी त्यांच्या खास हस्तकांची बैठक चालू होती. अर्थात तशा अर्थाने हे तोलानीचे घरही नव्हते. कारण तोलानीने आपल्या नावावर कोणतीच मालमत्ता केली नव्हती. तोलानीचे ऑफिस जरी 'तोलानी मॅन्शन' या इमारतीत असले, तरी ते नावापुरतेच ऑफिस होते. तोलानीच्या अनेक उद्योगधंद्याचे रजिस्टर्ड ऑफिस म्हणून त्याचा वापर केला जाई, एवढंच. फक्त पंधरा-वीस लोक तेथे काम करीत. बाकीचा सारा कारभार तो आता ज्या इमारतीत रहात होता त्या, 'रहेम अपार्टमेन्टस्' या इमारतीतून चालायचा.

तोलानीच्या निवडक अशा साहाय्यकांनासुद्धा त्याचे सर्व उद्योगधंदे माहीत नव्हते. मुंबई, गुजराथ आणि महाराष्ट्र या राज्यांत असणाऱ्या उद्योगधंद्यांचे केंद्र मुंबई हेच होते. अनेक कंपन्यांवर वेगवेगळ्या प्रकाराने त्याची हुकूमत चालत असे. कित्येक कंपन्यांचा तो फायनान्सर होता. कित्येक कंपन्यांचा तो डिस्ट्रिब्यूटर होता. पण प्रत्यक्ष कंपनी चालविण्याची जबाबदारी सहसा तो हाती घेत नसे. फक्त प्रथमच आर. आर. इंडस्ट्री ही तशा अर्थाने अगदी छोटी असणारी इंडस्ट्री ताब्यात यावी असे त्याला वाटले आणि त्याचेही कारण केवळ ललिता हीच होती.

ललिताला बापाचे अनेक धंदे माहीत होते. म्हणून तिला स्थिर स्वरूपाचा कायदेशीर असा एक तरी धंदा सर्वथा आपल्या हाती हवा होता. तिचे प्रकाशशी लग्न झाले, त्याला तोलानीचा मनातून विरोध होता. कारण मराठी माणसे त्याला मुळीच आवडत नसत. तो म्हणे, ''त्यांच्यात अजिबात धाडस नाही. ही माणसे फार अल्पसंतुष्ट आहेत. पैसा ही किती अदभुत शक्ती आहे, हे कधी त्यांच्या डोक्यातच शिरत नाही. नीती-अनीती, पाप-पुण्य असल्या भाबड्या कल्पनांपायी

ही माणसे बुद्धी असूनसुद्धा फुकट गेलेली आहेत. नोकरी करायला त्यांच्यासारखी माणसे चांगली.''

त्याच्या अनेक यंत्रणांत अकौन्टंट, वर्क्स मॅनेजर, चीफ इंजिनियर अशा कामासाठी मराठी माणसांची त्याने भरती केली होती. त्याचा एक सल्लागारसुद्धा सुप्रसिद्ध कायदेपंडित चंद्रशेखर बावडेकर हा होता. पण मुळात तोलानीचे कायद्याचं ज्ञान इतकं खोल होतं, की फारच अपवादात्मक प्रसंग सोडून त्याला वकिली सल्ल्यांची फारशी गरज लागत नसे. कोणत्याही विश्वासू सहकाऱ्याला तो इतक्या सफाईने बेकायदेशीर कृत्यात सामील करून घेई, की मग पुढे तोलानी हाच आपला रक्षक आहे असे त्याला वाटू लागे. सुप्रीम कोर्टातील एका कामाच्या प्रकरणात तोलानी बावडेकरांना दिल्लीला घेऊन गेला. बावडेकरांना गुन्हेगारी जग माहीत नव्हते असे नाही. पण त्यांचे ज्ञान तसे अगदी तोकडे होते. दिल्लीच्या मुक्कामात वेगवेगळ्या रंगांच्या, आकारांच्या आणि प्रांतांच्या देखण्या स्त्रिया तोलानीने बावडेकरांना नजर केल्या. त्यातल्या एका नेपाळी मुलीवर बावडेकर जास्त खूश आहेत, असे पाहून तोलानीने तिला मुंबईत फ्लॅट घेऊन दिला आणि बावडेकरांना कायमचे आपल्या जाळ्यात अडकवून टाकले. वकील, जजेस, मंत्री, खासदार अशा अनेकांना अनेक स्वरूपाच्या भेटी तो देत असे. पोलीस खाते तर त्याच्या सर्वथा मुठीत होते. मुंबईतले स्मगलर्स, काळाबाजार करणारे दादा, अट्टल गुन्हेगार या सगळ्यांवर दुरून तो सूत्रचालन करीत असे. त्याच्या हसऱ्या आणि सुसंस्कृत मुखवट्याच्या आड एक हिंस्र पशू दडलेला होता.

तोलानींच्या मुली ललिता आणि गौरी या बापाला ओळखून होत्या, पण एकतर बापाइतकी बुद्धिमत्ता त्यांच्याजवळ नव्हती आणि स्त्रियांच्या बदमाशीला आपोआपच मर्यादा पडतात. गौरी कलकत्त्यात स्थायिक झाली होती. तिचे लग्न मात्र एका सिंधी उद्योगपतीशी झाले होते आणि तिचा नवरा केवल वडवानी हा सासऱ्याच्या मर्जीला उतरलेला आणि त्याच्या कार्यपद्धतीने काम करणारा त्याचा खराखुरा हस्तक आणि वारसदार होता. बंगाल, ओरिसा, बिहार इथले सर्व आर्थिक व्यवहार तोच सांभाळीत असे. एवढेच नव्हे, तर एकूण साऱ्या भारतातल्या आणि भारताबाहेरच्या व्यवहारांवरही त्याचीच देखरेख असे.

गौरी अर्थातच नवऱ्याच्या साऱ्या महत्त्वाकांक्षात तयार होत होत बापाला शोभेल अशी वागू लागली होती. त्यामानाने ललिताच तिच्या मुंबईतल्या राहाण्यामुळे असेल, शाळेत आणि कॉलेजमधील मध्यमवर्गीय वातावरणामुळे असेल, पण तोलानी या नावाला शोभेल असा स्वभाव घडवू शकली नाही. थोरल्या बहिणीचा

आणि तिच्या भाग्याचा तिला मत्सर वाटे. म्हणून ती बापाजवळ राही आणि घरातल्या अनेक गोष्टींत लक्ष घाली व बापाला घरेलू वातावरण देई. प्रकाश तिच्या मनात भरला याचं कारण एक तर तो दिसायला अतिशय देखणा होताच आणि त्याच्यात पुरुषत्वाचे गुण प्रकर्षाने होते. त्याच्या पुरुषत्वाची चव चाखल्यानंतरच तिने त्याच्याशी लग्न करण्याचा निर्णय घेतला. एकतर स्वत:च्या शारीरिक गरजा पूर्णपणे भागविणारा नवरा तिला हवा होता आणि त्याहूनही स्वत:ची छाप ज्याच्यावर कायमची पडेल, असा सहचर तिला हवा होता. प्रकाश आपल्या बापाचा एकुलता एक मुलगा म्हणून तसा पैसेवाला होता. आपल्या विषयात तो तज्ज्ञ होता आणि मुख्य म्हणजे परदेशात पुष्कळ काळ राहून आल्यामुळे विचारसरणीत पुष्कळ उदार होता. आपल्या बापाला-तोलानीला प्रकाश फारसा आवडलेला नाही, हे तिला माहीत होते. प्रथमच बापाला तिने आपण प्रकाशची निवड का केली हे मोकळेपणाने सांगितले आणि बापाचा विरोध हळूहळू मोडून टाकला. आपल्या मुलीची मर्यादा तोलानीला कळली म्हणून त्यानेही विरोध करायचा सोडून दिला. शिवाय लग्न हीसुद्धा सोय असते, आपल्या मुलीची ती आजची गरज आहे, हे एवढेच त्याला माहीत होते. तिचा चंचल स्वभाव, तिचे आत्तापर्यंत जमलेले प्रेमसंबंध हे त्याच्या कानांवर आले नव्हते, असे मुळीच नव्हते. एक थोड्या काळची करमणूक यापेक्षा त्याने या लग्नाला फारसे महत्त्व दिले नव्हते.

पण एका गोष्टीचा मात्र त्याने जरूर विचार केला होता की आपण कितीही श्रीमंत झालो किंवा आपल्या वेगवेगळ्या शक्तींच्या साहाय्याने आपण जरी कितीही हुकूमत निर्माण केली तरी आपले घराणे काही खानदानी नाही. त्याचा जन्मच मुळी एका ठेवलेल्या बाईपासून झालेला होता. खुद्द सिंधी समाजातसुद्धा खानदानीचा प्रश्न येई, तेव्हा तोलानीचा कुणी विचारसुद्धा करीत नसे. अनेक अनैतिक व्यवहार सिंधी समाजातले लोक करीत, नाही असे नाही. कारण बोलून-चालून वतनातून हाकलून दिलेल्या आणि परागंदा झालेल्या एका उद्ध्वस्त समाजाला विखुरलेल्या अवस्थेत या देशात उभे राहायचे होते. जगणे हा त्यांच्यापुढचा पहिला प्रश्न होता. सरकारी भिकेवर जगणारी ती जात नव्हती. मिळेल ते काम, धंदा, उद्योग मिळेल त्या मार्गाने करण्यावाचून त्यांच्यापुढे पर्यायही नव्हता. देशाच्या स्वातंत्र्यासाठी एका सुसंघटित समाजाला आपण उद्ध्वस्त केले याबद्दल भारतीय समाजात कुठेही अपराधीपणाची जाणीवही नव्हती. दहा-पाच वर्षांत या समाजाने व्यापार- उदीम करून नाव काढले. नीती-अनीतीची फारशी पर्वा केली

नाही. आपार कष्ट करून अनेक उद्योगधंद्यांत प्रस्थापित लोकांपेक्षाही अधिक यश प्राप्त केले. भाजीबाजार, फळबाजार हा मुंबईत मुख्यत्वे माळी समाजाच्या हातांत होता. पण तिथेसुद्धा या समाजाने मोठ्या प्रमाणावर स्थान मिळविले. मग मोटार, कापड, रसायने, औषध, फिल्म वगैरे धंद्यांत ते आघाडीवर गेले यात नवल नाही. स्मगलिंग, ब्लॅक मार्केटिंग, एवढेच नव्हे, तर ऑर्गनाइझ्ड क्राइम या व्यवसायातसुद्धा त्यांनी प्रत्यक्ष वा अप्रत्यक्ष प्रवेश करून घेतला. सिंगापूर, हाँगकाँग, इंग्लंड, न्यूयॉर्क येथे मोठ्या प्रमाणावर सिंधी गेलेलेच होते. वास्तविक पाकिस्तान निर्मितीतून उद्ध्वस्त झालेली ही जात - त्यांचा मुसलमानांवर रोष असायला पाहिजे, पण तसं त्यांनी मुळीच केले नाही. उलट हिंदूंनी आपल्या स्वास्थ्यासाठी आपल्याला विकून टाकले, ही गोष्ट त्यांना कधीही विसरता आली नाही. तोलानी जेव्हा निर्वासित म्हणून मुंबईला बॅलॉर्ड पिअरवर उतरला तेव्हा त्याच्याजवळ पन्नास रुपयेसुद्धा नव्हते. रखेलीचा मुलगा असला तरी तोलानी श्रीमंतीत वाढलेला होता. त्याने बापाच्या पेढीचा जगभर चाललेला व्यापार पाहिलेला होता. त्याच्या मनात सूड तर जागा होताच, पण त्या सुडापेक्षाही बापापेक्षा अधिक संपत्ती मिळवीन, ही महत्त्वाकांक्षा जागी होती.

ललिताने एका मराठी माणसाशी लग्न केले, तरी निदान तो उच्चभ्रू ब्राह्मण कुळातला आहे, एवढ्या गोष्टीचा त्याला आनंद झाला. सगळे काही मिळविले, तरी खानदान काही माणसाला विकत घेता येत नाही. आपल्या या मुलीने का होईना, एका सुसंस्कृत ब्राह्मणाच्या घरात प्रवेश केला, एवढीच गोष्ट काय ती त्याला आवडली. आपला जावई प्रकाश हा बुद्धिमान आहे, नाही असे नाही, पण त्याची बुद्धी एकमार्गी आहे, त्याच्यात व्यापारी प्रवृत्ती नाही. आपले जे कायदेशीर धंदे आहेत, ते कायदेशीरपणे सांभाळण्यात त्याचा उपयोग होईल. त्याच्यासाठी तरी काही उद्योगधंदे आता कायदेशीर पद्धतीने ताब्यात घ्यायला हवेत.

आर. आर. इंडस्ट्रीज पूर्णपणे कब्जात घेण्यासाठी म्हणूनच त्याचा आग्रह होता.

वास्तविक आज ना उद्या आर. आर. इंडस्ट्रीज, प्रकाशच्या बापाच्या मृत्यूनंतर, प्रकाशच्या नावाने होणार होती. पण त्यासाठी थांबायचे ठरलं, तर त्याला कितीतरी वर्षे लागणार होती. स्कूटरेटनंतर ऑटोरिक्षा, छोटी मोटार आणि हेवी व्हेईकल्स यांचेही परवाने तो प्रकाशला मिळवून देणार होता, पण प्रकाशचा बाप ज्या पद्धतीने धंदा करतो, त्या पद्धतीत तोलानीच्या अपेक्षेप्रमाणे नफा होणे शक्यच नव्हते. त्यामुळे लवकरात लवकर आर. आर. इंडस्ट्रीज

प्रकाशच्या ताब्यात येणे आवश्यक होते. प्रकाशचा बाप बाबूराव हा अर्धांगवायूच्या झटक्याने आजारी होऊन पडलाय, ही गोष्ट त्यातल्या त्यात बरी झाली, पण त्या आजारातून तो बरा होता कामा नये, एवढी खबरदारी घेणे भाग होते. म्हणूनच तोलानीने खटपट करून गिंड्यांच्या हॉस्पिटलमधून त्याला हलवायचे ठरवले होते. तो आता प्रकाशचीच वाट पाहत होता. प्रकाश येताक्षणीच त्याने विचारले,

"हाऊ आर थिंग्ज?"

"सिव्हिल सर्जनला घेऊन मी हॉस्पिटलमध्ये गेलो. माझे वडील अजिबात सुधारलेले नाहीत, अशी माझी जाणीवपूर्वक समजूत करून देण्यात आली होती. तिथं जेव्हा मी गेलो, तेव्हा माझे वडील अंथरुणावरून उठले आणि चालत डॉ. फारूखांच्या जवळ आले. याचा अर्थ ते पूर्णपणे सुधारलेले आहेत एवढाच होतो. माझ्यापासून मात्र ही गोष्ट मुद्दाम लपविली गेली. तेव्हा आता त्यांना तेथून हलवण्याचा प्रश्नच उत्पन्न होत नाही."

"आय सी."

"तेव्हा उद्याच्या सभेत आपलं कोणतंही प्रपोजल मान्य होणं शक्य नाही. कारण ते उद्या प्रत्यक्ष हजरच राहू शकतील आणि ते आपण ठरवलेली कोणतीही गोष्ट मान्य होऊ देणार नाहीत."

क्षणभर तोलानी विचारात पडले आणि म्हणाले,

"डोन्ट वरी, माय बॉय. तू काही काळजी करू नकोस. तू ते सगळं माझ्यावर सोपावून दे. ठरल्याप्रमाणे सगळ्या गोष्टी पार पडतील. यू कॅन गो! ललिता तुझी वाट पाहतेय."

नाइलाजाने प्रकाशला त्या मीटिंगमधून काढता पाय घ्यावा लागला. पण त्याला हे मात्र कळले, की प्रत्यक्ष आपला बाप हजर राहत असताना सोल सेलिंग एजन्सीची आपली योजना मंजूर होणेच शक्य नाही. एवढेच नव्हे, मॅनेजिंग डायरेक्टर म्हणून तोलानीची नेमणूक करणे हे तर त्याला मुळीच शक्य नव्हते. आपण बरे झालेलो आहोत, हे बापाने आपल्यापासून जाणीवपूर्वक लपवून ठेवलेले आहे. त्यांनी तसे का करावे? त्यांना तोलानी आवडत नाही म्हणून ललिताही आवडत नाही. म्हणून त्यांचा आपल्यावरही राग आहे. क्षणभर त्याच्या मनात काही गोष्टी चमकून गेल्या. आपल्या बापाचा तोलानीबद्दल राग वाजवी असेल का? तोलानीच्या साहाय्याने आपण धंद्याचे एक्स्पान्शन करू पाहत आहोत, ते बापाला का आवडत नाही? का ते एक्स्पान्शन आजपर्यंतच्या बापाच्या बिझनेस एथिक्सशी विसंगत आहे? एकीकडे त्याला मनातून बापाचा खूप धाक वाटत

असे आणि थोडा आदरही. बाप पहाडासारखा निश्चयी, कठोर आणि वागण्यात पक्का असतो. आपल्याशी वागताना आजपर्यंत तरी त्यांनी खूप मवाळ धोरण स्वीकारले. आपल्या वागण्यामुळे कामगारांनी संप केला, पण बाप गंभीरपणे आजारी आहे असे कळल्यावर, काही काळासाठी का होईना, तो बिनशर्त मागे घेण्यात आला. मालक असणाऱ्या, अधिकार गाजविणाऱ्या आणि अमाप पैसा कमविलेल्या आपल्या बापाबद्दल कामगारांना आदर का वाटतो, याचे कोडे काही प्रकाशला उलगडत नव्हते. त्याने देशातले आणि परदेशांतले पुष्कळ कारखाने पाहिले होते; पण आपल्या कारखान्यातली स्वच्छता, शिस्त आणि उत्पादनाचा वेग त्याला काही थोड्याच कारखान्यांत आढळला होता.

ललितेच्या आणि आपल्या लग्नापासून आपल्यात आणि बापात अंतराय वाढला आहे, हे त्याच्या लक्षात आले. पूर्वीइतक्या आपल्या गाठीभेटी होत नाहीत. मधल्या पाच-सहा वेळच्या मतभेदाच्या प्रसंगात तर बापाने आपल्या अधिकाराची स्वच्छ जाणीव करून दिली. हे असे का व्हावे? वास्तविक आजचे आधुनिक तंत्रज्ञान बापापेक्षा मला जास्ती माहिती आहे. बिझनेस मॅनेजमेंटचे तंत्र मी शिकून आलो आहे. तरीही ते माझ्या प्रत्येक निर्णयात सारखी ढवळाढवळ का करतात? अधिकार गाजविण्याची हौस म्हणून, का बदलायची त्यांची इच्छा नाही म्हणून? तोलानीबद्दल कटुता त्यांच्या मनात का आहे? त्यांच्या मदतीमुळेच या कारखान्याला लायसेन्स मिळाले - निदान लवकर मिळाले. त्यांच्यासारख्या उद्योगपतीचा फायदा आपण करून घेतला, तर काय चूक झाली? शंभर लोकांकडे जाऊन, भीक मागून भांडवल गोळा करण्यापेक्षा एकटे तोलानी आपल्याला सर्व काही द्यायला तयार आहेत. मग तोलानीला बापाचा विरोध का?

प्रकाशच्या मनाला हा प्रश्न काही भावेचना. बापाने स्वतःच्या कर्तृत्वावर हे सारे उभे केले आहे ही गोष्ट खरी, पण ते दिवस आता जुने झाले. आज धंदा करण्याची, वाढण्याची सारी टेकनिक्स बदललेली आहेत. त्याच्या मनात नाना तऱ्हेचे गोंधळ असतानाच तो ललितेच्या खोलीत गेला. ललितेला पाहताच त्याच्या मनातले सगळे गोंधळ संपले. कारण ललिता ही त्याच्या पुरुषत्वाला मिळणारे सततचे धगधगते आमंत्रण होते! तिला संपूर्णपणे संतुष्ट करणे हा एक प्रकाशच्या दृष्टीने कठीण असा एक्झरसाइझ होता! आणि आपल्या हातून ती तृप्त झाल्यानंतर तिच्याकडून मिळणारा प्रतिसाद आणि लाडिकपणा त्याला भोगायला आवडत असे. यासाठी तो प्रयत्नांची पराकाष्ठा करी!

आज आर. आर. इंडस्ट्रीजच्या कारखान्याच्या दृष्टीने एक ऐतिहासिक प्रसंग घडला. पनवेल येथे पुणे-मुंबई महामार्गापासून एक मैल आत ती प्रंचड कारखान्याची वास्तू उभी राहिली. तरीही अजून कारखान्याची संपूर्ण उभारणी व्हायची होती. स्कूटर, स्कूटरेट्स, मोटारसायकल्स यांचे जे प्लान्ट आर. आर. इंडस्ट्रीजने डोळ्यांसमोर ठेवले होते, त्याचा काहीसा भाग त्या कारखान्याच्या रूपाने प्रत्यक्षात आला होता. याचप्रमाणे आज ना उद्या आणखी तीन कारखान्यांची उभारणी होणार होती, अशा कल्पनेने वेगवेगळ्या अंतरावर आर. आर. इंडस्ट्रीजने असेच प्रचंड भूखंड अगदी स्वस्त किमतींत घेऊन ठेवले होते. त्यातल्या एका भूखंडावर स्कूटर प्लांटमधील कामगारांची एक मोठी तात्पुरती वसाहत निर्माण करण्यात आली. ही सारी वसाहत पत्र्याच्या शेडच्या स्वरूपातच होती. पण सर्व प्रकारच्या सोयी तेथे उपलब्ध होत्या आणि त्याहीपेक्षा विशेष म्हणजे तिची आखणी एका परदेशी आर्किटेक्टकडून करून घेण्यात आली होती. आज सर्व वसाहतीत आनंदाचे वातावरण पसरलेले होते. कारण त्यांचा विश्वास ज्यांच्यावर होता, तो त्यांचा कामगार-मालक बाबूराव, थोड्या वेळासाठी का होईना, पण कामगारांच्या समूहासमोर प्रत्यक्ष येणार होता. जे काही संपाचे वातावरण दोन-तीन महिन्यांपूर्वी निर्माण झाले होते, ते अगदी पूर्णपणे निवळलेले नसले, तरी त्याबाबत काही ना काहीतरी घोषणा आज मालक केल्याशिवाय राहणार नाहीत, याबाबत कामगारांना खात्री होती. आज कारखान्याला तशी औपचारिक सुट्टी होती. कारण उत्पादनाचे लक्ष्य काल मध्यरात्रीच पूर्ण करण्यात आले होते आणि स्कूटर पाठविण्याच्या खास कॅरिअर्समधून स्कूटर्स भरूनही झाल्या होत्या. फक्त शेवटची एक हजारावी स्कूटर मुख्यमंत्र्यांच्या हस्ते समारंभाच्या वेळी देण्यात यावयाची होती. बॉम्बे ऑटोमोबॉईल्स, कर्नाटक ऑटोमोबाईल्स, गुजरात व्हेईकल कॉर्पोरेशन या संस्थांचे प्रतिनिधी समारंभाला प्रत्यक्ष हजर राहाणार होते आणि त्यांना व्यक्तिगतही एकेक स्कूटर भेट देण्यात येणार होती.

कारखान्यात होणाऱ्या समारंभाची सर्व तयारी पूर्ण झाली होती. नेहमीच कारखान्यात स्वच्छतेचे वातावरण असे. कारण त्याबाबत बाबूरावांचा आग्रह असे. पण कामगारांनाही तशी शिस्त आरंभापासून लागलेली होती. कामगारांनी कुठे उभे राहायचे, त्यांनी मुख्यमंत्र्यांचे स्वागत कसे करायचे, मुख्यमंत्र्यांचे आगमन झाल्यानंतर त्यांना कारखान्याच्या कार्यालयात कोणत्या क्रमाने आणायचे, चहापानाच्या वेळेस कोणी कोणी हजर राहायचे व प्रत्यक्ष समारंभ नेमका कोणत्या क्रमाने चालवायचा, याबाबत तपशीलवार चर्चा होऊन प्रत्येक लहानमोठ्या

कार्यक्रमांवर स्वतंत्र माणसांची नियुक्ती केली होती. समारंभ भर दुपारी असल्यामुळे प्रकाशाचा झगमगाट अर्थात करण्यात आलेला नव्हता, पण त्याची जागा फुलांच्या सजावटीने भरून काढण्यात आलेली होती, आणि ही सारी फुले कारखान्याच्या आवारातील किंवा कामगारांच्या वसाहतीतील कामगारांच्या बागेतीलच होती. लोखंडाशी संबधित असणाऱ्या वस्तूंचे उत्पादन या कारखान्यात होत नसून फुलांचे, अत्तरांचे उत्पादन येथे होत असावे, असे वाटावे, अशा तऱ्हेने कारखान्याचे आवार वृक्षांनी हिरवेगार झालेले होते आणि ह्या वृक्षांची आणि बागांची रचना जेव्हा प्रथम ही जागा ताब्यात घेतली, तेव्हाच बाबूरावांनी प्रयत्नाने केली होती आणि त्यामुळे त्याचे दृश्य विलोभनीय झाले होते.

आज नेहमीप्रमाणे पहाटे बाबूराव जागे झाले तेच मोठ्या प्रसन्नतेने. त्यांच्या आयुष्यातले एक स्वप्न साकार झाले होते आणि त्यांचा जीवघेणा आजारही आता जवळपास संपुष्टात आलेला होता. ते जेव्हा जागे झाले, तेव्हा त्यांना खोलीत जिनी दिसली नाही. वास्तविक ती त्या खोलीतल्या दिवाणावर झोपत असे. "गेली तरी कुठे ही?" असा त्रासिक उद्‌गार ते काढणार इतक्यात दरवाजा उघडून जिनी आत आली. तिला पाहून ते चकितच झाले एरवी ती नेहमी पांढऱ्या शुभ्र साडीत वावरत असल्यामुळे तिचे नर्सपण सारखे लक्षात येत असे. पण आज पांढरा स्कर्ट किंवा साडीएवजी तिने गडद पोपटी रंगाची साडी पेहरली होती आणि नेहमीसारखी केसांची रचना न करता गंगावन घालून केसांचा झुपकेदार अंबाडा घातला होता. सुस्नात होऊन आल्यामुळे तिची तेजस्वी कांती अधिकच उजळलेली होती.

बाबूराव तिच्याकडे आश्चर्याने पाहतच राहिले.

"एवढं रोखून काय पाहता?"

"काल माझ्या दिमतीला जिनी नावाची एक नर्स होती. तिच्याऐवजी ही भलतीच मुलगी कोण आली, म्हणून आश्चर्यचकित होऊन तिच्याकडे पाहत राहिलो!"

जिनी हसली आणि म्हणाली,

"मी तीच आहे. पण आज तुमच्याबरोबर मला यावे लागणार. तुमच्याबरोबर नेहमीच्या युनिफॉर्ममध्ये मी आले, तर लोक म्हणणार, बाबूराव अजून बरे झालेले नाहीत. त्यांना आपल्याबरोबर नर्स बाळगावीची लागते."

"तरी पण लोक म्हणतीलच की, बाबूरावला काही मुलगी नाही आणि मुली दत्तक घ्यायची आपल्याकडे काही पद्धत नाही. ही मुलगी काही बाबूरावांची

सून नाही. मग आणली कुठून ही मुलगी बाबूरावांनी?''

"हात् तिच्या; तुम्ही खुशाल सांगा, माझ्या मित्राची मुलगी आहे. वाटलं तर सांगा, डॉ. गिंड्यांची मेव्हणी आहे- मुलगी आहे. काय हवे ते सांगा.''

"लोक बरे विश्वास ठेवतील?''

"खरं सांगू, तुम्हांला काही विचारणारच नाहीत. कारण तुम्ही आजारातून बरे झालात आणि प्रत्यक्ष हिंडता-वावरताना दिसायला लागलात, की लोक तुमच्याकडेच पाहत राहातील.''

"खुळी आहेस तू. पुरुष कितीही कर्तृत्ववान झाला तरी लोक त्याच्याकडे बघत नाहीत. लोक त्याच्याबरोबर येणाऱ्या स्त्रीकडे आधी पाहातात आणि तीही जर विशेष देखणी असेल, तर मग काही प्रश्नच नाही.''

"मी काही देखणी नाही, तेव्हा मला काही ती भीती नाही.''

बाबूराव हसायला लागले.

"मूर्ख आहेस!'' ते म्हणाले

"पुरुषाच्या डोळ्यांनी स्त्रीकडे बघायचं आणि मग ठरवायचं- एखादी स्त्री सुंदर आहे का? माझ्या आयुष्यात पहिली आलेली स्त्री-राही-अगदी तुझ्यासारखी होती. तुझ्या आणि तिच्यात खूपच साम्य आहे. तिच्या डोळ्यांतला एक रानटी मोकळेपणा सोडला तर जणू काही राहीच माझ्यासमोर आत्ता उभी आहे! ती बिचारी शिकली सवरलेली नव्हती. कुठल्यातरी आदिवासी जमातीतील ती होती; पण एकंदर माणुसकीचा, प्रेमाचा आणि पुरुषाचा तिला जो समज होता, त्याचे वर्णन काय सांगू? आज ती असायला हवी होती! कारण तिच्या नावाने बाजारात येणारी स्कूटर आज तिने स्वत: डोळ्यांनी पाहिली असती. 'राही' हे स्कूटरचे नाव मी मुद्दाम तिच्यासाठी ठेवले. कापराप्रमाणे ती, लल्लू, रैना ही सर्व माणसे एक दिवस माझ्या आयुष्यातून निघून गेली. का? परमेश्वर जाणे! माझ्याकडून काही चुकलं, नेमकं काय झालं, ते कळायला मार्ग नाही! आम्ही नुसते तर्क लावीत बसतो. खैर! जाऊ दे. खूप वर्षं झाली त्या गोष्टीला. आज तिच्या नावाची 'राही' स्कूटर बाजारात येईल, आणि माझं एक हरवलेलं रांगडं स्वप्न रस्त्यांवर धावू लागेल. त्यातल्या त्यात एक गोष्ट बरी आहे, की तू हे सारं पाहायला माझ्याबरोबर येणार आहेस. तुला पाहिल्यापासून मला नेहमी वाटायचं की तू ओळखीची आहेस, तुझा आवाज ओळखीचा आहे. पण मग लक्षात यायचं की हा आपला कल्पनाविलास आहे! तू तिकडे कुठंतरी दक्षिणेत जन्मलीस. धर्मानं तू ख्रिश्चन. तेव्हा तुझा राहीशी काय संबंध असणं शक्य आहे? पण तुझ्या

रूपानं आज जणू काही राहीचेच डोळे सारा समारंभ पाहतील! प्रकाशकडे पाहिलं, की जसं त्याच्या आईची-राधेची-आठवण होते-हुबेहूब राधा! फक्त राधेचा दिखाऊ करारीपणा त्याच्याजवळ आहे. पण ओसंडून जाणारा अंत:करणातला जिव्हाळा मात्र नाही! म्हणूनच त्याच्या हातून वेडेवाकडे प्रमाद घडले. एकुलता एक मुलगा. त्याच्याशिवाय मी काय करणार? पण तोच माझ्या स्वप्नावर उठलेला आहे. एकदा वाटतं, स्वत:च्या हट्टासाठी, महत्त्वाकांक्षेसाठी बायकोची ही आठवण आपण लाथाडू नये. काय हवं ते करू द्यावं. पण लगेच राधेची आठवण होई. राधा असती, तर... तर ती माझ्याबरोबरच असती. मला घडवायला ती पुष्कळ अर्थांनी कारणीभूत झाली. आयुष्यातलं प्रत्येक महत्त्वाकांक्षेचं पाऊल टाकताना तिनं इतर बायकांसारखं मला मागे ओढलं नाही. उलट ती म्हणायची, की ''तुमची जिद्द संपली, की तुम्ही संपलात. माणसाला थांबून चालत नाही. नवीन क्षेत्रं पादाक्रांत करायची ती काय केवळ सत्तेच्या आणि पैशाच्या हव्यासामुळं नव्हे. चांगली स्वप्नं दुसऱ्यांची स्वप्नं तुडवून कधी अस्तित्वात येत नाहीत...'' ती चांगली शिकलेली होती आणि पुढंही शिकत राहायची. सतत काहीतरी ती असंच काव्यमय, गमतीशीर बोलायची. मीसुद्धा असं जे अधूनमधून बोलतो, ते तिचीच लकब म्हणून. पण आज प्रकाश हा एक प्रॉब्लेम होऊन बसला आहे. त्याला केव्हा शहाणपण येईल, देव जाणे. तो नाही, तर हे सारं कुणासाठी करायचं, कुणासाठी कमवायचं, हा खरा माझ्यापुढं प्रश्न आहे. मला कोणी दुसरा वारसच नाही. मी काही साऱ्या संपत्तीचं दान वगैरे करणार नाही. तसलं ढोंग माझ्यापाशी नाही. नार्व्यासारख्या गावंढळ गावात आमचं घराणं राहिलं. या घराण्याचा वंश चालावा, असं मला वाटतं. पण गजाननाची इच्छा दिसत नाही.''

''बाबूराव आज तुम्ही फार बोलायला लागलात. सबंध दिवस आज कामाचा ताण तुमच्यावर आहे. आज तरी तुम्ही अवाजवी श्रम करता कामा नये.''

''पण आजचा दिवस वेगळा आहे ना! त्याला काय करणार?''

''ते काहीही असो. पण तुमची एनर्जी तुम्हांला सांभाळूनच वापरली पाहिजे आणि तुम्ही प्रक्षुब्ध मुळीच होता कामा नये. तुम्हांला वाटतंय. तुम्ही पूर्ण बरे झालायत. पण ते तितकं खरं नाही. अजून तुम्हांला खूप काळजी घ्यावी लागेल.''

''तू आहेसच माझी काळजी घ्यायला.''

''छे, छे, बाबूराव! आता कशी मी तुमची काळजी घेणार? आता तुम्ही बरे होत आलात. आता काही तुम्हांला नर्सिंगची गरज नाही.''

''मला नर्स म्हणून तू नकोच आहेस. मुलगी म्हणून, सून म्हणून,

वैयक्तिक मदतनीस म्हणून-ज्या नात्याने तुला राहायचं असेल, त्या नात्यानं राहा. पण मी तुला आता सोडणार नाही!''

"असं कसं करता येईल, बाबूराव? अखेरी मी एक नर्स आहे. डॉ. गिंड्यांकडे मी कित्येक दिवस काम करते आहे. त्यांनी माझा प्रतिपाळ केला आहे. त्यांनीसुद्धा मुलीसारखंच वागवलं आहे. त्यांना सोडून मी तुमच्याकडे कशी येऊ बरं?''

"हे बघ, डॉक्टरला काय सांगायचं, ते मी सांगीन. तो माझ्या ऐकण्यातला आहे. तो मुळीच नाही म्हणणार नाही.

"पण मी त्यांना सोडू इच्छित नाही.''

"म्हणजे?''

"बाबूराव, तुम्ही नीट समजून घ्या. तुम्ही चांगले गृहस्थ आहात. तुमच्याकडे काम करायला कुणालाही आवडेल. पण डॉ. गिंड्यांचे उपकार मी कसे विसरू? त्यांची माझी ओळख नव्हती, पाळख नव्हती, असं असताना केवळ मिशनची चिठ्ठी घेऊन मी आले, तेवढ्यावर त्यांनी मला नर्सिंग स्कूलमध्ये प्रवेश मिळवून दिला. माझा खर्च बहुतांशी तेच करीत होते. मी साधा डिप्लोमा मिळविलेली नर्स. असं असताना त्यांनी आपल्या हॉस्पिटलमध्ये मला नोकरी दिली. बारीक-सारीक सगळ्या गोष्टी मला शिकविल्या. आता मी ऑपरेशन थिएटरमध्येसुद्धा असिस्टंट म्हणून काम करू शकते. माझ्यापेक्षा इतर क्वालिफाइड नर्सेस त्यांच्याकडे आहेत. पण माझ्याशी ते अगदी वेगळ्या तऱ्हेने वागतात. मुलीसारखं वागतात, असं म्हटलं, तरी चालेल. मला त्यांनी हॉस्पिटलमध्येच राहायला जागा दिली. मी कोण? कुणाची? माझे आई-बाप मला माहीत नाहीत. असं असताना एका अनाथ, निराश्रित मुलीवर त्यांनी दया करावी आणि मी मात्र जास्त पगार मिळतो, म्हणून कोणाकडेही नोकरीला जावं, हे शोभून दिसतं का? तुम्हीच सांगा-''

"याचा अर्थ मला हॉस्पिटल सोडून काही दुसरीकडे राहायला जाता येणार नाही.''

जिनी खो खो हसायला लागली आणि मग त्यात बाबूरावांनीही आपलं हसं मिसळलं.

बाबूरावच पुढे म्हणाले,

"तुझं पूर्वायुष्य विचारायचा मी अनेकदा प्रयत्न केलाय. पण तू कधी ताकास तूर लागू दिला नाहीस. आज आकस्मिकपणे निष्ठांचा प्रश्न उत्पन्न झाल्याबरोबर एकदम तुझं पूर्वायुष्य उघडं केलंस. तुला तुझ्या आई-वडिलांबद्दल

राग येतो ना?''

''राग येत असे, पण आता नाही. आई तर मला जन्म देतानाच मृत्यू पावली, तेव्हा तिच्यावर मला रागावताच येत नाही. पण ज्या कोणी माझ्या आईला असं एकाकी सोडलं असेल आणि मिशनच्या अनाथाश्रमात तिला आश्रय घ्यायला भाग पाडलं असेल, त्याची दानत काही चांगली नसावी, असं मला वाटतं. पुरुष जातीबद्दल माझ्या मनात एक प्रकारची अढी आहेच. आता ती कमी झाली आहे. कारण डॉ. गिंड्यांनीसुद्धा एक तरुण मुलगी आपल्या आश्रयाला आली आहे, म्हणून माझ्याकडे कधी पापदृष्टीनं पाहिले नाही, कुणाला पाहू दिलं नाही. उलट, पित्याचं प्रेम दिलं, तुम्हीसुद्धा माझ्याकडे मादी म्हणून पाहिलं नाहीत. तुमच्या डोळ्यांतसुद्धा मला पितृत्वाची झलक दिसली. तेव्हा सगळेच पुरुष बदमाश असतील, हे खरं नाही, असं मला वाटायला लागलं. अर्थात मला फारसा अनुभवच नाही, म्हणून सोडून द्या. पण माझा बाप कोण असेल, आई कोणत्या जाती-धर्माची असेल, याचा काहीच थांगपत्ता मला लागला नाही. याबद्दल मला खंत वाटते. मिशनमध्येच वाढ झाली, म्हणून मी ख्रिश्चन आहे. एरवी मी नेमकी कोणत्या धर्माची, हे कळायला मला काय मार्ग? सर्व अनौरस संततींचं पितृत्व येशू घेतो., म्हणून मला ख्रिस्ती म्हणवून घेण्यात अभिमान वाटतो. फादर पीटरनी मला सांगितलं, म्हणून मी दर रविवारी चर्चला जाते. पण धर्मशास्त्राचं मला काडीचंही ज्ञान नाही.''

बराच वेळ तिच्याबद्दल असंच घरेलू संभाषण चाललं होतं. त्या नादात खिडक्यांतून प्रकाश येऊ लागला, इकडेही त्यांचे दुर्लक्ष झाले. दरवाजावर थाप वाजली, तेव्हा जिनीने दरवाजा उघडला व डॉ. गिंडे प्रसन्न होऊन आत आले व म्हणाले,

''अजून तुमचं काहीच आटोपलं नाही बाबूराव? मी तर विचार केला होता, की गणेशाच्या कृपेनं तुम्ही बरे झालात. आज प्रथमच हॉस्पिटलबाहेर पडणार, तेव्हा तुम्हांला सिद्धिविनायकाला नेऊन आणू या. ॲम्ब्युलन्सची व्यवस्था केलेलीच आहे आणि आज सबंध दिवस ॲम्ब्युलन्स तुमच्या बरोबर राहील. व्हीलचेअर पण तुमच्याबरोबर आहे. फारसं चालायचं नाही. बोलायचं, तर फारसं नाहीच नाही. जिनी तुमच्या बरोबर असेलच. हवं असेल, तर मी तुमच्याबरोबर राहतो. पण लवकर तयार व्हायला पाहिजे.''

''खरं म्हणजे मी खूप लवकर उठलो होतो. पण जिनीशी बोलत बसलो. त्यात वेळ गेला. जिनीला मी म्हणालो, की डॉक्टर काय आता मला फार काळ

इथं ठेवून घेणार नाहीत आणि मला तर तिची गरज आहे. तर ती म्हणते कशी? डॉ. गिंड्यांना सोडून मी कुठंही येणार नाही. तेव्हा तुम्हीच मार्ग काढलात आणि तिला मोकळी केलीत, तर ती येऊ शकेल.''

''ते आपण नंतर पाहू. त्याची काय आत्ता घाई आहे काय? घरी तुमची सगळी नीट व्यवस्था लागेपर्यंत ती येईलही.''

''नाही, नाही, तेवढ्यानं भागणार नाही. आता मी तसा एकटा आहे. परावलंबी आहे. मुलगा माझ्याजवळ राहील असं दिसत नाही. सुनेचा तर प्रश्नच नाही. मला मुलीची खरी गरज आहे. मी तिला मुलीसारखं वागवीन. योग्य वेळेला तिचं लग्न करून देईन. वाटलं तर तिच्या नवऱ्याला घरजावई करून घेईन.''

डॉ. गिंडे हसायला लागले.

''बाबूराव, असे मातीचे कुल्ले टिकत नाहीत. रक्ताची माणसं असली, तरच ती टिकतात. ते सारं पुढं पाहू. आजचा सारा गडबडीचा दिवस पुढं आहे, त्याची लवकरात लवकर तयारी करा. आज तुमची सर्वसाधारण सभा आहे. अगदी औपचारिक आणि आवश्यक असतील ती कामं उरकून घ्या. तिथंच ॲन्टी चेम्बरमध्ये पडून राहा. आवश्यक असेल तर सभेत भाग घ्या. सॉलिसिटर अभ्यंकरांशी मी सारं काही बोललोय आणि तेही म्हणाले की मीटिंग फार वेळ चालणार नाही आणि कोणतेच वादग्रस्त प्रश्न सभेपुढे नाहीत. मी एक तासाभरात येतो, तोपर्यंत तुम्ही तयार व्हा.''

बाबूरावांचा सगळा कार्यक्रम अनेकदा घासूनपुसून स्वच्छ, रेखीव असा ठरविण्यात आला होता. दहा वाजता ते ॲम्ब्युलन्समधून सिद्धिविनायकाच्या मंदिरात जाणार होते. तेथे दर्शन घेऊन ते बाराच्या पूर्वी पनवेलच्या कारखान्यात पोहोचणार होते. कारखान्यात पोहोचण्यापूर्वीच कामगारांच्या वसाहतीत फक्त दहा मिनिटांचा कार्यक्रम आखण्यात आला होता. या वेळेस कामगारांच्या वतीने शुभेच्छा देणारे एक भाषण आणि त्यांचा सत्कार होणार होता. कामगारांना जी आश्वासने द्यायची होती ती काही ते तेथे देणार नव्हते. विशेष कामगारांचा सत्कार किंवा बोनसची घोषणा या गोष्टी मुख्य समारंभातच व्हायच्या होत्या. अर्थात ही कुणकुण कामगारांना लागलेली होती. कामगार पुढारी गोयल यांच्याशी सॉलिसिटर अभ्यंकरांनी वाटाघाटी केल्या होत्या आणि कामगारांनी जेवढा पगार मिळविला, त्याच्या साडेबारा टक्के खास बोनस आणि पाच टक्के उत्पादन बोनस प्रत्येक कामगाराला मिळणार होता. हा पाच टक्के उत्पादन बोनस मात्र

पाच वर्षांच्या मुदतीच्या ठेवीने मिळणार होता. शिवाय कामगारांच्या अन्य काही मागण्या होत्या. त्या प्रत्यक्ष बाबूराव काम पाहीपर्यंत स्थगित ठेवाव्यात, असे उभयतांच्या चर्चेत ठरले. दरवर्षी पन्नास कामगारांना निवासस्थाने बांधून देण्याचे व कारखान्याच्या जवळपास प्राथमिक शाळा आणि हॉस्पिटलची सोय उपलब्ध करून देण्याचे चर्चेत ठरले. कारखाना आर्थिक अरिष्टात सापडला होता. नाही असे नाही, पण ते तात्पुरते संकट होते. अजून काही ठिकाणच्या डिस्ट्रिब्यूटर्सची नेमणूक व्हायची होती आणि फायनान्स कार्पोरेशनने मंजूर केलेले तीन कोटी रुपयांचे कर्जही उत्पादनाचा वेग कायम राखला तर मिळणार होते.

कामगारांच्या वसाहतीतील छोट्याशा स्वागत समारंभानंतर बाबूरावांची इच्छा असूनसुद्धा त्यांना फेरफटका मारायला डॉक्टरांनी बंदी घातली. उलट, त्यांनी फॅक्टरीच्या गेस्ट हाउसमध्ये जेवणानंतर किमान तासभर विश्रांती घेतली पाहिजे, असा डॉक्टरांचा आग्रह होता. दोन ते अडीच डायरेक्टर बोर्डाची सभा, अडीच ते साडेतीन सर्वसाधारण सभा आणि चार वाजता मुख्य समारंभ. यातले बहुतेक सर्व कार्यक्रम व्हीलचेअरवर बसून बाबूरावांनी उरकले पाहिजेत, अशी डॉक्टरांची आज्ञा होती. यात जर बाबूराव दमले नाहीत, अशी डॉक्टरांची खात्री पटली आणि जर व्हीलचेअरवर बसून कारखान्याच्या असेंब्ली प्लांटमध्ये फिरण्याची बाबूरावांची इच्छा असेल, तर आपण नंतर त्याचा विचार करू, असे डॉक्टरांनी सांगितले होते. डॉक्टर आणि जिनी दोघेही बाबूरावांबरोबर राहणार होते. सर्व कार्यक्रमाच्या बाकीच्या व्यवस्थापनाची जबाबदारी अर्थातच सॉलिसिटर अभ्यंकर, मॅनेजर नायडू आणि अन्य महत्त्वाच्या खात्याचे अधिकारी हे ठरल्याबरहुकूम पार पाडणार होते. सिक्युरिटी ऑफिसर मेजर खोत यांच्याकडे बाबूरावांपासून गर्दी दूर ठेवण्याचे आणि समारंभ सुनियंत्रित चालण्याची व्यवस्था सोपवण्यात आली होती. पनवेलचे पोलीस इन्स्पेक्टर साळवी, मुख्यमंत्री समारंभाला हजर राहणार असल्यामुळे आपली सिक्युरिटी घेऊन दोन वाजल्यापासून कारखान्याच्या परिसरात ठाण मांडून बसणार होते. प्रश्न इतकाच होता, की ह्या घाईगर्दीच्या कार्यक्रमाचे श्रम, आणि कितीही टाळण्याचा प्रयत्न केला, तरी सबंध दिवसभर, सांभाळावी लागणारी कर्तेपणाची जबाबदारी बाबूरावांना झेपेल किंवा काय? याच जोडीला आणखीन दोन गोष्टींचा विचार बाबूरावांच्या मनात जागा होता. एक म्हणजे बाबूरावांच्या आयुष्यातील जिवाभावाचे सारे सगेसोयरे-राही, राधा, लल्लू, रैना-यापैकी कुणीच आज त्यांच्याजवळ असणार नाही. त्या सर्वांची आठवण कर्तृत्वाच्या ह्या ऐन मोक्याच्या प्रसंगी त्यांना येणार होती. बाह्यतः बाबूराव कठोर वाटत

असत, पण अंतर्यामी ते किती हळवे आहेत, ते डॉ. गिंड्यांना माहीत होते. बोलून भावना व्यक्त करणारी मनमोकळी माणसं परवडतात, पण मन मारून सारे दु:ख पचविण्याचा प्रयत्न करणारी माणसं ऐन प्रसंगात भावूक होण्याची शक्यता असते. आयुष्यात ज्यांनी स्वत:च्या परिश्रमाने प्रत्येक गोष्ट मिळविली, त्याला यशाच्या प्रत्येक पायरीवरील सहकाऱ्यांची आठवण होणे स्वाभाविक आहे. अशा आठवणींनी आजच्या प्रसंगात त्यांनी हळवे होता कामा नये, एवढीच डॉ. गिंड्यांची मनोमन इच्छा होती. कारण मग त्यांना आवरणे फार कठीण गेले असते. बाबूरावांनी आपल्या नव्या स्कूटरचे नाव 'राही' असे ठेवण्याचे ठरविले, तेव्हाची त्यांची मुद्रा गिंड्यांना आठवत होती. कारण राही म्हणजे प्रवासी, वाटसरू अशा अर्थाने थोडेच ते नाव ठेवले होते? उघड उघड त्यांच्या पहिल्यावहिल्या प्रेमस्पर्शाची ती आठवण होती. 'राही' या त्यांच्या स्कूटरची खूप जाहिरात झाली होती. आणखीन एक गमतीची गोष्ट अशी, की राहीची जी पहिली कलर्ड ट्रान्स्परन्सी जहिरातीत वापरली गेली, त्यामध्ये स्कूटर चालविणारी तरुणी राहीसारखी दिसत होती आणि तिच्या मागे लगटून बसणारा पुरुष हा चक्क तरुण वयातील बाबूरावांसारखा दिसत होता! राधेची त्यांना आदरयुक्त प्रीती वाटत असे, यात शंकाच नाही. तिच्या डोळ्यांना नाही म्हटलं तरी बाबूरावांसारखा मुर्वत न घालणारा माणूससुद्धा थोडा घाबरत असे. पण राहीची गोष्ट वेगळी होती. राहीने त्यांना पुरुष केले होते. त्यांच्या त्या मस्तवालपणाला सतत आव्हान दिले होते. बाबूरावांमधील शिस्त, व्यावहारिक कर्तृत्व किंवा बुद्धिचापल्य याला राधा जरूर कारणीभूत असेल, पण बाबूरावांच्या यशाचे खरे रहस्य होते, ते म्हणजे त्यांचा मस्तवालपणा आणि हा मस्तवालपणा आणि रांगडेपणा राहीने फुलवला होता. दुर्दम्य आत्मविश्वास, दुसऱ्याला जिंकून टाकण्याची वृत्ती आणि पुरुषी अहंकार हा सारा राहीमुळेच जागृत राहिला होता. खऱ्या अर्थाने बाबूरावांच्या आयुष्यात आलेल्या या दोनच स्त्रिया. म्हणजे आणखीही आल्या असतील पण बाबूरावांच्या आयुष्याचा आलेख या दोन स्त्रियांत सामावलेला होता. बाबूरावांच्या आयुष्याचे चमत्कारिक रसायन या दोन स्त्रियांनी घडवले आणि या घटनांचे बरेचसे साक्षीदार डॉ. गिंडे होते. राधाची स्मृती आज प्रकाशमुळे मागे उरली आहे. पण राहीची... डॉ. गिंड्यांनी एकदम डोळे मिटून घेतले. आलेले विचार सारे दडपून टाकले आणि ते बाबूरावांच्या बरोबर त्यांच्याच हॉस्पिटलच्या प्रशस्त ॲम्ब्युलन्समधून जिनीला घेऊन येऊन बसले.

सिद्धिविनायकाच्या देवळापाशी आल्यानंतर बाबूराव डॉक्टरांच्या आणि

जिनीच्या साहाय्याने खाली उतरले आणि हातात काठी घेऊन देवळाच्या दिशेने हळूहळू निघाले. मंदिरात फारशी गर्दी नव्हती आणि पुजाऱ्यालाही आधी सूचना दिलेली होती त्यामुळे तो लगोलगीने पुढे आला. त्याच्या बरोबर पादत्राणे काढून बाबूराव मंदिरात शिरू लागले. जिनी कुठे दिसेना, तेव्हा त्यांनी मागे वळून पाहिले, तो जिनी पार दरवाजात उभी असलेली दिसली. तेव्हा त्यांनी हाक मारली, तरी ती येईना. तेव्हा त्या दोघांना तिथेच थांबायला सांगून ते परत फिरले आणि जिनीजवळ येऊन म्हणाले-

"तू का आली नाहीस?"

खाली मान घालून जिनी म्हणाली,

"बाबूराव, तुम्हांला माहीत आहे ना, मी ख्रिश्चन आहे. मी कशी आत येऊ?"

बाबूराव हसले आणि म्हणाले-

"खुळीच आहेस. तुझा देवावर विश्वास आहे ना? तेवढा पुरे आहे. तुझ्या डोळ्यांसमोर कोणतीही का मूर्ती असेना, दयाघनासमोर माथा नमविण्यासाठी धर्माची अडचण येऊ नये. निदान आमचा हिंदू धर्म तरी इतका कृपण नाही. मला मुलीसारखी आहेस तू. इथं मी माथा लवतो, त्या गणेशाला तूही परकी वाटण्याचं कारण नाही. तू नास्तिकच असतीस किंवा हिंदू धर्माची द्वेष्टी असतीस, तर गोष्ट निराळी. चल, नाहीतरी आपण गाभाऱ्यात जाणारच नाही आहोत."

तिच्या खांद्यावर हात ठेवून बाबूरावांनी पाऊल पुढं टाकलं. त्याबरोबर तिलाही पायातल्या चपला काढून पुढं सरकावं लागलं. तिचा आधार घेत घेत ते गणेशाची मूर्ती दिसेल अशा तऱ्हेने प्रथम उभे राहिले आणि मग हळूहळू आधार घेत त्यांनी जमिनीवर माथा टेकला. ते कितीतरी वेळ अशा विनम्र अवस्थेत गणेशाशी एकरूप होऊन स्तब्ध उभे होते. त्यांनी मान वर केली आणि ते मांडी घालून बसले.

पुजाऱ्याने तीर्थ-अंगारा आणून दिला. तो त्यांनी घेतला. शेजारी उभ्या असलेल्या स्त्रीच्या हातावरही पुजाऱ्याने तीर्थ दिले आणि तिनेही ते घेतले. मग तिला काय वाटले कुणास ठाऊक, तीही जमिनीवर बसली आणि तिने जमिनीवर माथा टेकला. तिने माथा वर केला, तेव्हा बाबूराव आणि डॉक्टर दोघेही तिच्याकडे पाहत राहिले आणि मग एकदम तिच्या डोळ्यांत अश्रू आले.

"काय झालं?"

"काही नाही, काही नाही." तिने डोळे पुसायचा प्रयत्न केला पण ती

गोंधळल्यासारखी झाली होती. बाबूरावांनी खिशातला रुमाल काढून तिला दिला. ते हळूच तिच्या कानाजवळ जाऊन म्हणाले-

"मी तुला जबरदस्तीनं दर्शनाला आणलं, म्हणून वाईट वाटतंय?" तिनं हसल्यासारखं केलं आणि ती म्हणाली-

"आई-बाप नसलेल्या मुलांचा धर्म कोणता असतो बाबूराव?"

बाबूराव तिच्याकडे पाहतच राहिले. त्यांना हा प्रश्न कधी पडलेलाच नव्हता आणि असला काही विचार तिच्या मनात असेल, हेही त्यांना सुचलं नाही. ती ख्रिश्चन संस्कारात वाढली, तरी आपल्या आईबापांचा धर्म कोणता असेल, ही शंका तिला डाचत होतीच. आपण अनाथ होतो. पण अनौरस नव्हतो. आपल्याजवळ कूळ होते, कुलपरंपरा होती, पण या बिचाऱ्या मुलीला त्यापैकी काहीच नव्हते त्यांनी चटकन तिला जवळ घेतले आणि म्हणाले,

"जिनी, तुझे आईवडील कोण आहेत, हे तुला माहीत नसेल. त्यानं काही बिघडत नाही. कुठल्याही धर्मावर आणि परमेश्वरावर तुझा विश्वास बसला, तरीही काही बिघडत नाही. पण आज मी गणेशाच्या साक्षीनं सांगतो, की तू अनौरसही नाहीस, आणि अनाथही नाहीस. आजपासून तू माझी मुलगीच आहेस! कधीकधी मला परमेश्वराचा साक्षात्कार होतो. तेव्हा प्रथम तुला पाहिल्यापासून मला एक विलक्षण जिव्हाळा वाटतो तुझ्याबद्दल. गणेशानंच मला साक्षात्कार दिला की, अरे, तुझा मुलगा तुझ्याशी बेइमान झाला, म्हणून एवढं दुःखी व्हायचं कारण नाही. आज मला मुलगी मिळाली. तू देवळात आलीच नसतीस, इथं माथा नमविलाच नसतास आणि तुझ्या डोळ्यांत मला अश्रू दिसलेच नसते, तर गणेशाची भाषा मला समजली नसती!"

आपल्यापासून दूर कुठेतरी पाठ करून डॉ. गिंडे उभे आहेत हे बाबूरावांच्या लक्षात आले आणि ते म्हणाले,

"का रे बाबा, तुला एवढा मत्सर का वाटतो? तू असा पाठ फिरवून का उभा?"

डॉ. गिंडे गंभीर का झालेले आहेत आणि त्यांचा चेहराही का गोरामोरा झालेला आहे, हे बाबूरावांना कळेना. तेही फारसे खोलात गेले नाहीत. त्यांनी पुजाऱ्याला घसघशीत दक्षिणा दिली. जिनीच्या हातूनही दक्षिणा द्यायला लावली आणि ते परत गाडीत येऊन बसले आणि गाडी पनवेलकडे निघाली.

गाडीतून जाताना कुणी काही बोललेच नाही.

गाडी पनवेलला कामगारांच्या वसाहतीत गेली. कामगारांनी स्वागत समारंभाचे

काम सुरू केले होते. फार उंच नाही असे व्यासपीठ उभे केले होते. व्यासपीठावर बाबूराव जाऊन बसले. गोयलही त्यांच्या शेजारी जाऊन बसला. गिंडे आणि जिनी मात्र व्यासपीठाच्या खालीच खुर्चीच्या पहिल्या रांगेत जाऊन बसली. समारंभ छोटाच होता. समारंभ उत्तम प्रकारे पार पडला आणि बाबूराव परत ॲम्ब्युलन्समध्ये बसून कारखान्याच्या गेस्ट हाउसमध्ये यायला निघाले. कारखान्याच्या गेटमध्ये गाडी आली. तिथे बराचसा अधिकारी वर्ग बाबूरावांची प्रतीक्षा करीत उभा होता. बाबूरावांना प्रत्येकाशी बोलायची इच्छा होती, पण डॉ. गिंड्यांनी त्यांना मनाई केली. बाबूरावांची गाडी गेस्ट हाउसपासून थोड्याच अंतरावर थांबली. डाव्या बाजूला समारंभाचा प्रचंड शामियाना दुपारच्या कार्यक्रमासाठी सज्ज झाला होता. काही कामगार अजूनही बारीकसारीक गोष्टी करताना दिसत होते. बाबूराव गाडीतून उतरले आणि व्हीलचेअरवर बसले. व्हीलचेअर ढकलत गेस्ट हाउसमध्ये नेण्यासाठी दोन कामगार सज्ज होते. कारण गेस्ट हाउस जरा उंचावर होते आणि वर गाडी जाऊ शकत नव्हती. वाटेत एक मोठी कमान उभी केलेली होती. लोखंडी मालाचा कारखाना असल्यामुळे ती लोखंडी फॅब्रिकेटेड कमान आणि मध्यभागी टांगलेली स्कूटर कुणाच्याही लक्षात आली असती. हीच ती एक हजारावी स्कूटर, की जी मुख्यमंत्र्यांच्या हस्ते क्रेनच्या साहाय्याने स्कूटर कॅरिअरवर चढविण्यात येणार होती. गर्दी कितीही हटवली तरी आसपास काही फोरमन, काही अधिकारी रेंगाळत होतेच. शिवाय त्यात परप्रांतांतून कॅरिअर्स नेणारे काही ड्रायव्हर्स, डिस्ट्रिब्यूटर्सचे प्रतिनिधी दिसत होते. कदाचित आज दुपारी प्रमुख अधिकाऱ्यांना आणि परस्थ पाहुण्यांना जे जेवण देण्यात येणार होते त्याच्यासाठी लोक यायला लागले असावेत, असा विचार बाबूरावांच्या मनात येऊन गेला. त्यांच्या अंत:करणात उत्साहाचे वारे इतके भरलेले होते, की त्यांना वाटत होते, की आपण व्हीलचेअर फेकून द्यावी आणि जुने ओळखीचे पाहुणे, कर्मचारी यांची जातीने जाऊन चौकशी करावी. पण डॉक्टरांचा हातच मुळी त्यांच्या खांद्यावर होता आणि ते कानाशी जाऊन म्हणाले,

"बाबूराव, उत्साह आवरायचा, अजिबात दगदग करायची नाही. झाली एवढी दगदग पुरे आहे. आता सरळ गेस्ट हाउसमध्ये जायचं, थोडंसं खायचं आणि जिनी जी गोळी देईल ती घेऊन झोपून टाकायचं. योग्य वेळेला मी उठवीन. सो, निघायचं आपण."

त्या दोन कर्मचाऱ्यांनी व्हीलचेअर पुढे ढकलायला आरंभ केला. जिनी, डॉक्टर आणि अन्य काही साहाय्यक हळूहळू मागून चालू लागले. सिक्युरिटीचा

मेजर खोत तुरूतुरू सगळीकडे धावपळ करीत होता. व्हीलचेअर पुढे जात चालली आणि कमानीच्या खाली ती येताच कसलातरी प्रचंड आवाज झाला आणि वर टांगून ठेवलेली स्कूटर धाडकन खाली कोसळली. पण तेवढ्यात कुणीतरी ती व्हीलचेअर पायाने परत उतारावर मागे ढकलली, त्यामुळे बाबूरावांची व्हीलचेअर तेवढी उलटीपालटी झाली आणि ज्याने पायाने ती व्हीलचेअर ढकलली, तो पडताना दिसला. त्याच्यामुळेच हा अपघात टळला, ही गोष्ट जरी खरी असली, तरी व्हीलचेअर मागे येत होती, ती उलटून पडण्याच्या आत सावरावी, म्हणून सगळे जण व्हीलचेअरच्या दिशेने धावले. पण तोपर्यंत बाबूराव जमिनीवर पडलेले होते. अनपेक्षित घडलेल्या या घटनेने बाबूरावांची शुद्ध गेली होती. बाबूरावांना लोकांनी नीट सावरून जमिनीवर नीट आडवे केले. डॉ. गिंड्यांनी त्यांची पल्स तपासली. कुठे फ्रॅक्चर वगैरे झाले आहे का, याची चाचपणी करण्याचा प्रयत्न केला, आणि चटकन एक-दोघांना सूचना करून बाबूरावांना परत ॲम्ब्युलन्समध्ये झोपवले. काय घडले याचा तपास करायला कुणाला वेळच नव्हता. ॲम्ब्युलन्स कारखान्याच्या आवारातून बाहेर पडली एवढेच लोकांनी पाहिले. मग नायडू भानावर आला. ज्या माणसाचा-वरून कोसळलेल्या माणसाचा-पाय दुखावलेला आहे, त्या माणसाकडे इतरांचे लक्ष गेले. त्याच्या शुश्रूषेसाठी काहीतरी करायला पाहिजे म्हणून धावपळ सुरू झाली. तो मनुष्य फारसा कुणाच्या परिचयाचाही दिसला नाही. त्याला व्हीलचेअर मागे ढकलण्याची प्रेरणा कशामुळे झाली हे त्याला विचारावं तर तो शुद्धीवरही नव्हता. त्याला ताबडतोब दुसरी गाडी बोलावून पनवेलच्या हॉस्पिटलमध्ये रवाना करण्यात आले आणि झालेली दुर्घटना नेमकी कशामुळे झाली याचा नीट तपास करण्यासाठी जनरल मॅनेजर नायडूंनी तिथे जमलेल्या सर्व लोकांना ताबडतोब बाहेर पिटाळले. मग सिक्युरिटी ऑफिसर खोत, कारखान्याचा चीफ इंजीनियर हट्टंगडी यांनी ती लोखंडी कमान, पडलेली स्कूटर, स्कूटर बांधून ठेवलेले दोर या सर्वांची तपासणी करण्यासाठी पाच पंचाच्या देखत तपासायला आरंभ केला. घटना लोकविलक्षण होती. हा अपघात होता का खुनाचा प्रयत्न होता हे कळायला काही मार्ग नव्हता. पोलीस इन्स्पेक्टर येऊन निर्णय घेईपर्यंत आपण कशालाच हात लावू नये असा अखेरी निर्णय घेऊन नायडूंनी ताबडतोब पोलीस ठाण्यावर फोन केला.

नायडू हा तसा हरहुन्नरी माणूस होता. एरवी हा अपघात आहे असेच समजून, हे प्रकरण पोलिसांत देऊन त्याने अकारण प्रसिद्धी ओढवून घेतली नसती. पण कारखान्याच्या व्यवस्थापनात ज्या काही गोष्टी चालू होत्या त्यामुळे

हा खुनाचाही प्रयत्न असण्याची शक्यता आहे असे त्याच्या मनाला वाटून गेले. तो एक-दोन डायरेक्टर्सना काही विचारायला केबिनमध्ये गेला तेवढ्यात प्रेस फोटोग्राफर रामूही त्यांच्या केबिनमध्ये आला. त्या दोघांची चांगली ओळख होती तरीही नायडू म्हणाला,

"रामू, आत्ता मी कामात आहे. तू नंतर भेट. तुला माहीतच आहे आत्ता काय घडलं ते.''

"मला माहीत आहे म्हणून तर तुम्हांला भेटायला आलो. कदाचित माझा तुम्हांला उपयोग होईल. ज्या वेळेस मालकांची मोटार गेटमध्ये आली तेव्हापासून मालकांचे मी फोटो घेत गेलो. मालक व्हीलचेअरवर बसले, तेही फोटो मी घेतले. पाठीमागून फोटो घेण्यात काही अर्थ नव्हता, म्हणून मी धावपळत कमानीच्या पलीकडे आलो आणि तिथून मालकांचे फोटो घ्यायला लागलो. मालकांचं लक्ष कमानीच्या वर असलेल्या स्कूटरकडे गेलं, त्याबरोबर माझा कॅमेरा स्कूटरच्या दिशेने आपोआप फिरला आणि तिथलाही फोटो मी घेतला आणि केवळ चाळा म्हणून मी त्या कमानीच्या दिशेनं क्रेनकडे कॅमेऱ्याचा अँगल फिरवला. क्रेनमध्ये काहीतरी हालचाल दिसली म्हणून तिथलाही एक फोटो माझ्या कॅमेऱ्यात आलेला आहे. मला असं वाटतं हा अपघात असो की आणखी काही असो, पण नेमकी विवक्षित वेळेला स्कूटर खाली पडावी अशी काहीतरी व्यवस्था केली असली पाहिजे आणि क्रेनमध्ये असणाऱ्या माणसांच्या हालचालीचा फोटो जर तुम्ही पहिलात, तर तुम्हांला मदत होईल असं मला वाटतं. आत्ताच्या आत्ता जर तुम्ही मला गाडी दिलीत तर पनवेललाच जाऊन ते फोटो एनलार्ज करून आणतो. पाहा, तुम्हांला माझा काही उपयोग होत असेल तर,''

नायडू त्याच्याकडे आश्चर्याने पाहातच राहिला आणि क्षणभराने त्याच्या बोलण्याचा अर्थ लक्षात आल्यावर तो म्हणाला,

"बी क्विक, ही माझ्या गाडीची किल्ली घे. हे पाचशे रुपये, आणखी एक-दोन मदतनीस घे आणि लवकरात लवकर परत ये.''

तो निघून गेल्यावर नायडूने मेजर खोतला बोलावून कंपनीच्या आवारातून कुणाला जाऊ न देण्याची आज्ञा केली. या प्रकरणाचे रहस्य शोधून काढण्यात येईल, असा एक नवीन पुरावा मिळण्याची शक्यता दिसल्यामुळे तो मनातून सुखावला होता. पण त्याचबरोबर बाबूरावांची तब्येत कशी आहे, त्यांना कुठल्या हॉस्पिटलमध्ये नेले आहे, हे काहीच न कळल्या कारणाने त्याला चिंता वाटत होती.

अन्य कोणत्याही हॉस्पिटलमध्ये न जाता डॉ. गिंडे बाबूरावांना घेऊन तडक आपल्या हॉस्पिटलमध्ये आले. बाबूरावांना मुका मार बसलेला आहे किंवा काय यापेक्षा त्यांचा मूळचा आजार परत तर उलटला नाही ना, याबद्दल त्यांना शंका वाटत होती. शिवाय बाबूरावांच्या आजाराचे सर्व निदान, एक्स-रे रिपोर्ट्स हे डॉ. गिंड्यांच्या हातचे आणि त्याचे कागदपत्र त्यांच्या हॉस्पिटलमध्येच होते. शक्यतो या प्रकारणाची त्यांना वाच्यता होऊ द्यायची नव्हती. डॉ. गिंडे यांचा नावलौकिक कितीही मोठा असला, तरी अन्य कोणत्याही हॉस्पिटलमध्ये त्यांना ॲडमिट केले असते, तर अन्य कोणा डॉक्टरला सर्व समजावून सांगायला लागले असते आणि त्यात वेळ गेला असता. शिवाय बाबूरावांनाही परिचित वातावरण अधिक बरे वाटले असते. पनवेलपासून ताडदेवपर्यंतचे अंतर तसे बरेच आहे आणि तेथे पोहोचण्यासाठी लागणारा वेळ, कितीही घाई केली, तरी डॉक्टरांच्या दृष्टीने जास्तच होता. ॲम्ब्युलन्समध्ये बाबूरावांच्या शेजारी बसल्याच ठिकाणी त्यांनी बाबूरावांचे कपडे काढले आणि त्यांची शक्य तितक्या तपशिलाने तपासणी करण्यास आरंभ केला. जिनी ही एक कर्तव्यदक्ष नर्स होती ही गोष्ट खरी; पण तीसुद्धा झाल्या प्रकाराने स्तंभित झाली होती. अर्थात डॉक्टर सांगतील त्याप्रमाणे कंबर कसून ती त्यांना साहाय्य करू लागली. बाबूरावांची पल्स अगदी नार्मल होती. कोणताही अवयव बाह्यत: तरी दुखावलेला डॉक्टरांना जाणवत नव्हता. प्रश्न होता बाबूरावांच्या नर्व्हस सिस्टीमचा. ताडदेव येण्यापूर्वीच बाबूरावांनी डोळे उघडले आणि ते म्हणाले,

"हे काय, अजून आपण इथेच?"

डॉक्टरांनी काही उत्तर दिले नाही. बाबूरावांनी मनगटावरचे घड्याळ हात लावून पाहिले, त्याबरोबर डॉक्टरांचा चेहरा एकदम उजळला व ते म्हणाले,

"बाबूराव, चिंता करण्यासारखं काही नाही. आपण हॉस्पिटलमध्ये परत जातो आहोत आणि अर्ध्या तासानंतर जर तुम्हांला बरं वाटलं, तर आपण कारखान्यावर जाऊ."

"म्हणजे? आपण कारखान्यातून परत चाललो? ते का? आणि माझा सूट कुणी काढून टाकला?"

डॉक्टर बाबूरावांना थोपटत म्हणाले,

"थोडा दम काढा. सगळं सांगतो. जगबुडी झालेली नाही. सर्व काही व्यवस्थित पार पडेल. फक्त तुम्ही डोकं शांत ठेवायचं. हॉस्पिटल आलंच आहे."

ॲम्बुलन्स हॉस्पिटलच्या आवारात शिरताक्षणीच बाबूरावांना स्ट्रेचरवरून

ताबडतोब एक्झामिनेशन रूममध्ये नेण्यात आले. त्यांचे उरलेले सगळे कपडे काढून टाकून डॉक्टर त्यांची तपासणी करायला लागणार, एवढ्यात बाबूराव म्हणाले,

"डॉक्टर, हे मध्येच काय करता आहात तुम्ही? कशासाठी माझी तपासणी चालली आहे? मला परत हॉस्पिटलमध्ये का आणलंत? मी चांगला आहे हो! मला काहीसुद्धा झालेलं नाही."

"बरोबर आहे. तुम्हांला काहीसुद्धा झालेलं नाही, ही गोष्ट खरीच आहे. तरी पण माझ्या समाधानासाठी तुम्हांला इथं आणलं आहे. मग तर झालं?"

"नाही नाही, काहीतरी झालं असलं पाहिजे. नाहीतर तुम्ही मला इथं कशाला आणाल? आत्ता एक-दीड वाजायला आला. बोर्डाची मीटिंग सुरू व्हायची वेळ झाली. इथं थांबून कसं चालेल आता?"

डॉक्टरांना एक जाणवलं, की पूर्वीपेक्षाही बाबूराव जास्त सफाईने बोलत होते. त्यांच्या बोलण्याबरोबर त्यांचे हातवारे आणि शारीरिक हालचाल हीसुद्धा त्यांनी नीट न्याहाळली. ते म्हणाले, "बाबूराव, तुम्हांला उठून बसता येईल का?"

"हात तेरी, त्यात काय कठीण?" असे म्हणत बाबूराव एक्झामिनेशन टेबलवर उठून बसले. डॉक्टर म्हणाले,

"आता उतरून जरा चाला पाहू."

ते टेबलाखाली उतरू लागले, तेव्हा जिनी पुढे झाली-त्यांना हात देण्यासाठी-डॉक्टरांनी तिला मागे रोखले. बाबूराव उठून उभे राहिले आणि चक्क चार पावले चालूनही गेले. डॉक्टर त्यांच्याकडे आश्चर्याने पाहत होते. सकाळी कारखान्याकडे जाताना बाबूरावांना जेवढा आत्मविश्वास होता त्यापेक्षा त्यांच्या हालचालीत जास्त आत्मविश्वास त्यांना जाणवला. बाबूराव मागे वळून म्हणाले,

"डॉक्टर, मला काही समजत नाही, तुम्ही काय चालवलंय. या एवढ्याशा पोरीपुढे मला नागडं-उघडं करून तपासण्याचं काय प्रयोजन आहे, हेच मला समजत नाही."

डॉक्टर हसत हसत म्हणाले,

"तुम्हांला सांगायला आता हरकत नाही. बट् बिफोर दॅट, सभ्य गृहस्थासारखे सगळे कपडे तर घाला."

जिनीला त्यांनी बाहेर पडण्यास खूण केली. कन्सल्टिंग रुममध्ये बाबूरावांचे कपडे आणून ठेवलेले होते, ते ती लगेच घेऊन आली आणि तिने ते बाबूरावांच्या समोर ठेवले. डॉक्टर म्हणाले,

"तुम्ही सगळे कपडे घाला आणि कन्सल्टिंग रूममध्ये या. मग आपण

बोलू.''

जिनीला त्यांनी बाहेर पडण्याची खूण केली. कन्सल्टिंग रूममध्ये आपल्या नेहमीच्या खुर्चीवर येऊन ते बसले आणि रिसेप्शनिस्टला त्यांनी इंटरकॉमवरून कॉफी आणि सॅन्डविचेस पाठवून द्यायला सांगितले. बाबूराव एक-दोन मिनिटांत पूर्वीप्रमाणेच कपडे करून कन्सल्टिंग रूममध्ये आले. त्यांना खुर्चीवर बसण्याची विनंती करीत डॉक्टर म्हणाले,

''मी तुम्हांला मुद्दामच एकट्याला कपडे करायला सांगितले. मला बघायचं होतं, की बारीक-सारीक हालचाली तुम्हांला शिताफीनं करता येतात की नाही. पण तुम्ही तर आजारी पडण्याच्या पूर्वीसारखे अगदी पूर्ववत झाल्यासारखे दिसता.''

''मलासुद्धा तसंच वाटतंय.''

''गेल्या तास-दोन तासांत काय घडलं ते तुम्हांला बहुतेक आठवत नाही आणि आठवत नाही, तेच बरं आहे. कारण त्यामुळं त्याची काही रिॲक्शनही तुमच्यावर आली नाही. आपण दहाच्या सुमाराला बाहेर पडलो आणि सिद्धि-विनायकाच्या देवळात गेलो हे तरी तुम्हांला आठवतंय की नाही?''

''हो हो. आठवतंय तर.''

''तिथं तुम्ही गणेशासमोर जिनीचा कन्या म्हणून स्वीकार केला, आठवतंय?''

''खरंच की.'' आणि हे बोलत असताना शेजारी बसलेल्या जिनीचा हात त्यांनी हातात घेतला, तो कुरवाळला आणि तिला दुसऱ्या हाताने जवळ ओढत ते म्हणाले, ''ती आहेच माझी मुलगी.''

''नंतर आपण कारखान्याकडे गेलो. कामगारांच्या वसाहतीत तुमचा सत्कार झाला.''

बाबूरावांचा चेहरा ब्लँक दिसला. ते विचारात पडल्यासारखे दिसले. धुकं वितळण्याची वाट पाहावी, तशी त्यांनी थोडी वाट पाहिली आणि मग ते म्हणाले,

''हो हो, असा काही तरी समारंभ झाला होता.''

''तो समारंभ संपल्यावर आपण कारखान्याच्या गेट हाउसमध्ये जायला निघालो.''

''हो हो, असंच ठरलं होतं. पण त्याऐवजी...''

''त्याऐवजी नाही... आपण गेस्ट हाउसच्या दिशेने गेलो. तुमचे अनेक कामगार, ऑफिसर्स यांनी तुम्हांला अभिवादन केलं. मग आपण गाडीतून खाली उतरलो आणि तुम्ही व्हीलचेअरमध्ये बसला आणि पुढे गेस्ट हाउसच्या दिशेनं तुमची व्हीलचेअर जायला लागली... पुढचं काही आठवतंय का?''

बाबूरावांचा चेहरा एकदम गंभीर झाला. त्यांची स्मृती बहुतांशी परत आली होती. त्यांच्या डोळ्यासमोर ती लोंबकळणारी स्कूटर दिसू लागली आणि मग त्यांच्या चेहऱ्यावर थोडे भय, थोडे कुतूहल पाहाताक्षणीच डॉक्टर म्हणाले,

''आता तुमच्या लक्षात आलं असेल, की तुम्हांला हॉस्पिटलमध्ये का परत आणलं ते.''

''येस. येस. डॉक्टर आय नो. पण मला हे सांगा, कुणीतरी माझी व्हील-चेअर ढकलली म्हणून मी वाचलो, असं मला स्मरतं, ते बरोबर आहे, का? तुम्ही त्याचं-त्या माणसाचं नाव मला सांगू शकाल का?''

''बाबूराव, तुम्ही बेशुद्ध पडलात आणि आम्ही सारे तुमच्या दिशेनं धावलो. त्यामुळे तो मनुष्य कोण आहे, हे मला माहिती नाही. पण जो कोणी असेल, त्याची देखभाल तुमच्या फॅक्टरी मॅनेजरनं केली असेल, तुम्ही त्याच्याबद्दल चिंता करू नका.''

''नाही, डॉक्टर, असं कसं करून चालेल? ज्यानं मला वाचविलं, त्याची चौकशी करायला पाहिजे. जिनी तू नायडूला फोन कर. त्याला नीट कल्पना दे, की मी अगदी उत्तम आहे. हवं तर फोनवर माझ्या आवाजात मी बोलतो. त्याला असंही सांग, की जनरल बॉडीची सभा समारंभानंतर घेतली जाईल. कोणत्याही परिस्थितीत पावणेचारपर्यंत समारंभाच्या ठिकाणी मी पोहोचतो. समारंभ ठरल्याप्रमाणे पार पडला पाहिजे. या ॲक्सिडेंटमुळं मेजवानीचा कार्यक्रम थांबता कामा नये. माझ्या अपघाताची वाच्यता करू नका आणि मुख्य म्हणजे ज्या कुणी माझी व्हीलचेअर ढकलली, त्या माणसाला काहीतरी इजा झालीच असली पाहिजे. त्याला ताबडतोब उत्तमातल्या उत्तम हॉस्पिटलमध्ये ॲडमिट करायला सांगा. मी त्याची संध्याकाळी गाठ घेईन. जमलं तर डॉ. गिंडे त्याला आधी भेटून जातील.''

कन्सल्टिंग रूममध्ये डॉक्टरांनी मुद्दामच फोन घेतला नव्हता. फोन पलीकडच्या ॲन्टीचेंबरमध्ये होता. जिनी तिकडे जायला निघाली, तेवढ्यात बाबूरावांनी तिला थांबावलं आणि ते म्हणाले,

''अजून पनवेल मुंबईच्या एक्स्चेंजमध्ये नाही. लाइटनिंग कॉल लाव किंवा पोलीस कमिशनर सिक्वेराला इमर्जन्सी म्हणून वायरलेसवरून हा नंबर लावून द्याला सांग. सिक्वेरा माझा दोस्त आहे.''

-आणि जिनी निघून गेली, मग बाबूराव आणि डॉक्टर दोघेच कन्सल्टिंग रूममध्ये बसले. दोघे एकमेकांकडे थोडा वेळ नुसतेच पाहत होते. सर्वसामान्य

लोकांच्या भावनावश होण्याच्या रीती अर्थातच त्यांना ज्ञात नव्हत्या. त्यामुळे आता घडलेल्या घटनेचा अनुभव आणि त्याची प्रतिक्रिया कोणत्या प्रकाराने व्यक्त करावी याचा दोघे विचार करीत होते.

डॉक्टर एकदम थोडेसे पुढे सरकत म्हणाले,

"बाबूराव, मला वाटलं होतं. हा जो काही अपघात झाला त्याच्यात तुझी प्रकृती उलटणार. म्हणून खरं तर मी घाबरलो होतो. कारण तुला पॅरालेटिक स्ट्रोक आलेला होता. तो जरी कितीही सौम्य असला, तरी त्यामुळे नर्व्हस सिस्टीम डॅमेज झालेली होती. जेव्हा असा अचानक धक्का बसतो, तेव्हा पुष्कळ वेळेला ती नर्व्हस सिस्टीम कोलॅप्स होण्याची शक्यता असते. पण तुझं सगळं जगावेगळंच आहे. या अपघातात उलट तुझी नर्व्हस सिस्टीम री-ऑर्गनाईझ झाल्यासारखी दिसते. वैद्यकीय चमत्काराला काही मर्यादाच नाही. खरं तर तुझ्या आजारावर म्हणण्यासारखा इलाज आमच्या वैद्यकीय ज्ञानात नव्हता. विश्रांती आणि पेशन्स ही दोनच साधनं. मला वाटलं होतं, त्यामानानं तू लवकर बरा झालास. अर्थात जिनी त्याला कारणीभूत आहेच, नाही असं नाही. जिनीनं तुझी शुश्रूषा केली ती केवळ नर्स म्हणून केली असं मला दिसत नाही आणि तूही एखाद्या पगारी परिचारिकेसारखं तिला वागवलं नाहीस. ती एक डिव्होटेड नर्स आहे. आईबापांचा पत्ता नसलेली-अनाथ. त्यामुळं ती मायेच्या शोधात असते. तू जरा तिला वेगळी वागणूक दिल्याबरोबर तिलाही तुझ्याबद्दल ममत्व वाटणं स्वाभाविक होतं. पण मला केव्हाही लक्षात आलं नाही की तिच्यात तू असं वेगळं काय पाहिलंस? केवळ तुला मुलानं वाईट वागवलं, जवळचं कुणी नाही, म्हणून तुला जर तिच्याबद्दल आपुलकी वाटली असेल, तर ती आपुलकी काही दिवसांनी ओसरून जाईल. कारण तुझ्यात आणि तिच्यात तसं म्हणशील, तर काहीच साम्य नाही. ती धर्मानं ख्रिश्चन, रंगारूपानं अगदी वेगळी आहे. तिचे रीतिरिवाजसुद्धा मिशनमध्ये वाढल्यामुळे पुष्कळसे वेगळे आहेत. मला वाटतं तशी, एक तुझी क्षणिक गरज असेल तर त्या भाबड्या मुलीला फार गुंतवू नकोस. ती इथं तशी सुखी आहे. बरीच वर्षे ती माझ्याकडे वावरते आहे. माझ्यावर तिचा विश्वास आहे. तिला कामात रस आहे. तिला फार महत्त्वाकांक्षा नाही. तेव्हा मित्र म्हणून तुला आपली सावधगिरीची सूचना देणं माझं काम आहे."

"ते ठीक आहे, डॉक्टर. पण एक तर ती माझी क्षणिक लहर नाही आणि दुसरी गोष्ट, तू समजतोस तितकी महत्त्वाकांक्षा नसलेली ती मुलगी नाही. तिच्या आईबापांचा कदाचित तिला ठावठिकाणा माहीत नसेल. हा तिचा दोष नाही. पण

ती चांगल्या रक्तबीजाची आहे, एवढं मी तुला सांगतो. तरुण वयात असलेली ती एक देखणी मुलगी आहे, तरी तिला पापपुण्याचा विवेक आहे. एका संमिश्र मुक्त सोसायटीत तिला वावरावं लागलं. असं असूनही तिच्यात छचोरपणाचा लवलेश नाही. ती कोणत्या धर्माची आहे, याच्याशी मला काही कर्तव्य नाही, पण ती सश्रद्ध आहे आणि तरीही हेकट नाही. ज्या कुणा पुरुषाची ती पत्नी होईल त्याला ती अत्यंत सुखी करील.''

''तुझ्या मनात तर काही असला विचार नाही ना?''

''डोन्ट बी फुलिश, डॉक्टर! ती मला मुलीसारखी वाटते. अशी सून मला मिळाली असती, तर खरं सांगू, माझ्यासारखा भाग्यवान मीच झालो असतो!''

''पण अशा काळ्याकुट्ट मुलीशी तुझ्या मुलानं लग्न तरी केलं असतं का?''

''तो तर तद्दन मूर्खच आहे. रंगावर काय आहे? माझी बायको गोरीपान, करारी, संसाराला दक्ष होती. आदर्श पत्नीचे सारे गुण तिच्यात होते. पण तिची मला भीती वाटायची. प्रत्येक गोष्ट मी सावधगिरीने करायचो. याउलट राही. ती तर अगदी अशिक्षित होती, हे तुला माहीतच आहे. अगदी रानात उगवलेलं फूल म्हटलंस तरी चालेल आणि रंगानं म्हणशील तर एकदम काळी. अगदी जिनीचीच आवृत्ती. डोळेसुद्धा जिनीसारखेच. राही मला अधिक जवळची वाटली, कारण तिच्यापाशी हिशेब नव्हता. तिला उद्याची चिंता नव्हती. जिनीबद्दल जे आकर्षण वाटतंय ना, त्याला अर्थात तिच्यात आणि राहीत असणारं साम्य हे कारण आहेच. हे बघ, राहीसाठी मी काय करायचं कमी ठेवलं? तिला मी नानाविध तऱ्हेनं संतुष्ट करण्यासाठी अनेक चैनीच्या, विलासाच्या गोष्टी घेऊन दिल्या. त्यातली एकही गोष्ट तिनं वापरली नाही. ती फक्त माझी वाट पाहायची. माझं मोठेपण, माझी श्रीमंती याची तिला काही कदर नव्हती. मी तिला कधी बाहेर घेऊन गेलो, तर ती म्हणायची, ''मी तुम्हांला शोभत नाही.'' मी तिची खूप समजूत घातली, पण तिला काही पटलं नाही. कधी कधी तर ती माझ्याबरोबर येऊन तिच्या जुन्या कोकणातल्या खेडेगावातल्या घरात राहायची.

''तिथं मला खरी राही भेटायची. माझ्यासाठी मुंबईत ती नाइलाजानं राहत होती. मी तिच्याशी लग्न करायलासुद्धा तयार होतो, पण तिनं या कल्पनेला एकदम झिडकारून टाकलं आणि लल्लूनं ही कल्पना मान्यच केली नाही. माझ्यासारख्या माणसाचं पत्नीपद तिनं का नाकारावं? आणि रखेलीसारखं असलं आयुष्य जगत राहण्याचा अट्टाहास का धरावा? मला वाटतं, तिनं जाणीवपूर्वक काही गोष्टींचा त्याग केला-माझ्या भल्यासाठी. आता माझं भलं झालं की नाही,

हे गजानन ठरवील. माझ्या आयुष्यातून काहीही कारण नसताना तिला, लल्लूला निघून जायचं असं काय कारण घडलं असेल? तिची माझी शेवटची भेट झालेला दिवस आठवतोय. चारपाच दिवसांत तिच्याकडे जायला मला वेळ झालेला नव्हता. राधाला दिवस गेलेत ही गोष्ट राधानं मला सांगितली आणि मी अगदी हर्षभरित झालो. ती बातमी सांगण्यासाठी मी राहीकडे धावून गेलो. एक क्षणभर ती बातमी ऐकून ती माझ्याकडे बघत राहिली आणि म्हणाली,

"देवाची कृपा!"

"-आणि मग एकदम ती पूर्वीसारखी वागायला लागली. त्या रात्री तिनं मला जेवढ्या तऱ्हेनं सुखविता येईल, तेवढ्या तऱ्हेनं सुखविण्याचा प्रयत्न केला. एकदा, दोनदा, तीनदा...जणू काही सुखाचे शेवटचे घोट ती पीत होती. अर्थात मला तेव्हा काही कळलं नाही. मला आपलं वाटलं की मला मूल होतंय, या कल्पनेचा तिला खराखुरा आनंद झाला. एकदम ती दचकायची, घाबरून जायची. ओटीपोटावरून हात फिरवायची, मला बिलगून घ्यायची आणि मग पुन्हा सुखाचे नवे चीत्कार काढायची. ती तिची-माझी शेवटची गाठभेट. त्यानंतर हवेत उडून जावं त्याप्रमाणे ती चारीही माणसं अचानक माझ्या आयुष्यातून निघून गेली. निरोप नाही, जाण्याचं कारण सांगण्याची गरज वाटली नाही, पैसे नेण्याची दुर्बुद्धी नाही. तसे तिच्याजवळ थोडेफार पैसे होते. त्यांची उपासमार झाली नसेल. पण चांगलं, सुखी, श्रीमंती आयुष्य सोडून निघून जावं, असं यांना का वाटावं? माझं डोकं फिरलं त्या घटनेनं. मी अगदी पिसाळल्यासारखा झालो. नाना शंका आल्या, संशय आले. पण त्यातला कोणताही संशय दोन क्षणांपेक्षा जास्त काळ टिकू शकला नाही."

एवढ्यात जिनी कन्सल्टिंग रूममध्ये आली आणि तिच्या मागोमाग कॉफीचा ट्रे आणि सॅन्डविचेसच्या डिशेस आल्या-जिनी येतायेताच डॉक्टरांना म्हणाली,

"नायडूसाहेब भेटले. प्रकरणाची काहीतरी गुंतागुंत झाली आहे. सिक्वेरा ताबडतोब आय. जी. पी. ना भेटायला गेले. का, ते मला सांगितलं नाही. बाकी तुम्ही सांगितल्याप्रमाणे सर्व निरोप दिले आहेत. समारंभ संपल्यानंतर बोर्डाची मीटिंग ठरवता येईल. मेजवानी मात्र रद्द करावी लागेल, कारण कुणाचंही मन थाऱ्यावर नाही. अर्थात ती मेजवानी संध्याकाळी देता येईल असं नायडूसाहेब म्हणाले."

"पण ज्यानं मला वाचविलं, त्याचं काय झालं? तो कुठंय?"

तो कुणीतरी कर्नाटक ऑटोमोबाईल्सचा कॅरिअर इन्स्पेक्टर असावा. त्याचं नाव अजून नायडूंना कळलेलं नाही. लगेच त्याच्या पायाचं ऑपरेशन

करावं लागलं. त्याच्या पायाचं फ्रॅक्चर झालेलं आहे आणि आत्ता तो पनवेलच्याच डॉ. मेहतांच्या हॉस्पिटलमध्ये आहे. ठाण्याचे ऑर्थोपेडिक सर्जन रमणभाई देसाई तिथे पोहोचलेले आहेत. माझा फोन पोहोचला नसता, तर सारा समारंभ रद्द करण्याचा नायडूसाहेबांचा विचार होता पण आता तो कार्यक्रम ठरल्याप्रमाणे होईल. मुख्यमंत्र्यांच्या सचिवाला झालेली घटना कळविण्यात येईल, असं नायडू म्हणाले. पण बाबूराव, एक गोष्ट ते म्हणाले, ती तुम्हांला सांगावी, की न सांगावी, हे मला डॉक्टरांना विचारून ठरवावं लागेल. डॉक्टरसाहेब, आपण आतल्या खोलीत जाऊ या.''

''नाही नाही. माझ्यापासून कोणतीही गोष्ट लपवून ठेवता कामा नये. कारण आता काहीही सहन करण्याइतपत मी शरीरिकदृष्ट्या तंदुरुस्त आहे.''

प्रश्नार्थक नजरेने जिनीने डॉक्टरांकडे पाहिले, तेव्हा डॉक्टर म्हणाले,

''सांग, सांगायला काही हरकत नाही.''

जिनी गंभीर झाली आणि शांतपणे म्हणाली,

''नायडूंच्या म्हणण्याप्रमाणे तो काही ॲक्सिडेन्ट नव्हता, तर तो खुनाचा प्रयत्न होता!''

ठरल्याबरहुकूम स्कूटर वितरणाचा समारंभ मुख्यमंत्र्यांच्या हस्ते उत्तम प्रकारे पार पडला. आणखीही काही मंत्री आलेले होते. पनवेल परिसरातील आणि मुंबईच्या औद्योगिक जगतातील अनेक नामवंत व्यक्तीही आलेल्या होत्या. कंपनीचे बोर्ड ऑफ डायरेक्टर्स हजर होते. फक्त हजर नव्हते, ते तोलानी.

समारंभस्थळी मुख्यमंत्री आणि त्यांचा लवाजमा पोहोचण्याच्या आधी मिनिटं अर्धे मिनिटच बाबूराव, डॉक्टर, जिनी, सर्व मंडळी समारंभसस्थळी पोहोचले. बाबूरावांना लवकर पोहोचायचे होते, पण डॉक्टरांनी त्यांना मनाई केली होती ते पोलिसांशी योग्य संधान बांधूनच. मुख्यमंत्री निघाल्याची वेळ आणि बाबूरावांनी तेथे पोहोचण्याची वेळ जाणीवपूर्वक जमवून घेण्यात आली होती. हेतू इतकाच होता, की बाबूरावांना झाल्या प्रकाराबद्दल कोणाशीही बोलता येऊ नये. डॉक्टरांनी असे का केले, हे फक्त जिनीला समजू शकत होते. कारण खुनाचा प्रयत्न झाला आहे, असे म्हटल्याबरोबर बाबूरावांची जी प्रतिक्रिया झाली, ती प्रतिक्रिया अर्थातच फार तीव्र होती. बाबूराव खोलीत येरझारा घालू लागले. एखाद्या जखमी सिंहाप्रमाणे पिजऱ्यात राहणे त्यांना नकोसे झाले होते आणि ज्याने आपल्याला जखम केली आहे, त्या शिकाऱ्याचा प्रतिशोध घेण्याची

त्यांची तीव्र इच्छा होती. बाबूराव हे अखेरी बाबूरावच होते. ते कितीही सुसंस्कृत जगात वाढलेले असोत, त्यांचे सारे संस्कार 'जशास तसे' या पद्धतीचेच होते. त्यांच्या हिशेबाप्रमाणे जर तो खुनाचा प्रयत्न असेल, तर खुनी माणसाला ताबडतोब पकडणे आणि त्याच्यावर सूड उगवणे हा अगदी साधा आणि सरळ व्यवहार होता. डॉक्टरांनी त्यांची समजूत घातली. ते म्हणाले,

"खुनाच्या प्रयत्नाचा संशय आहे, खात्री नाही. शिवाय खुनी नेमका कोण, हे अजून कळायचे आहे. मुख्यमंत्र्यांच्या सल्ल्याने योग्य त्या अधिकाऱ्याला या कामी नियुक्त केले आहे. संशयित दोन कामगार ताब्यात घेतलेले आहेत आणि त्यांना खून करण्याची आज्ञा करणारा माणूस अजून समजायचा आहे. तो सापडेल, पण घायकुतीला येऊन उपयोग नाही. खुनी माणसाला जर शंका आली की तुम्ही त्याचा माग घेता आहात, तर त्याच्यापर्यंत पोहोचण्याचे दुवे नष्ट होतील. आय.जी. पी. स्वत: जातीने या कामी लक्ष घालीत आहेत. ते तर तुमचे मित्र आहेत. अजून तो अपघातच झाला, अशी लोकांची समजूत झाली आहे, ती तशीच राहू दे. कोणतीही श्रेष्ठ राजकीय व्यक्ती खुनी माणसाचं संरक्षण करू शकणार नाही, याबद्दल आय. जी. पी. साहेबांनी मला आश्वासन दिलं आहे. शिवाय अजून जर खुनी माणूस आपला डाव लक्षात आलेला नाही या भ्रमात असेल, तर त्याला आपण सावध करणं बरोबर नाही, आणि तुम्ही तरी धांदल करून नेमकं काय करणार? उगीच नको त्या गोष्टीचा गाजावाजा होईल. म्हणून म्हणतो, सबुरीनं घ्या. सर्व शक्ती जपून ठेवा. ती तुम्हांला वापरावी लागणारच आहे."

"तुम्हांला जी शंका आली, तसं काही घडलं असेल, असं मला वाटत नाही." जिनी म्हणाली.

बाबूराव जिनीकडे पाहून म्हणाले,

"जिनी, मनुष्यस्वभाव तू ओळखत नाहीस. स्वार्थासाठी माणसं कोणत्याही थराला जातात. जर समजा खुनाचा प्रयत्न असेलच, तर त्यात तोलानीचा हात नक्कीच असेल. प्रश्न इतकाच आहे, की त्यात त्याच्या मुलीचा-ललितेचा आणि माझ्या मुलाचा हात आहे किंवा नाही? पण माझी मनोदेवता मला सांगते की प्रकाश कसाही असला, तरी त्याच्या हातून बापाच्या खुनासारखं कृत्य घडणार नाही."

क्षणभर कुणीच काही बोललं नाही.

"बरोबर आहे. तुम्हांला माझ्या मुलाचीसुद्धा शंका येणं स्वाभाविक आहे. प्रकाशमुळे ललिता आणि ललितेमुळं तोलानी माझ्या घरात शिरलेला आहे. पण

माझ्या रक्ताची ओळख माझ्याशिवाय कुणाला पटणार नाही. प्रकाश महत्त्वाकांक्षी आहे. नवं जग पाहून आलेला आहे. नवं तंत्रज्ञान त्याला अवगत आहे. मी त्याला जुनाट आणि निरुपद्रवी झालो आहे असं वाटतं. मी स्वखुशीनं माझं औद्योगिक साम्राज्य त्याच्या स्वाधीन करावं, असंही त्याला वाटतं. कदाचित मी ते केलंही असतं. परंतु त्याला पुष्कळ गोष्टींची समज अजून आलेली नाही. म्हणून मी निर्णयाचा अधिकार माझ्याकडेच ठेवलेला होता. नवं आणि जुनं, मराठी आणि अमराठी, नैतिक आणि अनैतिक याच्या सीमारेषा त्याला समजत नाहीत. एरवी तो मनानं दुष्ट नाही, दुष्ट होऊही शकणार नाही. त्याच्यावर त्याच्या आईचे खूप खोलवर संस्कार झालेले आहेत. अवेळी आई गेल्यामुळं तसा तो पोरकाच झाला, आणि त्याचे पोरकेपण मी घालवू शकलो नाही, ही गोष्ट मान्य केलीच पाहिजे. मी रानात उगवलेल्या एकाकी दगडासारखाच वाढलो-नाही असे नाही. पण मला तसे वाढण्यावाचून पर्याय नव्हता. त्याला पर्याय होता, हीच अडचण झाली. पैसा आणि लौकिक यांचा आधार असला, की भलभलती माणसं भोवती गोळा होतात, आणि असलेलं किंवा नसलेलं एखाद्याचं मोठेपण त्याच्या लक्षात आणून देऊन त्याचा फुगा फुगविता येतो. तोलानीच्या व्यक्तिमत्त्वामुळं तो भारून गेला, ही गोष्ट खरीच आहे, आणि त्याला वाटलं, आपलं आकाश ठेगणं झालंय. पण जगात मोठं होणं इतकं सोपं नाही. कायदे, नीतिमत्ता पाळून आणि लोकांची भलाई मिळवून मोठं होणं हे मुळीच सोपं नाही. वाकड्या मार्गांनी पैसा मिळतो, पण मग आयुष्यभर त्याच रस्त्यानं जावं लागतं. नकळत आपण एका चोरांच्या टोळीत सामील होतो; आता हे सारं कळण्यासाठी माणसाला काही अनुभव यावे लागतात. एखाद्या काश्मिरी गालिचावरून चालत जावं असं प्रकाशचं आयुष्य गेलं. हवं ते त्याला मिळत गेलं. त्यामुळं रस्त्यावर काही खाचखळगे असतात, हे त्याला कधी कळलंच नाही. दु:खाचा, अपमानांचा, झगड्यांचा अनुभव नसल्यामुळं माणसं चुकीच्या भ्रमात असतात. आपल्याला बुद्धी असते, तशी इतरांना नसते. असं त्याला वाटू लागलं. ज्या संपामुळं त्याच्यात आणि माझ्यात बेबनाव निर्माण झाला आणि तोच जास्त विकोपाला गेला, त्याचं मुख्य कारण तो कधी कामगार नव्हताच. कामगारांचं मानसशास्त्र त्याला कसं समजणार? आज ना उद्या प्रकाश शहाणा होईल आणि माझा धंदा पेलायला समर्थ होईल, अशी आशा मी बाळगली होती. पण आता तेवढ्यापुरता तरी मी निराश आहे. एकदा वाटतं हे सारं कशासाठी केलं मी? माझा एकुलता एक रक्ताचा वारस-तो माझ्यापासून खूप खूप दूर गेलेला आहे. मला वाटतं

आयुष्यात मी अयशस्वी झालो आहे. साऱ्याच कर्तबगार माणसांच्या नशिबात हे अपयश येतं, कारण त्यांचं सगळं लक्ष घराबाहेर असतं. कुणी देशेसेवेत मोठं होतं, कुणी उद्योगधंद्यांत मोठं होतं, कुणी विद्वत्तेच्या क्षेत्रात मोठं होतं. ते एकटे स्वत: तेवढे मोठे होत राहतात आणि त्यांची बायको, मुलं, आप्तस्वकीय असेच खुरटलेले राहतात. परिणाम असा होती, की एक दिवस असा उजाडतो की आपण हे सारं विश्व कशासाठी उभं केलं हेच त्यांना कळेनासं होतं. मीसुद्धा आज अशाच टप्प्यावर आलो आहे. मी राहीला सखी बनवू शकलो नाही किंवा राधाला खऱ्या अर्थानं जीवनसाथी बनवू शकलो नाही. माझ्या रक्तामांसाचा एकुलता एक गोळा-त्यालाही मी आपलासा करू शकलो नाही! अखेरी शेवटी मी एकटाच उरलो! अगदी एकटा! ही संपत्ती, हे कारखाने, ही कीर्ती यातलं काहीही मी बरोबर घेऊन जाणार नाही, हे मग इथंच सोडून जावं लागणार आहे. अभिमानानं माझं नाव लावायला मागे कोण आहे?''

''बाबूराव, हताश होण्यासारखं काही नाही. पण थोडी कळ काढायला पाहिजे.''

''काय फरक पडणार आहे? आजच्यासारखाच उद्या-उद्यासारखाच परवा.''

''नाही बाबूराव. असं निराश होण्यासारखं काही नाही. काही गोष्टी मला तुला सांगता येणार नाहीत कारण मी शब्दांनी बांधला गेलो आहे. पण अगदी गरजच पडली, तर काही गोष्टी मी उघड करीन.''

''असं काय आहे लपविण्यासारखं?''

''सांगीन सांगीन. थोडी वाट पहायला पाहिजे. बरं, ते जाऊ दे. नवे कपडे घालून तुला तयार व्हायला पाहिजे. आपली निघायची वेळ होण्यापूर्वी थोडं खाऊन घे. कारण तुझ्या आयुष्यातला एक महत्त्वाचा समारंभ आता घडणार आहे.''

''-पण डागाळलेला.''

''मुळीच नाही. जन्मखुणांना कुणी डाग मानीत नाही. जे काही घडलंय किंवा घडणार आहे, ते तुझ्या आयुष्याला सुसंगतच आहे. दोस्त, तुझ्यासारखा मित्र मला लाभला, याचा मला अभिमान वाटतो. गजाननावर तुझी श्रद्धा आहे. त्यांन तुझं आजपर्यंत भलं केलं आणि त्याची प्रत्येक कृती सहेतुक असते, असं आपण मानलं पाहिजे. त्याच्या मनात तुझं काहीतरी चांगलंच घडवायचं असलं पाहिजे. सकाळी तू सिद्धिविनायकासमोर म्हणालास ना, की जिनी तुला मुलीसारखी आहे. तिची तुला गरजही आहे. तिची इच्छा असेल, तर तिला मी माझ्या

शब्दातनं मोकळं करणार आहे. काय जिनी, तुझं काय म्हणणं आहे?''

जिनी काहीच बोलली नाही. नुसती हसली. ती एवढंच म्हणाली-

"मला खरोखरच त्यांच्याबद्दल आदर वाटतो. त्यासाठी तुम्हांला सोडून जायचं काय कारण आहे? तुमच्याजवळ राहून मी त्यांची अधिक सेवा करू शकेन.''

"जिनी, मला सेवा करणारी नर्स नको आहे. मला प्रेम करणारी मुलगी हवी आहे आणि ती हवीय, म्हणजे ती सर्वार्थाने मला एकट्यालाच हवी आहे. डॉक्टर भले माझा कितीही जवळचा मित्र असो, पण माझ्या प्रेमात मला वाटेकरी चालत नाही, हां, उद्या समजा मी तुझं लग्नच करून दिलं, तर गोष्ट निराळी आहे. आणि ते तर मी करून देईनच. पण ते उद्या, आज नाही. मला कुणी माझ्या सुखात वाटेकरी नको आहे.''

बाबूरावांनी दोन्ही हात पसरले आणि अगदी नकळत जिनी त्यांच्या जवळ सरकली. तिला जवळ घेत बिलगत बाबूरावांनी डोळे मिटले.

एक-दोन मिनिटं तशीच गेली आणि जेव्हा त्यांनी डोळे उघडले, तेव्हा ते पाण्याने भरलेले होते.

त्यांनी मान वर करून पाहिले, तर डॉक्टरही पाठ वळवून डोळे पुसताना दिसले.

जिनी तर खरोखरीच एखाद्या लहान मुलीसारखी हमसून हमसून रडायलाच लागली.

आपल्या हातांनी जिनीच्या डोळ्यांतलं पाणी पुसत बाबूराव म्हणाले,

"काय रे डॉक्टर, तुला काय झालं रडायला?''

"काही नाही बुवा, सहज पाणी आलं एवढंच.''

"सहज बरं येईल? मुलगी आपल्या घरून चालली, म्हणजे बापाच्या डोळ्यांत पाणी येतं असं म्हणतात. तसं तर काही नाही ना?''

"नाही रे बाबा, तसं काही नाही.''

"नसणारच रे तसं, अरे, जिनीचा स्पर्श माझ्या देहाला झाला आणि माझ्या लक्षात आलं, की हे रक्त माझ्या ओळखीचं आहे. आता माझा कल्पनाविलासही असू शकेल, नाही असं नाही. पण तू काहीही म्हण, हिला पाहिल्यापासून मला राहीची आठवण येऊ लागली आहे. अर्थात राहीचा आणि हिचा काही संबंध असणार नाही, हे मला कळतंय पण तरीसुद्धा तिचं आणि माझं काही नातं असलंच पाहिजे.''

समारंभस्थळी पोहोचल्यानंतर बाबूरावांना इकडेतिकडे पाहायला फारसा

वेळ मिळालेला नव्हता, कारण समारंभातच त्यांना गुंतून पडावं लागलं. मुख्यमंत्र्यांचं चहापान झालं. नंतर ते आणि त्यांचा लवाजमा ठरलेल्या वेळापत्रकाप्रमाणे निघून गेला.

नंतर बोर्ड ऑफ डायरेक्टर्स आणि काही महत्त्वाचे अधिकारी तेवढे त्यांच्या बोर्डरूममध्ये शिल्लक राहिले. जाताजाता मुख्यमंत्र्यांनी बाबूरावांना बाजूला घेऊन झालेल्या अपघाताची आपण चौकशी करीत आहोत, अगदी थोडक्या अवधीत या प्रकरणाचा निकाल लावू असे आश्वासन दिले. अर्थात तसे ते आश्वासन औपचारिक होते हे बाबूरावांना कळत नव्हते असे नाही. खरोखरीच तो खुनाचा प्रयत्न असेल, तर चौकशी करावीच लागली असती. पण चौकशी म्हटली की नको ती प्रसिद्धी अपरिहार्यपणे लाभणार होती आणि जर का या चौकशीत तोलानी आणि ललिता यांचा संबंध प्रस्थापित झाला असता, तर त्यात प्रकाशचे नाव गोवले जाणार हे उघडच होते. प्रकाशचे नाव गोवले जाणार, याचा अर्थ भयानक होता. आणि ती प्रसिद्धी आपल्याला किती उपसर्गकारक होईल याचा बाबूराव विचार करीत होते. म्हणून जमल्यास चौकशीच थांबवावी किंवा काय हा त्यांच्यापुढे प्रश्न होता. प्रकाशचा दूरान्वयानेही या प्रकरणाशी संबंध नसावा, अशी ते देवाजवळ प्रार्थना करीत होते आणि प्रकाश जर समारंभात कुठे दिसला, तर त्याच्या डोळ्याला डोळा भिडवताच प्रकाशचा त्यात भाग आहे किंवा नाही, याचा त्यांना अदमासही घेता आला असता. पण प्रकाश समारंभात कुठेच नव्हता, ही गोष्ट त्यांना अशुभ वाटली.

समारंभ संपून बोर्ड ऑफ डायरेक्टर्सची मीटिंग सुरू करण्यापूर्वी त्यांनी चीफ सिक्युरिटी ऑफिसर मेजर खोत कुठे दिसतो किंवा काय हे पाहण्याचा प्रयत्न केला. पण तोही कुठे दिसला नाही. त्यांना अगदीच राहवले नाही, म्हणून शेवटी जनरल मॅनेजर नायडूंना त्यांनी बाजूला घेतलं आणि त्यांना विचारलं,

"प्रकाश कसा आला नाही? तो कुठं दिसला का तुम्हांला?"

"प्रकाशसाहेब आले आहेत. पण त्या दोन कामगारांना पोलिसांनी पकडलं आहे. त्यांच्याकडून बातमी काढून घेण्यासाठी ते, सिक्युरिटी ऑफिसर खोत आणि फोरमन चौगुले हे तिघेही पोलीस स्टेशनवर गेले आहेत. प्रकाशसाहेब फार संतापलेले होते. आता येतीलच ते. त्यांचा एक पाच-दहा मिनिटांपूर्वी फोन आला होता, असं टेलिफोन ऑपरेटरनं आत्ताच मला सांगितलं. खुनी सापडला आहे असं त्यांचं म्हणणं."

"तसं असेल, तर त्यांना गेस्ट हाउसमध्ये स्वतंत्रपणे बसवा. इथं कुणाला

आणू नका. कुणाच्याही कानांवर काही जाता कामा नये. घाईगर्दीनं सभा आटोपून घ्यावी लागेल.''

तसा डायरेक्टरच्या सभेचा आणि सर्वसाधारण सभेचा विचकाच उडालेला होता. झालेली बोर्ड ऑफ डायरेक्टर्सची जनरल बोर्डाची सभा अधिकृत होती. आवश्यक असणाऱ्या कामासाठी सभा पंधरा दिवसांनी पुन्हा घेण्यात येणार होत्या. अपघातातून बचावल्याबद्दल सर्व डायरेक्टर्सनी बाबूरावांचं मन:पूर्वक अभिनंदन केलं. एक-दोघांनी ''तो अपघात नव्हता, असं ऐकतो, खरं काय,'' ते कुतूहलापोटी विचारण्याचा प्रयत्न केला. परंतु काहीतरी जुजबी उत्तर देऊन बाबूरावांनी त्यांना वाटेला लावलं. हळूहळू सर्व जण निरोप घेऊन जाऊ लागले. कामगार किंवा इतर पाहुणे यापूर्वीच गेले. काही अधिकारी मागे रेंगाळले होते, त्यांनाही जाण्याची सूचना देण्यात आली. सिक्युरिटीचा सगळा स्टाफ मात्र हजर होता.

बाबूरावांनी नायडूंना ''प्रकाश आलाय का?'' असे विचारले, त्यांनी होकारार्थी मान हलवली. तेव्हा फक्त त्यांनी त्याला बोलावून आणायला सांगितलं. प्रकाश येईपर्यंत डॉ. गिंडे, जिनी, नायडू बोर्डरूममध्ये स्तब्ध बसून होते. तीन-चार मिनिटांच्या अवधीत प्रकाश जवळपास धावत आला. येता क्षणीच तो बापाच्या पायांवर कोसळला. बाबूरावांनी त्याला उचलून धरण्याचा प्रयत्न केला. डॉक्टर गिंडे, जिनी यांनी त्याला उचलून उभं केले. उभा राहताच बापाला मिठी घालून तो म्हणाला,

''तो अपघात नव्हताच. खुनाचाच प्रयत्न होता आणि सर्वांत वाईट गोष्ट आहे बाबा, की खुनाचा प्लॅन जरी तोलानीने केलेला असला, तरी ललितेला हे सर्व माहीत होतं. तिनं ते सारं गुप्त ठेवलं. ती इतकी हलकट असेल असं मला खरंच वाटलं नव्हतं. मी आशा करीत होतो, की निदान ती तरी या कटात सामील नसेल, पण दुर्दैव माझं! मला तोंड दाखवायलासुद्धा जगात जागा नाही! खुद्द माझ्या बायकोनं सासऱ्याच्या खुनाचा कट रचावा आणि अशा खुनी स्त्रीच्या संगतीत मी माझ्या महत्त्वाकांक्षा पुऱ्या करण्याचा प्रयत्न करावा? तुमचा मुलगा म्हणवून घेण्यास मी लायक नाही! मला इथं राहण्याचा अधिकारही नाही. देवाशपथ सांगतो, की मला खरोखरीच यातलं काही माहीत नव्हतं आणि जर माहीत असतं तर मी प्रथम ललितेचा आणि तोलानीचा खूनच केला असता!''

''हे पाहा प्रकाश, डोन्ट गेट एक्सायटेड! तुझा या प्रकरणाशी संबंध असेल, असं मला कधीच वाटलं नव्हतं. ललिता कुठाय?''

''तिला मी प्रथम घरी बोलावलं. खोटंच सांगितलं, की तुम्हांला मृत्यू

आलाय! ती ताबडतोब घरी आली. पोलीस इन्स्पेक्टर आणि इतर दोन तीन लोक शेजारच्या खोलीत सारं संभाषण ऐकत होते. खुनाचा कट तिच्या बापानं कसा केला, त्याच्या कंपनीतले दोन कामगार भाड्यानं आणलेल्या क्रेनवर ऑपरेटर म्हणून कसे आले आणि योजल्याबरहुकूम अपघात वाटावा, असा हा खून घडविण्याचा त्यांनी कसा प्रयत्न केला, हे तिनं अगदी चवीढवीनं सांगितलं. पोलिसांनी तिला खुन्याची साथीदार असल्याच्या आरोपावरून पकडलं. तोलानीवरही वॉरंट मिळविण्याच्या प्रयत्नात पोलीस आहेत. साऱ्या कटाचा आता पूर्ण पत्ता लागलेला आहे. सारे आरोपी आता माहीत झालेले आहेत. हे सारं करण्यात, कामगार ओळखून घेण्यात, त्यांचा कबुलीजबाब घेण्यात पुष्कळ वेळ गेला. मग ललितेसाठी सापळा उभारण्यात वेळ गेला. तोलानी इथं नाहीत. ते दिल्लीला आहेत. त्यांना पकडण्यासाठी पोलीस खास विमानानं दिल्लीला जातील. ते सापडतीलच असे नाही. पण ललितेचा मॅजिस्ट्रेटसमोर कबुलीजबाब मात्र आत्ताच होईल.''

"प्रकाश, तुझा खुनात सहभाग नाही, ही गोष्ट माझ्या रक्तानं मला केव्हाच सांगितली होती. तू इथं दिसला नाहीस, तेव्हा क्षणभर मला शंका आली, नाही असं नाही. पण माझं मन मला सांगत होतं की प्रकाश असलं कृत्य करणार नाही. पण प्रकाश, आपल्याला हा खटला लढवायचा नाही. किती झालं, तरी ललिता माझ्या मुलाची बायको आहे, माझी सून आहे. या खुनाच्या खटल्यामुळं आपल्या कुटुंबाची खूप इभ्रत जाईल- तुलाही फार त्रास होईल.''

"माझ्या त्रासाचं राहू दे- मला त्याचं महत्त्व वाटत नाही. मला शिक्षा व्हायलाच हवी. कारण असल्या माणसांची मी संगत केली आणि केवढ्या पापात मी सहभागी होत होतो, याची मला जाणीव झाली. या लोकांना शिक्षा व्हायलाच पाहिजे.''

"अरे, त्यांना शिक्षा करायची म्हणजे मूर्ख माणसा, तुझीही बदनामी होणार आणि पर्यायानं मलाही शिक्षा होणार. मला तुझ्याशिवाय दुसरं कोणीही नाही. माझ्या रक्ताचं या जगात दुसरं कोणीही नाही. हे सगळं तुझ्यां स्वाधीन करून केव्हातरी निवृत्त होण्याची स्वप्नं मी पाहिली होती. तो दिवस आज आला आहे, असं मी समजतो. आजपासून ही कंपनी, तिचा सारा व्यवहार तुझ्या मालकीचा झाला आहे, असं तू समजून चाल.''

"हे तर होणंच नाही! कारण अखेर मी तुमचा मुलगा आहे, म्हणून ते शक्य नाही. तुमचं रक्त माझ्या अंगात वाहतंय ना? मग माझा रस्ता मलाच शोधला पाहिजे. तुम्हांला तर कसलाच आधार नव्हता. मला तर अभिमानानं सांगावं असं बापाचं नाव आहे. मला आयती संपत्ती नको, तसा आयता अधिकारही

नको. मी चांगला शिकला-सवरलेला आहे. मी कसाही माझा मार्ग काढीन. माझ्या पायांवर मोठा होईन आणि मगच तुम्हांला भेटायला येईन.''

''नाही नाही, असं वेड्यासारखं काही बोलू नकोस. वैतागल्यासारखं वागू नकोस.''

''मी मुळीच वैतागानं बोलत नाही. दैवानं मला एक चपराक दिली हे बरंच झालं. त्याची गरजच होती. ख्यालीखुशालीत, सुखवस्तूपणात वाढलो म्हणून मी खरा कोण आहे, याचा शोधच मला लागला नाही. तुम्ही आता बरे झाला आहात. दहा-वीस वर्षं चिंता करण्याचं कारण नाही. माझ्या वाटेने मला जरा वाटचाल करू दे. मी मुळी मुंबईत राहणारच नाही. वाटलं तर परदेशात जाईन किंवा देशात अन्य कुठंही जाईन. स्वत:चं कर्तृत्व अजमावून पाहीन. जर काही नाहीच जमलं, तर एकतर खालच्या मानेनं परत येईन आणि जमलंच, तर उंच मानेनं येऊन तुमच्याशी बरोबरीनं बोलण्याची हिंमत दाखवीन! तेव्हा मी तुमचा मुलगा शोभेन!''

''ठीक आहे. ते बघू नंतर. त्याची काही आत्ता घाई नाही.''

''नाही! त्याची आत्ताच घाई आहे आणि तो निर्णय आत्ता या क्षणालाच घ्यायचा आहे आणि त्यासाठी मला आशीर्वाद द्या. स्वत:च्या पायांवर उभं राहिलेल्या माणसानं तशाच तऱ्हेनं वाटचाल करू पाहणाऱ्या माणसाला आशीर्वाद द्यायचा! हळवं होऊन त्याची वाटचाल रोखायची नाही!''

मुलाच्या करारी मुद्रेकडे पाहून बाबूराव म्हणाले,

''निदान माझं एक ऐक, हा खटला फार पुढं नेण्याची धडपड करू नको. फक्त आपल्या धंद्यावर आलेले तोलानीचे सावट आणि ललितेची तुझ्या आयुष्याशी झालेली गुंतागुंत यातून मोकळं होण्याइतपत तू या घटनेचा फायदा घे. आयुष्याची मागची ओझी पुढं अकारण नेऊ नकोस. जरूर तुला आशीर्वाद देतो. आता ललिताला मला भेटण्याची काही गरज नाही. तूच हे प्रकरण शांतपणाने आणि एकटेपणानं हाताळ. गेट रिड ऑफ तोलानी! आणि हे बघ, आज रात्री आपण सगळे एकत्र बसून घरी जेवू- तेव्हा नऊपर्यंत घरी ये. आता मला ज्यानं वाचवलं त्या माणसाला भेटायला मी हॉस्पिटलमध्ये जाणार आहे.''

बाबूराव, जिनी आणि डॉ. गिंडे हे तिघे जण मेहता हॉस्पिटलमध्ये जायला निघताच नायडू पण कंपनीची गाडी काढून त्यांच्या मागोमाग हॉस्पिटलमध्ये आला. कारखान्यापासून हॉस्पिटल तसे फार दूर नव्हते. हॉस्पिटलमध्ये येताक्षणीच सर्व जण डॉ. मेहतांच्या कन्सल्टिंग रूममध्ये शिरले. डॉ. मेहतांनी त्यांचे आदरपूर्वक

स्वागत केले. विशेषत: डॉ. गिंड्याचे. ठाण्याहून बोलावलेले आर्थोपेडिक सर्जन रमणभाई देसाई ऑपरेशन आटोपून परत गेले आहेत आणि आता पेशंट लालचंद हा कोमामध्ये आहे असे त्यांनी सांगितल्यामुळे पेशंटला भेटणे म्हणजे नुसते पाहणे एवढाच भाग होता. गिंड्यांची आणि डॉ. मेहतांची चांगलीच ओळख असली पाहिजे. किंबहुना डॉ. मेहता डॉ. गिंड्यांचे केव्हातरी विद्यार्थी असले पाहिजेत, कारण मेहतांनी लगोलग सांगितले, ॲक्सिडेंट गंभीर नाही. ऑपरेशन यशस्वी झालेले आहे आणि आवश्यकता वाटेल तेव्हा रमणभाई देसाईंसारखा माणूस केव्हाही यायला तयार आहे. त्यातून रमणभाई देसाईंच्या हॉस्पिटलमध्ये किंवा अन्य कोणत्याही हॉस्पिटलमध्ये जर पेशंटला हलवायचे असेल, तर आपली कोणतीही हरकत नाही. पण आपण सांगाल त्याहून अधिक चांगली व्यवस्था आम्ही येथे ठेवू एवढे मी आश्वासन देतो. त्यावर गिंडेच हसून म्हणाले,

"वेल, यंग मॅन. तू म्हणालास, तरी तुझ्यावर आमचा विश्वास आहे. त्यामुळे पेशंटला हलविण्याचा प्रश्नच नाही. शिवाय रमणभाई देसाई माझे कलीग आहेत. त्यांच्याइतका सिनिअर सर्जन उपलब्ध असताना मी अकारण पेशंटला हलविणार नाही. पण तुलाच तशी गरज वाटली, तर मला कळवायला अनमान करू नकोस. आम्ही पुन्हा पेशंटला भेटायला उद्या येऊ. तेव्हा तो चांगला शुद्धीवर आलेला असेल. त्याचेही कोणी नातलग असतील, त्यांना बोलावून घेता येईल." नायडूंकडे वळून डॉ. गिंडे म्हणाले,

"तुम्ही त्याच्या एम्लॉयरला कळविले आहे की नाही?"

"कळवलं आहे तर. शिवाय त्यांच्या कॅरिअर्स आज जाणार होत्या त्या उद्या जातील. त्या वेळेला त्यांच्यापैकी कुणीतरी पेशंटचे सहकारी त्याला प्रत्यक्ष पाहूनही जातील. शिवाय कालच्या समारंभासाठी ते कर्नाटक ऑटोमोबाईल्सचे लक्ष्मण इथं आलेले आहेत ते मघाशीच इथं येऊन गेले. त्यांनाही सगळ्या गोष्टी माहीत आहेत.

नायडूकडे पाहत बाबूराव म्हणाले,

"आम्ही आता घरी जाणार आहोत. ते ताबडतोब घरी फोन करून कळवा. सांगा पाचसहा माणसे जेवायला येणार आहेत आणि लक्ष्मणनाही शक्य झाले, तर रात्री आठ वाजता घरी बोलावले आहे म्हणून सांगा. तुम्हांला काय निरोप मिळेल तो मला घरी फोन करून कळवा. चला, आपण पेशंटच्या खोलीत तर जाऊन येऊ."

सारे जण पेशंटच्या खोलीच्या दरवाजापाशी आले. दरवाजावर टक टक

करताच नर्सने दरवाजा उघडला. पेशंट अजून अर्धवट कोमात होता. त्याच्याकडे पाहून त्याच्या रंगारूपाची काहीच कल्पना करता येण्यासारखी नव्हती. खूप दाढी वाढलेली आणि वयाने तर तो इतका म्हातारा होता, की असला माणूस कोठे नोकरी करीत असेल, हे खरे वाटणेसुद्धा शक्य नव्हते. एक उपचार म्हणूनच केवळ त्याला आत्ता पाहाणे एवढेच आता हातात होते. ते परत डॉक्टरांच्या केबिनमध्ये आले आणि डॉ. मेहतांना बाजूला घेऊन म्हणाले,

"डॉक्टर, हा खास माझा पेशंट आहे असं समजा. त्याला सर्व तऱ्हेच्या सुखसोई द्या. उद्या सकाळी जेव्हा तो शुद्धीवर येईल, तेव्हा त्याची दाढी काढून टाका. त्यानं विरोध केला तर अगदी ऐकू नका. त्याच्या अंगावरच्या कपड्यात तुम्हांला ज्या ज्या वस्तू सापडल्या असतील, त्या सगळ्या नायडू येथे थांबतील त्यांच्याबरोबर द्या आणि त्याची त्याला काही कल्पना देऊ नका."

बाबूराव गंभीर झाले. समोरच्या माणसात आणि त्यांच्या मनात असलेल्या गोष्टीत काही साम्य नव्हते. जवळपास पंचवीस वर्षांपूर्वी त्यांनी लल्लूला पाहिले, तेव्हा तो ताडमाड आडवातिडवा असा दिलखुलास अजस्र देहाचा प्राणी होता. आता समोर अंथरुणावर डोळे मिटून अचेतन अवस्थेत असलेला देह हा तर एका अत्यंत सडसडीत वृद्ध माणसाचा होता. त्याचा चेहरा काळवंडलेला होता. खरे म्हणजे चुकूनसुद्धा कोणत्याही प्रकारचे साम्य समोरच्या माणसात आणि लल्लूत त्यांना आढळेना परंतु का कुणास ठाऊक, त्यांच्या अंतर्यामीची प्रेरणा मात्र सांगत होती, की आपल्याला मृत्यूच्या पाशातून वाचविणारा लल्लूशिवाय दुसरा कोणी नाही. लल्लू आता असलाच तर तो कसा असेल? राही अजून जिवंत असेल काय? त्यांनी चटकन जिनीच्या डोळ्यांकडे पाहिले. पण तिच्या डोळ्यांत समोरच्या माणसाला ओळखण्यासारखी कोणतीच खूण नव्हती. त्यांनी तो विचार झटकून टाकला आणि ते सर्वांच्या बरोबर बाहेर पडले. नायडूंचा त्यांनी निरोप घेतला आणि ते मुंबईच्या दिशेने परत निघाले. पण आता त्या घरात कोण होते? राधा तर नव्हतीच नव्हती. राही असण्याचा प्रश्नच नव्हता. ते आयुष्य तर फार दूर निघून कोठेतरी हरवून गेले होते. त्यांचा एकुलता एक रक्ताचा वारस, त्यांचा मुलगा प्रकाश घरी आला असता. कदाचित त्याला घरी राहू देण्यात आपण यशस्वी ठरलो असतो. तरी पण आता त्याच्यातील आणि आपल्यातील दुरावा दूर व्हायला काही वेळ लागणारच होता. शिवाय तो नाही म्हणाला, तर मग सारे घर खायला उठणार होते. त्याला पूर्वपरिचित घरातल्या खोल्या, तो भव्य प्रसाद विचारणार होते,

"मूर्ख माणसा, हे सारं तू कशासाठी केलंस? एका मागोमाग एक सारी सुखं ओंजळीतून गळून गेली आणि तू ओंजळ घट्ट मिटून सांभाळलंस तरी काय? ताडामाडासारखा उंच वाढलास, पण तुझ्या झाडाला नाही फांदी, नाही फुलं, नाही फळं, नाही बुडखा... मग तू कशासाठी जगतोस?"

घरापर्यंतचा त्यांचा प्रवास तसा मूकपणानेच झाला. घर येताच बाबूराव जिनीचा हात धरून खाली उतरले. हॉर्नचा आवाज ऐकताच जग्गू-राघू वगैरे घरातले नोकर लगेच पुढे झाले. केव्हा ना केव्हातरी डॉक्टरांची आणि आपली ताटातूट होणार, हे बाबूरावांना कळत होते. कारण आजचा सबंध दिवस त्यांनी बाबूरावांसाठी खर्च केला होता. त्यांच्या मागे नानाविध उद्योग होते. मोठे हॉस्पिटल ते सांभाळत होते. किती झाले तरी तो खूप जबाबदारी असणारा माणूस होता. देऊन देऊन ते आपल्याला किती वेळ देणार? त्यांनी आपल्यासाठी गेले दोनतीन महिने जो वेळ दिला किंवा आपली जी सेवाशुश्रूषा केली, त्याची किंमत आपण कधी चुकविणार? त्यांनी सद्‌गदित हाताने डॉक्टरांचा हात हातात घेतला आणि ते म्हणाले.

"मी फार स्वार्थी माणूस आहे, नाही डॉक्टर?"

"का रे बाबा? बऱ्याच लवकर सुचला तुला हा विचार, म्हणून म्हणतो."

आपोआपच बाबूरावांच्या चेहऱ्यावर हसू फुटले आणि ते म्हणाले,

"आजपर्यंत फक्त मी माझाच विचार करीत होतो. तुझा वेळ किती खाल्ला, याची तर मी विचारपूस केलीच नाही. पण निदान तुला अधूनमधून घरी जायला पाहिजे, इकडेसुद्धा लक्ष दिलं नाही. वास्तविक आजच्या समारंभाला वहिनीना बोलावणं होतं. पण त्या आल्यात की नाहीत, हेसुद्धा विचारायचं मी आत्तापर्यंत विसरून गेलो."

"नाही, नाही. ती येणार नव्हतीच आणि मी तसं सांगितलंच होतं तुला. कारण तुझी जबाबदारी माझ्यावर होती. हे सारं कसं काय निभतंय, या चिंतेत मी होतो."

"अरे, पण मला तरी आठवण व्हायला हवी होती की नाही?"

"त्याची चिंता तू करू नकोस. मी तुमची बोर्डाची मीटिंग चालू असतानाच तिला फोन करून सारी कल्पना दिली आहे. अगदीच तू म्हणत असशील....."

"तेच मी आता म्हणणार होतो. रात्री नऊ वाजता त्यांना बरोबर घेऊनच तू जेवायला ये."

"मग जाऊ मी आता? जिनी आता थांबेल, तुझे कपडे, सामान आणि तिचेही

कपडे मी पाठवून देतो. आज तरी ती इथे राहू दे. उद्या बघू काय करायचं ते.''

''उद्या विशेष काय घडणार आहे? ती आता इथं राहणार आहे, हे ठरलेलंच आहे. होय की नाही, जिनी?''

जिनी काही बोलली नाही. फक्त तिने डॉक्टरांकडे बोट दाखवले.

डॉक्टर म्हणाले,

''बघितलंस? कशी आज्ञाधारक मुलगी आहे!''

''अरे हो, पण ती तुझ्या आज्ञा पाळते, माझ्या कुठं पाळते?''

''एनी वे, बाय बाय! हॉस्पिटलवर जातो. तिथं एक राऊंड घ्यावी लागेल, आज काही इमर्जन्सी येऊ नये म्हणजे मिळवली. पण काही करून नऊपर्यंत येतो.''

डॉक्टरांची गाडी दिसेनाशी झाली आणि मग जिनीच्या खांद्यावर हात ठेवून हळूहळू चालत बाबूराव लिफ्टपाशी आले. लिफ्टमधून आपल्या घरात येताक्षणीच त्यांनी जिनीचा हात धरला आणि ते म्हणाले-

''वेलकम! नव्या मालकाचे स्वागत असो!''

''बाबूराव, तुम्ही भलतंच काय बोलता हो? या घरात मी आले आहे, ते तुमच्या आग्रहावरून. तुमची पाहुणी म्हणून. अगदी तुम्ही म्हणता म्हणून तुमची मानलेली मुलगी म्हणून. मी मालक कशी होऊ शकेन? आणि खरं सांगू, मला मालक व्हायची इच्छाही नाही. तुमच्यात एक वेगळेपण जाणवलं, वात्सल्य जाणवलं आणि भुलून तुमच्या मागोमाग आले, इतकंच. पण माझा इथं काय उपयोग आहे? तुमची ही श्रीमंती, हे वैभव, ही सत्तेची राजकारणं ह्यानं तर मी घाबरून गेले.''

''संपत्तीला भिण्यासारखं संपत्तीत काही नसतं. चल माझ्याबरोबर, या घरात पावलं टाक. म्हणजे तुझ्या लक्षात येईल, या घरातील संपत्ती पापानं बरबटलेली नाही. इथं माणसांची किंमत ठेवली जाते. इथे लहान-गरीब असा भेद पाळला जात नाही. रस्त्यावर आलेल्या एका भंगड, अनाथ, निराधार मुलाने कष्टाच्या जोरावर प्रमाणिकपणे मिळवलेली ही संपत्ती आहे. या घरात कटकारस्थानं झाली नाहीत किंवा कुणाला हुंदकेही काढायला लागले नाहीत. दिलेलं काम चोख करायचं आणि कुणाचीही पर्वा न करता बेदरकारपणानं आयुष्य जगायचं, असा या घराचा शिरस्ता आहे. लक्ष्मी हे संकट मानू नकोस, ते साधन मान. वाटले तर तू हॉस्पिटल काढ. लेप्रसी होम काढ. तुला आवडेल ते काम तू करायला मोकळी आहेस. फक्त तुझ्या कामात तुला झोकून द्यावं लागेल. झोकून देणं हा एकमेव गुण मी मानतो, आणि त्या एका गुणावरच थोडंफार यश मला

मिळालं आणि ह्या जिद्दीतूनच ह्या आजारातून मी उठलो. तू वेगळ्या वातावरणात वाढली आहेस हे मला माहीत आहे. पण त्या मिशनमधल्या वातावरणात तरी दुसरं काय असतं? पाच-सात हजार मैलांवरनं ही गोरी माणसं परमुलुखात येतात. त्यांना माया-ममतेची माणसं किंवा परिचित दुनिया सोडून अपरिचित मुलुखात येताना अजिबात भीती वाटत नाही. त्यांना का भीती वाटत नसेल?''

जिनी त्यांच्याकडे बघत होती. आजचे बाबूराव तिला वेगळे वाटत होते- म्हणजे तसे वेगळे, पण तसे ओळखीचेही. लहानपणी मिशनमध्ये वावरताना फादर्सच्या चेहऱ्यावर जो एक 'करार' असे, तोच करार बाबूरावांच्या चेहऱ्यावरही दिसत होता. या साऱ्यांचेच करार त्यांनी परमेश्वरांशी केलेले असत. जी एक कुतूहलजनक आपुलकी तिला बाबूरावांबद्दल वाटत होती, त्याचे कारण तिच्या आता लक्षात आले. जगात फक्त परमेश्वरालाच मानणारी माणसे असतात. फक्त त्याच्याच आज्ञा ते अनुसरतात आणि म्हणून जरी ही माणसे पृथ्वीवरून चाललेली असतात तरी त्यांच्या वागण्या-बोलण्यातही एक ईश्वरी तेज असते.

तिच्या गोंधळलेल्या चेहऱ्याकडे बाबूराव क्षणभर पाहत राहिले. ते असे काहीतरी बोलले की राहीसुद्धा त्यांच्याकडे अशीच बघायची. ते हळुवारपणाने म्हणाले,

''जिनी, तुला तुझी आई आठवते?''

''कशी आठवणार? माझ्या जन्मवेळेसच ती मृत्यू पावली, असं मला सांगण्यात आलं.''

''मग तुला वडिलांची आठवण तर मुळीच असणार नाही.''

''नाही. आई-वडील यांची कुठलीही खूण माझ्याजवळ नाही.''

''मिशनजवळ काही तुझ्या जन्मवेळच्या नोंदी असतील.''

''नाही. मिशन अनाथ मुलांच्या नोंदी ठेवत नाही.''

''मग आईच्या काही चीजवस्तू, सामानसुमान मिशननं ठेवलेले असेल?''

''कदाचित असेलही. पण मला काही त्यांनी ते दिलेलं नाही.''

''मिशनमध्ये तुला भेटायला कोणी येत होतं?''

''मला नीट आठवत नाही, पण एक दांडगादुंडगा माणूस माझी चौकशी करायला यायचा. मिशनला काही पैसे द्यायचा. मी पाच-सात वर्षांची होईपर्यंत तो येत असे. पुढं त्याने येणं-जाणं थांबविलं. त्यानं जाताना मला एवढंच सांगितलं, की ''बेटी, तू किरिस्ताव नाहीस. तू हिंदू आहेस, हे विसरू नकोस, तुझी आई फार मोठ्या मनाची बाई होती. ती असती तर तुला आत्ता भेटल्यावाचून राहिली

नसती. पण एक लक्षात ठेव. तू अशी रस्त्यावर टाकून दिलेली मुलगी नाहीस.''

''तुला तो मनुष्य कसा होता ते आठवतंय?''

''नाही. मी खूप प्रयत्न करते आहे, पण मला नीटसं आठवत नाही. फक्त एकच आठवण मला आहे आणि ती अगदी अलीकडची आहे. मी एस.एस.सी. पास झाले ते तिकडे कर्नाटकात, आणि मग मला डॉक्टर गिंड्यांच्या हॉस्पिटलमध्ये प्रथम हेल्पर म्हणून नोकरी मिळाली. त्यांची-माझी काही ओळख नव्हती. ते त्या सुमाराला आमच्या मिशनमध्ये आले. ते मुद्दाम आले होते, का सहजगत्या आले होते, हे कळायला मला मार्ग नव्हता. पण त्यांनी सांगितलं, की या मुलीला मी काम देऊ शकेन. त्यांचं आणि माझ्या मिशनमधल्या फादरचं काय बोलणं झालं, मला माहीत नाही. मला एवढंच सांगण्यात आलं, की यापुढची माझी सारी जबाबदारी डॉ. गिंडे घेणार आहेत. त्यांनी माझी सगळी व्यवस्था केली. हॉस्पिटलमध्येच राहण्याची व्यवस्था केली. मला त्यांनी मराठी बोलता यावं, म्हणून मराठी चांगलं जाणणाऱ्या एका प्रौढ नर्सच्या खोलीत जागा दिली. मला मराठी यावं, ही कदाचित त्यांची सोय असेल. पण पहिली एक-दोन वर्षं मला मराठी वातावरणात रुळविण्यासाठी साधी हेल्परची नोकरी करावी लागली. अर्थात नोकरासारखं त्यांनीही वागवलं नाही आणि कुणाला वागूही दिलं नाही. मग त्यांनी नर्सिंग स्कूलमध्ये माझं नाव घातलं. तेव्हाही सुट्टीसाठी मी हॉस्पिटमध्येच जात होते. पण हे कळत होते, की मला ही खास वागणूक मिळत आहे. एरवी इतर नर्सेसशी किंवा स्टाफशी डॉक्टर अगदी तुटकपणे वागत असत. माझा नर्सिंगचा कोर्स पुरा झाला, तेव्हा त्यांनी त्यांच्या हॉस्पिटलमध्ये मला नर्स म्हणून नेमून घेतलं. मग मला स्वतंत्र खोली मिळाली. न्यूरोसर्जरी ही अशीच एक गुंतागुंतीची शस्त्रक्रिया असते. त्या कामी खरं म्हणजे खास प्रशिक्षित नर्सेसची गरज असते. मग त्यांनी मला सारं शिक्षण स्वत: दिलं. हळूहळू मी माझ्या कामात तरबेज होत गेले. आमच्या हॉस्पिटलमध्ये इतर जनरल सर्जरीही पुष्कळ होते. त्या प्रत्येक शाखेचं त्यांनी मला शिक्षण दिलं. पण एवढे करून एक दिवस ते मला म्हणाले, तुला काही आता मी नर्सची ड्यूटी देणार नाही. माझ्याकडे पुष्कळ श्रीमंत पेशंट आहेत... त्यांना स्पेशल नर्सेसची गरज लागते. ते काम मी तुला देणार आहे. त्यात तुला प्राप्तीही खूप होईल आणि कामही कमी पडेल. शिवाय अशी स्पेशल ड्यूटी नसेल, तेव्हा तू माझी कल्सल्टिंग रूम सांभाळायची. त्यांनी माझ्यासाठी एवढी खास व्यवस्था का केली, याचा उलगडा मला कधी झाला नाही. वैद्यकीय पेशात डॉक्टर-नर्सचे संबंध काय असतात, हे

मी तुम्हांला सांगायला नको. पण डॉक्टरांनी मला स्वत:च्या मुलीसारखं तर वागवलंच, पण इतर डॉक्टर आणि स्टाफ यांनी माझ्याशी कसं वागलं पाहिजे, हे त्यांनी सांगितल्यापासून आज हॉस्पिटलमध्ये माझं स्थान अगदी वेगळं आहे. एक-दोनदा असं घडलं, की एक-दोन तरुण डॉक्टर माझ्याशी सलगीनं वागू लागले आणि मलाही ते आवडायला लागलं. तरुण वय आहे. आपण लग्न करावं आणि कुठंतरी सुस्थिर व्हावं असं मला वाटलं. पण डॉक्टरांचं माझ्या इतक्या खासगी गोष्टींवर लक्ष असेल, असं वाटलं नाही. एक दिवस एका डॉक्टरबरोबर सिनेमाला जायचं ठरलं होतं. खरं म्हणजे तो सारा मामला गुपचूप होता. पण डॉक्टरांना ते कसं काय कळलं, कुणास ठाऊक? त्या वेळी डॉक्टरांनी मला बोलावून असं काही झापलं की बोलून सोय नाही. ते मला शेवटी म्हणाले की, तू वयात आलेली आहेस. वाटेल ते निर्णय घ्यायला तुझी तू स्वतंत्र आहेस. मी तुला अडवू इच्छित नाही. पण जे तुझ्याशी प्रेमाचे चाळे करतात त्यांपैकी कोणीही तुझ्याशी लग्न करणार नाही, हे लक्षात ठेव. तुला कुणाचीही रखेली का व्हायचंय? प्रेमाचे चाळे करतील, मौजमजा करतील आणि मग तुला विचारतील- तुझे आईबाप कोण? तेव्हा तू काय सांगशील? तुझ्या आईसारखीच तुझी स्थिती व्हावी, हे मला मान्य नाही.

"माझी आई कोण आहे, हे तुम्हांला माहीत आहे डॉक्टर?"

डॉक्टर काहीच बोलले नाहीत. ते एकदम गंभीर झाले. नंतर ते म्हणाले-

"तुझं लग्नाचं वय झालं आहे याची मला कल्पना आहे. तुझं लग्न आता करायला हवं, हे मला माहीत आहे. आता मी थोडं लक्ष ठेवीन. एखादा बऱ्यापैकी मुलगा सापडला, की जो तुझ्या पूर्वायुष्यासकट तुझा स्वीकार करील, त्याच्याशी मी तुझं लग्न लावून देईन. अर्थात तुला पटलं तर! एरवी तुला मी जबरदस्तीनं अडवणार नाही."

"डॉक्टरांच्या बदललेल्या चेहऱ्याकडे, आवाजाकडे माझं लक्ष गेलं. माझ्याबद्दलचा त्यांच्या ठायी ओतप्रोत जिव्हाळा होता, याविषयी शंकाच नव्हती. त्यांना मी दुखवणं शक्यच नव्हतं. अर्थात मी काही फार गुन्हा केला होता, असं मला वाटत नाही. मी जगावेगळंही काही केलं नव्हतं, आणि जगाचा मला तरी अनुभव कुठं होता? पण डॉक्टरांची तळमळ कुठंतरी खोलवर जखम करून गेली. मी त्यांना सांगितलं,

"डॉक्टर, तुम्हांला सांगितल्याशिवाय तर फसवून मी काही करणार नाही.

"कदाचित या घटनेमुळं असेल, डॉक्टर माझ्याशी जास्त जवळिकीनं

वागू लागले. मला पुष्कळदा घरी नेऊ लागले. आणि त्यांची बायकोही माझ्यावर फार माया करू लागली, आणि त्याच सुमारास तुम्ही हॉस्पिटलमध्ये आलात. तसं मी तुम्हांला डॉक्टरांकडे काही वेळा आलेलं पाहिलं होतं. डॉक्टर कधीकधी तुमच्याबद्दल बोलायचे. माझं कुतूहल आधीच थोडं चाळवलेलं होतं. तसं अगदी माझं आयुष्य मखमली गालिच्यावरून चाललेलं नाही. पण माझ्या वाट्याला फार काटेकुटेही आले नाहीत. तुमच्यासारखी, डॉ. गिंड्यांसारखी लढाऊ माणसं मी तर पाहिलेलीच नाहीत. डॉक्टर मला कधीकधी बायकोबरोबर जवळपासच्या ट्रिपलाही घेऊन जात. महडच्या, पालीच्या गणपतीला तर मी डॉक्टरांबरोबर गेलेच होते. पण नार्व्याच्या तुम्ही बांधलेल्या गणेश मंदिरातही मी जाऊन आलेली आहे. तिथे मी गेले, तेव्हा डॉक्टर म्हणाले-

"हे माझ्या मित्रांचे कर्तृत्व! याच्याच आशीर्वादानं त्याचं भलं झालं आणि म्हणून त्यानं मागितलेला नवस इतकं भव्य मंदिर बांधून पुरा केला. मोठं जागृत दैवत आहे. तूही त्याला साकडं घाल.

"मी म्हणाले- मी काय मागणार? मला काही नकोच आहे."

"डॉक्टर म्हणाले- गणरायाच्या आशीर्वादाने जर तुझ्या आईवडिलांचा ठावठिकाणा लागला तर..."

"मी म्हणाले- हे कसं शक्य आहे? माझ्या आईवडिलांनी जर मला जाणीवपूर्वक टाकलेलं असेल, तर ते आपण होऊन माझी ओळख कशाला दाखवतील? आणि जर ते हयातच नसतील, तर ते कोण होते, हे समजून तरी मला काय फायदा?"

"डॉक्टर म्हणाले- मला तसं वाटत नाही. जर दैववशात तू हयात आहेस, हे तुझ्या आईवडिलांना माहीत नसलं आणि जर ते त्यांना अकल्पितपणे कळलं, तर तू त्यांचा स्वीकार करशील काय?"

"मी त्यांचा स्वीकार करायचा प्रश्नच नाही. पण ते माझ्यासारख्या मुलीचा स्वीकार काय म्हणून करतील?"

"मग तू तसा नवस केलास?"

"तसा काही नवस वगैरे मी केलेला नाही. डॉक्टरांच्या संस्कारांमुळे मी गणपतीची पूजा करते नाही असं नाही. पण परमेश्वर अशा कुणाच्या इच्छा पुरवतो, यावर माझा विश्वास नाही. त्याला काय तेवढाच वेळ आहे?"

बाबूराव हसले-

"परमेश्वरी इच्छेपुढे आपण सारे हतबल आहोत एवढं मात्र खरं!"

जरा वेळ चहा आणि विश्रांती घेतल्यानंतर बाबूरावांनी जिनीला आपले सारे घर दाखविले. नोकरा-चाकरांच्या ओळखी करून दिल्या. त्या करून देत असतानाच त्यांनी काय काय करायला पाहिजे, ह्याच्या सूचनाही दिल्या.

बाबूराव बरेच दिवस घरात नव्हतेच. घरात मुलाचेही फारसे लक्ष नव्हते. असे असूनसुद्धा सारे घर चकचकीत आणि प्रत्यही वापरल्यासारखे दिसत होते. इतक्या नानविध सोई घरात केलेल्या होत्या आणि घराची रचनाही इतकी नावीन्यपूर्ण होती की जिनी आश्चर्यचकित झाली. वास्तविक बाबूरावांचा संसार तसा लहान होता. तरी पण केवढे प्रचंड घर त्यांनी स्वत:च्या निवासासाठी राखून ठेवलेले होते! बेडरूम केवढ्या प्रशस्त होत्या आणि त्याही पाचसहा! डायनिंग हॉल, ड्रॉईंग हॉल, लायब्ररी, देवघर हेही असेच प्रशस्त! लायब्ररी पाहताना तर जिनी चक्रावून गेली. तिचे वाचन काही फार नव्हते. पण तिला एवढे जाणवत होते, की आपल्यापेक्षा कमी शिकलेल्या बाबूरावांचे वाचन मात्र अफाट असले पाहिजे. देवघरात प्रवेश करताना तर ती बुचकळ्यात पडली. गणपतीची भव्य मूर्ती तिथे होतीच. पण अनेक नानविध सुंदर मूर्ती तिथे अशा आकर्षक पद्धतीने मांडल्या होत्या, की क्षणमात्र जिनीला वाटले, की पूजास्थान असावे तर असे! बाबूराव तिला म्हणाले-

''पुजेसाठी ब्राह्मण येतात, पण उद्यापासून पूजेची सारी तयारी तुला करावी लागेल.''

तेव्हा ओठाचा चंबू करून ती म्हणाली-

''मला? मला तर त्यातलं काहीच कळत नाही!''

''हे बघ, ही सारी पूजेची उपकरणं, मंत्रतंत्र, आरत्या हे सारं केवळ आवरण आहे. एक-दोन दिवसांत तुला शिकता येईल. त्यात काही कठीण नाही. पूजेला खरा लागतो भक्तियोग, नम्रता. ती असली की बाकीच्या साऱ्या गोष्टी दुय्यम असतात. तुझ्याशी बोलता बोलता मला समजलं ते इतकंच, की तू काही पाखंडी नाहीस. तुझी श्रद्धा असली म्हणजे पुरे आहे. मग डोळ्यांसमोर तू कोणतीही प्रतिमा आणलीस, तरी फार फरक पडणार नाही. निदान माझ्या दृष्टीनं तरी नाही. तसा मी कर्मठ नाही.''

जिनी नुसतीच हसली.

''मला माहिती आहे, तू का हसते आहेस? तुझं बालपण चर्चमध्ये गेलं. त्यामुळं तुझ्यावर काही वेगळे संस्कार झाले असण्याची शक्यता आहे. पण कुठलीतरी अनामिक शक्ती ख्रिश्चन धर्मीय मानतोच. सोईसाठी त्या शक्तीचं स्वरूप मी

गणपतीच्या रूपानं मानलं. तुला हवं तर तू दुसरं मान. माथा लवविण्याची तयारी असली म्हणजे धर्माधर्मांतले मतभेद संपायला हवेत. दुर्दैवानं ते संपत नाहीत याचे कारण माणसाला धर्माची गरज का लागते याचं आपल्याला विस्मरण होतं.''

बाबूराव परत बोलत गेटपाशी आले आणि म्हणाले,

''चल, तुला मी आमची अद्‌भुत बाग दाखवतो.''

''बाग? आणि वरती?''

''हो ना! प्रकाशच्या आईला बागेची फार हौस होती. चाळीत त्यांचा जन्म गेला. त्यामुळं तिची हौस मारली गेली होती. पुढं जागा बदलत आम्ही कुठंही गेलो तरी बागेसाठी काही जागा मिळाली नाही. मग ती बाल्कनीत, व्हरांड्यात लहान-मोठी झाडं लावून आपली हौस भागवायची. नार्व्याच्या मंदिरात जेव्हा ती माझ्याबरोबर आली, तेव्हा माझ्या लक्षात आलं, की इथं आपली हौस भागविता येईल. तिथं जी आज प्रचंड बाग दिसते, त्याला केवळ तीच कारण आहे. पण किती झालं तरी तिथं कायम राहणं काही तिला शक्य नव्हतं. कारण माझ्यासारख्या उनाड माणसाची ती बायको. पण कधी माझ्याबरोबर, कधी एकटी ती नार्व्याला जायची. पुढे ही इमारत जेव्हा आम्ही बांधायचं ठरविलं, तेव्हा या प्लॅनमध्ये खाली बाग करायला जागाच नव्हती. मग मी तिला सुचविलं की आपण 'टेरेस गार्डन' करू. तू बघ तर खरी आमची 'टेरेस गार्डन!''

''नको, आत्ता नको. आज तुम्ही खूप दमला आहात. आता लोक यायला काही फार वेळ राहिलेला नाही. तेव्हा तुम्ही थोडी विश्रांती घ्या, तुम्हांला विश्रांतीची गरज आहे.''

''ही आज्ञा मुलगी म्हणून का नर्स म्हणून?''

''नर्स म्हणून नाही!''

''हां, मग ठीक आहे. मी आरामखुर्चीत बसतो. तू समोर बैस. तू बोलत राहा. मी ऐकत राहतो. आणि परवानगी दिलीस, तर थोडं ड्रिंक घेतो.''

''नाही, नाही, त्याला परवानगी नाही. डॉक्टर आल्यावर तुम्हांला काय पाहिजे ते घ्या. अजून तुम्ही पुरते बरे झालात असं मला वाटत नाही.''

थोडं रागावल्यासारखे उद्‌गार काढीत बाबूराव म्हणाले,

''ओऽनो! इतका वेळ मी उभा आहे, चालतो आहे, बोलतो आहे. कित्येक दिवसांत मी मद्याला स्पर्श केलेला नाही!''

''नाही म्हणजे नाही!''

रात्री पार्टीला एकेक मंडळी जमू लागली. डॉ. गिंडे त्यांच्या पत्नीसह

आले. कर्नाटक ऑटोमोबाईल्सचे लक्ष्मणही आले. ॲडव्होकेट अतुल देसाई यांना घेऊन प्रकाशही आला. कंपनीचा जनरल मॅनेजर नायडूही आला. वास्तविक कितीही लोक आले तरी चालण्यासारखे होते, पण बोलावणी करण्यासाठी एक तर वेळ नव्हता आणि पार्टीही लांबविण्याची इच्छा नव्हती. नेहमी पार्टीला करून देण्यात येतात, तशा औपचारिक ओळखीही करून देण्यात आल्या. आपल्या पत्नीची एक जुनी रेशमी पोपटी साडी बाबूरावांनी आधीच जिनीला दिलेली होती. ती साडी नेसायला जिनीची तयारी नव्हती. कारण लग्नसमारंभात वापरतात अशी ती शालूसारखी साडी होती. त्या साडीला मॅचिंग ब्लाऊज मिळणे जवळपास अशक्य होते. बाबूरावांच्या लाडिक हट्टापुढे तिचा इलाज चालला नाही आणि ती साडी तिला पार्टीच्या वेळी नेसावी लागली. मॅचिंग ब्लाऊज नसल्यामुळे तिने प्रकाशचा एक स्पोर्टिंग शर्ट शोधून काढून घातला होता. ती थोडी विचित्र दिसत होती यात शंकाच नव्हती. बाबूरावांच्या दृष्टीने त्या साडीला काही वेगळा अर्थ होता. अशीच एक साडी त्यांनी राहीलाही घेऊन दिली होती. ती साडी नेसल्यानंतर ते क्षणभर तिच्याकडे बघत राहिले. पण योग्य ते शब्द न सापडल्यामुळे ते गप्प राहिले एवढेच. पार्टी सुरू झाल्यानंतर ड्रिंक घ्यायचे की नाही, हा प्रश्न बाबूरावांना विचारावा लागलाच नाही. कारण गिंड्यांनी आपण होऊनच त्यांच्या हातात मद्याचा प्याला दिला. थोडे रागावून जिनी डॉक्टरना म्हणाली,

"डॉक्टर, तुम्ही निदान आज तरी बाबूरावांना ड्रिंक द्यायलो नको होते."

डॉक्टर हसले. ते म्हणाले,

"आता तुझा मुलीचा हक्क वाढलेला दिसतो आहे. माझ्या पेशंटची काळजी घ्यायला मी समर्थ आहे. बाबूराव आता पूर्ववत झाले आहेत. याचं मुख्य कारण आजचा सबंध दिवस धामधुमीचा आणि थोडा धक्क्याचा जाऊनसुद्धा आजारीपणाची कोणतीही खूण त्यांच्यावर उमटलेली नाही. आता ते पूर्वीसारखे जीवन जगायला पात्र झाले आहेत. मात्र पूर्वीइतकी दगदग त्यांना करता येणार नाही. शिवाय त्यांच्यावर नियंत्रण ठेवायला तू इथं आहेसच. आत्तापर्यंतचे शारीरिक आघात त्यांनी पचविले आहेत, पण आत्ता जो आघात त्यांच्यावर होणार आहे, तो त्यांनी पचवला, तर ते पूर्ववत झाले, असं मी जाहीर करीन."

बाबूराव त्यांच्याकडे आश्चर्याने पाहतच राहिले.

"बाबूराव तुमच्यापासून काही गोष्टी दडवल्या, कारण माझा त्याला नाइलाज होता. एक तर मी तसा शब्द दिला होता आणि त्याहीपेक्षा योग्य अशी वेळ ही गोष्ट सांगायला आलेली नाही, असं मला वाटतं होतं. आज मी माझ्या

शब्दातून मुक्त झालो आहे आणि असं वाटतं, की हे गुपित लपविण्यात काही स्वारस्य उरलेलं नाही.''

खोलीतले सारे जण श्वास रोखून डॉक्टर गिंड्यांकडे पाहात राहिले. डॉ. गिंड्यांच्या शेजारीच जिनी बसलेली होती. तिच्या खांद्यावर हात ठेवून ते म्हणाले,

''या मुलीचं गेली सात-आठ वर्षं मी काळजीपूर्वक मुलीसारखं पालनपोषण केलं. पण ही अर्थातच माझी मुलगी नाही, हे सर्वांना माहीत आहे. एका अज्ञात मुलीला इतक्या जवळिकीनं सांभाळून मुलीसारखं वाढविण्याचं मला काय कारण होतं, असा पुष्कळांना प्रश्न पडला असेल. जिनीला तर तो नक्कीच पडला असेल. माझ्या एका जीवश्चकंठश्च मित्राची ही मुलगी. तिचे आई-बाप कोण, हे खुद्द तिलाच माहीत नाही. इतरांनाही कुणाला माहीत नाही. तिचे आई-बाप कोण, हे माहीत असणारी आता दोनच माणसं या जगात उरलेली आहेत. एक मी आणि दुसरा लल्लू.''

मध्येच डॉक्टरला थांबवित बाबूराव ओरडले,

''लल्लू जिवंत आहे? आणि तो कुठं आहे, ते तुला माहिती आहे? आणि असं असून तू मला आजपर्यंत त्याचा पत्ता लागू दिला नाहीस?'' डॉक्टर म्हणाले,

''शांत व्हा बाबूराव. लल्लूची तशी इच्छा होती, म्हणून माझा नाइलाज झाला.''

''अरे, लल्लू एक गाढव असेल, पण तुला तरी काही कळतं का नाही?''

''हे पाहा, मला सगळं जरी कळत असलं, तरी लहान माणसालाही आपली स्वत:ची मतं असतात आणि ती त्याच्यावर दुसऱ्या कोणी लादावी असं मला वाटत नाही.''

''डॉक्टर, अरे, लल्लूचा पत्ता जर मला कळला असता, तर मला राहीचाही पत्ता नसता का कळला?''

''नाही, नाही. ती जिवंत नाही. ती मृत्यू पावून खूप वर्षे झाली. ती बाळंतपणातच मृत्यू पावली.''

''बाळंतपणात?''

''चिंता करू नकोस. दुसऱ्या कोणाशी तिचा संबंध आलेलाच नव्हता. तुला ती सोडून गेली, तेव्हाच ती प्रेग्नंट होती.''

''अरे चांडाळांनो, तुम्ही हे साऱ्यांनी माझ्यापासून आजपर्यंत गुप्त का ठेवलंत? मी एवढा धनंतर. मी राहीसाठी, लल्लूसाठी, रैनासाठी काय वाटेल ते केलं असतं. तू माझा जिवलग दोस्त म्हणवतोस आणि राही माझ्या लेखी कोण

होती, हे तुला माहीत नाही?''

"बाबूराव, उगीच भावनावश होऊ नकोस. कारण मलाही त्या गोष्टी माहीत नव्हत्या. सात-आठ वर्षांपूर्वी या गोष्टी मला समजल्या आणि मला त्या समजूनही काही उपयोग नव्हता, कारण मला लल्लूनं शपथ घातली होती.''

बाबूरावांच्या डोळ्यांतून घळाघळा पाणी वाहू लागले. जिनी चटकन उठून बाबूरावांपाशी गेली आणि तिने आपल्या पदराने बाबूरावांचे डोळे टिपण्याचा प्रयत्न केला. बाबूराव तिचा हात झिडकारून म्हणाले,

"नाही, नाही! हे सारं जग क्रूर आहे, दुष्ट आहे. अरे, माझी जिवाभावाची सखी माझ्यापासून गर्भवती राहिली आणि एकाकी अवस्थेत कुठंतरी फरपटत गेली, याला काही अर्थ आहे काय? ती निरक्षर होती, अडाणी होती, अगदी खालच्या जातीतली होती, पण मी तिला तसं कधीही वागविलं नाही. खरोखरच असं कोणतं कारण घडलं की तिला माझ्यापासून दूर जावंसं वाटलं?''

"बाबूराव, तू एवढा शहाणासुरता माणूस, तुला स्त्रीचं मन कळत नाही. आपल्याला दिवस गेलेत, हे ती मोठ्या आनंदानं तुला सांगणार होती. त्याच रात्री तू तिला सांगितलंस, की तुझ्या बायकोला म्हणजे राधिकावहिनीलाही दिवस गेले आहेत. त्या क्षणी तिच्या मनानं निर्णय घेतला, की तुझी अशी दुहेरी अवस्था झाली तर...? कारण तिलाही मुलगाच झाला असता, तर? तुला प्रतिष्ठित आयुष्य मिळालं पाहिजे, म्हणून ती तुझ्याबरोबर फारशी कुठं हिंडतही नसे आणि आता तर तू मोठा उद्योगपती आणि कुटुंबवत्सल बाप होत होतास. तिनं ठरवलं, की आता तुझ्या आयुष्यात राहायचं नाही. तू दिलेल्यापैकी कुठलीही वस्तू तिनं आयुष्यात वापरलेली नव्हती. पैशाचाही तिला काही उपयोग नव्हता. तुझा गर्भ तिच्या उदरात वाढत होता. त्याचं पालनपोषण करण्याइतपत पैसा तिच्याजवळ होता. त्यामुळं तिनं दूर जाण्याचा निर्णय घेतला. तिचा निर्णय कदाचित चुकीचा असेल पण ते ठरविणारे आपण कोण? ती एक साधीभोळी, प्रामाणिक आणि तुझ्याशी खरोखरीच एकरूप झालेली स्त्री होती. तुझ्या हितासाठी तिनं तो निर्णय घेतला. लल्लूनंही तिला साथ दिली आणि दूर जाऊन ती शांतपणे राहू लागली. प्रसूतीच्या वेळेला तिला त्रास होऊ लागला तेव्हा लल्लूनं तिला मिशन हॉस्पिटल-मध्ये नेलं. त्या बाळंतपणातच ती मृत्यू पावली. लल्लूची नोकरी तशी फिरतीची होती. रैनाचीही प्रकृती हवी तेवढी चांगली नव्हती. म्हणून ती मुलगी मिशनमध्येच वाढली. पुढे रैनाही वारली. त्यामुळं त्या मुलीचा प्रतिपाळ कसा काय करायचा, हा लल्लूपुढे मोठा प्रश्न उभा राहिला. मिशनने तिची जबाबदारी स्वीकारली

आणि लल्लूला नाइलाजानं या गोष्टीला मान्यता द्यावी लागली. तो तिला लहानपणी अधूनमधून भेटायचा. मिशनलाही थोडीफार मदत करायचा. मिशनचे लोक तसे चांगले होते. पण पुढं तिचा आणि लल्लूचा संबंध पूर्णपणे तुटला तरच आपण तिच्या प्रतिपाळाची जबाबदारी घेऊ, असं मिशननं सांगितल्यामुळे त्याचं पर्यवसान एवढंच झालं.''

''म्हणजे?''

''होय बाबूराव, हीच ती मुलगी. हीच तुझी मुलगी. आता मी तुझ्या स्वाधीन करीत आहे. लल्लूची मी परवानगी घेतली आणि सांगितले की आता ही गुप्तता ठेवण्यात काय अर्थ आहे? त्यानं परवानगी दिली, म्हणून ते तुला सांगितले.''

बाबूराव थरथरत उठले आणि त्यांनी जिनीला मिठी मारली. बराच वेळ ती मिठीत होती. बाबूराव रडत होते, हे स्वाभाविकच होतं. पण जिनीसुद्धा रडत होती. उमाळा थोडा कमी झाला, तेव्हा पाठीवरती पडलेल्या हाताच्या स्पर्शाने बाबूराव जागे होऊन भानावर आले आणि बाबूरावांनी मागे पाहिले, तेव्हा प्रकाश त्यांना म्हणाला,

''बाबा, माझीसुद्धा आठवण राहू दे.'' आणि मग त्यालाही तिच्यासकट मिठीत घेत ते म्हणाले,

''अरे, खुळा की काय? तुला विसरून कसं चालेल? उद्या हिचं लग्न झालं, म्हणजे ही घरातून निघून जाईल.''

''नाही नाही, मी मुळीच लग्न करणार नाही. माझे मुळीच लाड केलेले नाहीत. मला तुम्ही बाहुल्या आणून दिल्या नाहीत, खेळणी दिली नाहीत, लुटुपुटुची स्वयंपाकाची भांडी दिली नाहीत. ते सर्व मी तुमच्याकडून घेणार आहे. माझं सगळं लहानपण मी आता पुन्हा जगणार आहे. वाटेल ते हट्ट करणार, तुमच्याबरोबर बागेत जाणार, तुम्हांला घोडा-घोडा करणार! मी लहान मुळी कधी नव्हतेच हो!''

बाबूरावांनी तिला थोपटले आणि म्हणाले, ''गेलं ते सारं काही मला तुला परत मिळवून देता येणार नाही. पण जमेल तितकं बालपण मी तुला परत देईन. लुटुपुटुची खेळातली भांडी मी तुला देईनही. आता मी तुला खराच संसार मांडून देईन. तुझ्या आणि प्रकाशच्या मुलांशी मी खेळीन. तेव्हा त्यांचं बाळपण तुम्ही भोगा. अरे, हो, पण लल्लू आहे तरी कुठं?''

''त्यानंच सकाळी तुमचा प्राण वाचविला ना?''

''म्हणजे?''

''तो कर्नाटक ऑटोमोबाईल्समध्ये कॅरिअर इन्स्पेक्टर म्हणून काम करतो.

आता तो फार म्हातारा झाला आहे. पण अजून त्याची बुद्धी तल्लख आहे. कामगारांच्यात काहीतरी चाललेलं बोलणं त्यानं ऐकलं आणि त्याला संशय आला. म्हणून त्याला तुमचा प्राण वाचवता आला.''

''आपण जेवण झाल्याबरोबर त्याला भेटायला जाऊ.''

''बाबूराव, त्याची आता घाई करू नका. त्याला उद्या सकाळी मी माझ्या हॉस्पिटलमध्ये ॲडमिट करून घेतो. काळजी करण्यासारखं तर काहीच नाही आहे. काळजी करायची ती तुझी. मुलीचा आनंद, जुना मित्र भेटल्याचा आनंद. तेव्हा थोडे दिवस तुलाही हॉस्पिटलमध्ये ॲडमिट करू म्हणजे दोघांचीही देखभाल जिनीला करता येईल.''

जिनी नुसती हसली.

बाबूराव समोरची दारूची बाटली घेऊन आपल्या पेल्यात दारू ओतू लागले. एवढ्यात डॉक्टरांनी त्यांच्या हातातून बाटली काढून घेतली आणि ते म्हणाले,

''नो मोअर.''

बाबूराव छद्मीपणाने हसत त्यांच्या हातातून बाटली काढून घेत म्हणाले,

''मी तुला काही इथे डॉक्टर म्हणून बोलावलं नाही, काय समजलास!''

''डॉक्टर नाही ते नाही, पण निदान मित्र म्हणून तरी!''

''हां, हे मात्र खरं आहे, दोस्त! तुझ्यासारखा मित्र मिळणार कुठून रे, बाबा?''

''मित्र म्हणूनच सांगतो तुला. आता पुरे!''

''खरेच, जिनी, तू तरी सांग. वन् मोअर...''

डॉक्टर हताशपणे म्हणाले,

''ओ. के.''

- ० -

युवराज, जरा जपून!

युवराज, जरा जपून!

दहाच्या ठोक्याला दार वाजले, की मानसुद्धा वर न करता अलका म्हणे, "गुड मॉर्निंग बॉस!" आणि जवळून तो स्निग्ध सुगंध दरवळत गेला की, ती मान वर करी. टाइपरायटरवरची आपली बोटे पुढे करी आणि युवराज पटवर्धनांची निमुळती पण कर्तृत्वशाली बोटे त्यांना भिडली, की तिच्या चेहऱ्यावर हसू फुटे. तिची सडपातळ काया रोमांचित होई. तिचा प्रसन्न हसरा चेहरा, ती ताठ करारी यष्टी, सुंदर प्रसाधन आणि उच्च अभिरुची दर्शविणारी वस्त्रभूषा व वेषभूषा म्हणजे युवराज पटवर्धनांच्या ऑफिसचं एक भूषण होते.

युवराज ही एक मुंबईतील अलौकिक व्यक्ती होती. अवघ्या दहा-पंधरा वर्षांत एक प्रथितयश वकील म्हणून त्यांनी नावलौकिक कमावला होता. त्यांनी एकदा केस पत्करली, की पोलिसखाते खडबडून जागे होई; कारण कोर्टातल्या वाक्चातुर्याबरोबर व कायद्यांतील डावपेचांबरोबर आणखी काही धिटाईच्या अन् धाडसाच्या पवित्र्यांचा युवराज अंगीकार करीत. युवराजांचे व्यक्तिमत्त्व विलक्षण प्रभावशाली होते. त्यांच्या उलटतपासणीची धास्ती साक्षीदारांना वाटे यात नवल नाहीच; पण मी मी म्हणणारे पोलिस अधिकारी अन् वकील त्यांच्या भेदक आणि उग्र बुद्धिवैभवाला टरकून वागत. एकतर केवळ पुढे आलेल्या पुराव्यावर युवराज कधीच भिस्त ठेवीत नसत. गुन्हेगार गुन्हा का करतो आणि कसा करतो, याचा ते पद्धतशीर मागोवा घेत. पूर्वग्रहदूषित मतांना ते कधीच थारा देत नसत आणि त्यामुळे गुन्ह्याचे मूळ कितीही खोलवर दडलेलं असलं, तरीही ते त्याचा शोध करीत अन् गुन्हेगाराला न्यायासनापुढे खेचून आणीत.

युवराजांचे हे तसे आकस्मिक अन् अलौकिक यश पुष्कळांच्या मत्सराचा विषय झाले आहे. सहकारी वकील, सी. आय. डी. तील इन्स्पेक्टर सुभेदार किंवा मलहोत्रा, पोलिस प्रॉसिक्युटर अरोरा किंवा चौकर, युवराजांनी एखादी तरी केस हरावी, अशी इच्छा धरून होते आणि त्यांनी कायद्याची पर्वा न करता वापरलेल्या डावपेचांबद्दल न्यायासनाकडून एकवार तरी त्यांना समज मिळावी, अशी ही पुष्कळजण आशा बाळगून

होते. रूढ चौकशीच्या रूक्ष चौकटीबाहेर जाऊन युवराज कधी दंडेलीने, कधी फसवून, कधी भिववून तर कधी अकस्मात थक्क करून पुरावा मिळवीत; पण त्यामुळे गुन्हा सापडला अन् गुन्हेगाराला शिक्षा झाली म्हणजे त्यांच्या शत्रूंना हात चोळीत बसावे लागे.

युवराजांच्या यशाचे रहस्य हे त्यांच्या तीक्ष्ण बुद्धिमत्तेत अन् आक्रमक डावपेचांत होते, हे तर खरेच; पण त्या यशात आणखी दोन भागीदार होते. एक त्यांची खासगी चिटणीस अलका आणि एक त्यांच्यासाठी काम करणारा गुप्तचर हेमंत. हेमंत राजे हा त्यांचा कॉलेजातला सहकारी होता. अलका हेमंतची बहीण. युवराज वकिलीकडे गेले अन् हेमंत पोलिसांत शिरला. पुढे नोकरीत काही बेबनाव झाला अन् त्याने राजीनामा दिला. पोलिसखात्यातील ओळखींमुळे अन् अनुभवांमुळे तो प्रथम युवराजांसाठी अन् मग इन्शुअरन्स कंपन्यांची गुप्त चौकशीची कामे करू लागला. अपघात झाल्यामुळे नुकसानभरपाई मिळावी यासाठी पुष्कळ संघटित गुन्हेगार खोटे पुरावे करून विमा कंपन्यांना फसवू पाहातात. त्या सर्वांची चौकशी करणारे खाते प्रत्येक कंपनीत असतेच; पण त्या खात्याकडून जी कामे होणारी नसतात, ती हेमंत करी. हेमंतने त्यामुळे भारतातील सर्व प्रमुख शहरांत माणसे जोडलेली होती.

हेमंतच्या या चौफेर पसरलेल्या परिवाराचा युवराजांना जेवढा फायदा झाला, त्याहीपेक्षा फायदा अलकासारखी सेक्रेटरी मिळून झाला होता. हेमंत आणि युवराज कॉलेजात असताना अलका अगदीच फ्रॉकमध्ये होती. तेव्हा तिच्याकडे युवराजांचे लक्ष गेलेच, तर केवळ तिच्या चुणचुणीतपणामुळे किंवा तिच्या चळवळ्या स्वभावामुळे. पण पुढे युवराजांचे संस्थान विलीन झाल्यामुळे त्यांनी आपले गाव सोडले अन् ते परदेशप्रवासाला निघून गेले. तिकडेच त्यांनी वकिलीच्या परीक्षा दिल्या. पोलिसी चातुर्याच्या, गुन्हा शोधण्याच्या नवनवीन रीती अनुभवल्या आणि यशस्वी गुप्तचर व्हावयास लागणारी सर्व सिद्धी, अनुभव पाठीशी बांधून ते परत मुंबईस आले. मुंबईच्या मोहनगरीत आणि गुन्हेगारी जगात आपल्याला चांगले बस्तान बसवता येईल, असा त्यांनी कयास बांधला आणि ते मुंबईत बघता बघता स्थिर झाले. पाहता पाहता त्यांनी मुंबईच्या न्यायमंदिरात आपले नाव स्थिर केले. पोलिसविश्व त्यांना घाबरू लागले आणि गुन्हेगारजगात युवराज हे नाव एकदम परिचित झाले. वृत्तपत्रांनीही त्यांच्या नावाची खूप प्रसिद्धी केली आणि कीर्ती व लक्ष्मी युवराजांच्या पायांशी चालून आली.

'वेस्टर्न एक्सप्लॉट्स कॉर्पोरेशन'च्या विम्यासंबंधीच्या निमित्ताने युवराज

आणि हेमंत परत एकदा एकत्र आले. मधल्या काळातल्या अनेक घटनांवर बोलून झाल्यावर युवराजांनी अलकाची चौकशी केली. त्या वेळी अलका मुंबई युनिव्हर्सिटीत बी. ए. ला इंग्रजी विषय घेऊन पहिली आली होती अन् एम. ए.ला बसणार होती. समक्ष भेटताच युवराजांच्या लक्षात आले, की फ्रॉकमध्ये आपण पाहिलेल्या या फुलपाखराचे आता चकोरीत रूपांतर झाले आहे. मुंबईचे पाणी आता तिच्या अंगावर झळाळू लागले आहे. डोळ्यांत धिटुकली आणि बुद्धिमान दीप्ती विलसू लागलीय– आणि का कुणास ठाऊक, कुठेतरी दडून बसलेली विलक्षण कौतुकाची भावना त्यांना तिच्या डोळ्यांत पुन्हा जागी झालेली दिसली. अलका तर खरोखर युवराजांच्या डोळ्यांकडे वेड्यासारखी पाहतच होती. आपल्या बालपणी लाल पाटीच्या गाडीतून येणारा हा युवराज, ती बेगडी श्रीमंतीची झूल उतरवून स्वत्वाची आणि वैभवाची वस्त्रे पांघरून केवढ्या दिमाखाने उभा आहे, हे ती न्याहाळीत होती.

युवराजांनी तिला जिंकून टाकली आणि तेही स्वत: जिंकले गेले. पण युवराज सावध होते. परिस्थितीचा त्यांना अंदाज होता. अनेक वर्षांच्या कालावधीनंतर पुन्हा एकवार भेटलेल्या त्या दोघांत आता पुष्कळच बदल घडलेले होते. हलके हलके गाठीभेटी होता होता जेव्हा नको त्या गोष्टींकडे चर्चा झुकू लागल्या, तेव्हा एक दिवस युवराज म्हणाले, "अलका, मला वाटतं मी केव्हातरी लग्नाचं विचारेन याची तू वाट पाहत असशील."

"कशावरून?"

"तुझ्या भावुक डोळ्यांवरून."

"मुळीच नाही. मी नाही वाट पाहत." गाल फुगवून अलका म्हणाली.

"तर मग बरेच झाले!"

"काय?"

"मी तुला लग्नाची मागणी घालीन किंवा घालावी असे जर तुला वाटत नसेल, तर फारच बरे झाले."

"म्हणजे?"

"हे पाहा, मी पत्करलेला हा पेशा असा चमत्कारिक आहे, की त्यात सुखासीन संसाराला जागाच नाही मुळी! त्यात पदोपदी धोके आहेत, साहसे आहेत. पायांत बेडी अडकवून घेऊन मला हा व्यवसाय नीटसा करता येणार नाही."

"तर तर! सारे वकील काय ब्रह्मचारी राहतात की काय?"

"पण मी केवळ वकिली थोडीच करतो? मला कोर्टात जाऊन तासन्

तास कायद्याचा कीस काढून आधीच कंटाळलेल्या न्यायाधीशांना सतावण्याची इच्छा नाही. मी फक्त पुरावा–निर्णायक पुरावा–जाणतो आणि पुरावा काही तयार कपड्यासारखा बाजारात केव्हाही मिळत नाही. लाखो रुपये गुंतवलेल्या या गुन्हेगारी जगात त्याच्या शत्रूंना सहजगत्या नष्ट करून टाकण्याचे अनेक मार्ग आहेत. केव्हा ना केव्हातरी यांपैकी कोणी गुन्हेगार मला बघता बघता नाहीसा करील.''

''पण हे असले धोके पत्करावेतच कशाला? चारचौघांसारखे आयुष्य काढावे, पैसे मिळवावेत, कीर्ती मिळवावी. मुंबईत मोठमोठे नामांकित वकील आहेत; ते कुठे जातात गुन्हेगारीच्या मागावर?''

''अलका, हे सारे सोपे वाटते, पण आचरता येणार नाही. आपल्या प्रेरणा बदलत नाहीत. आळणी आयुष्य मला मानवणार नाही. रोज नवनव्या साहसाला सामोरे जाण्यात जो अद्‌भुत आनंद आहे, तो कसा सांगू?''

''माझ्याशी लग्न करण्यापेक्षा?''

''होय! रुष्ट होऊ नकोस. तुझ्याशी लग्न केल्यानंतर मला तो आनंद मिळेल, पण क्षणभर, मग तो कंटाळवाणा संसार, मुले, आजार, बाळंतपण... छे छे! यातलं मला काही नको.

''रागावलीस अलका? मला समजून घे. तू सुंदर आहेस, फार चांगली आहेस. मला आवडतेस. मला हवी वाटतेस. पण म्हणूनच तू मला नको आहेस. तू मला सतत हवीशी वाटायला हवी असशील, तर मी तुला हासिल करून घेऊ नये. एकदा माझ्या स्वामित्वाची तू वस्तू झाल्यावर त्या वस्तूवरचे माझे प्रेम उडून जाईल. अलका, मला तू फार फार आवडतेस!''

''युवराज, माझा असा अपमान तुम्ही कराल, असे मला वाटत नव्हते. पण तरीही तुमच्यावर मी रागावू शकत नाही. तुमच्या ठायी गुंतण्यापूर्वी मी हा विचार करायला हवा होता–''

''नाही अलका, अजूनही तू मागे जाऊ शकतेस. स्वास्थ्य, सौंदर्य, सुबत्ता, घरदार, मुलेबाळे हे सारे स्त्रीला हवे असणारे सुख तुला अजूनही मिळेल. चांगलासा जोडीदार या सर्व गोष्टी तुला देईल–''

''ठीक आहे युवराज... यावर चर्चा नको. तुम्ही मला काही सांगू नये. मीही सांगणार नाही. तुमची साहसं अवश्य चालू देत... पण माझी एक विनंती आहे, तुमच्या निकट मला राहू द्या. केव्हातरी ही तुमची मते बदललीत, तेव्हा आपण फेरविचार करू सारा. तोवर तुमच्या संगतीत राहून तुमच्या साहसांकडे मी आनंदाने पाहीन. तुमची मी निकटवर्ती, आज्ञाधारक सेक्रेटरी होईन. पेरी मेसनच्या

डेला स्ट्रीटसारखी!''

युवराज हसले.

अलका म्हणाली, ''अशा वेळेला पेरी मेसन काय करेल?''

''काय? बोल की!''

''निदान एखादे चुंबन तरी देईल की नाही?'' अलकाच्या डोळ्यांत कारुण्य आणि आसक्ती चमत्कारिकपणे एकवटली होती. युवराज पुढे झाले. त्यांनी तिचे गाल हाती घेतले. तिचे ओठ उंचावीत त्यांनी तिचे दीर्घ चुंबन घेतले. त्या सुगंधी चुंबनाने, त्यांना चिरकाल सोबत करणारी, पण त्यांच्यावर कसलेच स्वामित्व न सांगणारी सहचरी दिली.

त्यांच्या ओठांवरची लिपस्टिक तोकड्या रुमालाने पुसून टाकीत ती म्हणाली– ''आदर्श सेक्रेटरी कशी असते, हे मी तुम्हांला दाखवीन.''

''युवराज!''

''यस्, स्पीकिंग!''

''मी कदम.''

''बोला.''

''कामिनी देवस्थळी नावाच्या एका बाईला आज सकाळी अटक केली आहे. ही बाई गोव्याहून मुंबईला येत होती. विमानतळावर आपल्या बॅगेचा ताबा घेत असताना एक्साइज स्क्वॉडच्या चौगुलेने तिथे तिला हटकले. तिच्या बॅगेमध्ये तीस ते चाळीस हजार रुपयांचे सोने आणि पाच-सहा हजार रुपयांचं फॉरेन एक्स्चेंज सापडलं. वास्तविक तुमच्यापर्यंत येण्यासारखे हे प्रकरण नाही युवराज, पण त्या बाई म्हणतात की, पटवर्धनवकिलांना बोलाविल्याशिवाय मी जबानी देण्यास तयार नाही.''

''आय. सी.! बरं कदम, गणपुलेवकिलांकडे प्रायव्हेट सेक्रेटरी म्हणून काम करीत होत्या, त्याच ना या कामिनीबाई.''

''होय. म्हणूनतर त्या बाईंशी अद्यापि आम्ही सबुरीनेच वागत आहोत.''

''ठीक आहे. मी तिकडे येतोच आता.''

युवराजांकडे आश्चर्यदर्शक चेहऱ्याने अलका पाहत होती. युवराजांनी मान हलवताच तिच्या लक्षात आलं, की ज्या युद्धाची खुमखुमी पाचच मिनिटांपूर्वी त्यांनी व्यक्त केली होती, तशा युद्धाला बहुधा आता सुरुवात झाली असावी आणि म्हणून युवराजांचे बाहू स्फुरण पावले. काहीतरी अनाकलनीय अशा साहसाला

सुरुवात होत होती, हे तिने युवराजांच्या डोळ्यांना डोळा भिडताच ओळखले.

युवराज ऑफिसमधून बाहेर पडले. तरुणाच्या तडफेने धाडधाड जिना उतरत खाली आले आणि आपल्या काळ्या ओपेलचे दार उघडू लागले. मोटारीच्या दारावर कुणीतरी एक चिठ्ठी चिटकवली होती. टाइप केलेल्या त्या चिठ्ठीकडे संशयाने आणि आश्चर्याने निरखून पाहत असताना युवराजांच्या मनात आले, अजून युद्धाला आरंभही झाला नाही, तोवर युद्धाचे पवित्रे पडू लागले. हे लक्षण आपल्याला आवडणाऱ्या युद्धनाट्याची नांदीच म्हटली पाहिजे. एवढ्या जलद हालचाल करणारा आपला शत्रू आपल्याला खरोखरीच चांगल्या साहसाचा आनंद देणार, की हे सारेच नकली युद्ध ठरणार? ही चिठ्ठी इतक्या लगबगीने, नेमकी आपली गाडी हेरून तिच्यावर चिटकवणारा माणूस चांगलाच पाताळयंत्री आणि कल्पक असला पाहिजे. ही चिठ्ठी चिटकवणारा माणूस तिच्यावरची आपली प्रतिक्रिया काय हे पाहण्यासाठी जवळपास कुठेतरी दडून आपल्याला न्याहाळीत असेल, अशा अभिप्रायाने त्यांनी आपली तीक्ष्ण दृष्टी चौफेर फिरवली. परंतु सारं कसं शांत शांत होतं. ह्या चिठ्ठीशी संबंध जोडता येईल अशी कोणतीही व्यक्ती त्यांना दिसली नाही. मग त्यांनी परत चिठ्ठीकडे पाहिले.

"कामिनी देवस्थळी एका आंतरराष्ट्रीय स्मगलर्स संघटनेतील दुवा आहे. तिची केस स्वीकारू नका."

युवराज स्वतःशीच हसले. बदमाशाने दिलेल्या सूचनेबाबत त्यांनी आभार मानले. कारण अशा सूचनेमुळे कर्तव्यापासून च्युत होण्याऐवजी ते अशा साहसाकडे आकर्षिले जातात, हे त्या अज्ञात हितचिंतकाला बहुधा माहीत नसावे.

- ० -

पोलिस स्टेशनवरच्या कदमांच्या केबिनमध्ये युवराज शिरले, तेव्हा इन्स्पेक्टर कदम आणि त्यांचे दोन-तीन सहकारी तिथे बसले होते. युवराजांना पाहताच कदमांनी त्यांचे स्वागत केले. जप्त केलेल्या मालाचा पंचनामा त्यांनी त्यांना दाखवला. देवस्थळीबाईंच्या बोलण्यावरून कदमांना अभिप्रेत झालेली देवस्थळी बाईंची जबानी त्यांनी त्यांना दाखवली. ती वाचून होताच युवराज म्हणाले, "ह्यांतले चौगुले कोण?"

"मी." असे म्हणून साध्या कपड्यांतला एक माणूस उठून पुढे आला. युवराजांनी त्याच्याशी हस्तांदोलन केले आणि ते म्हणाले, "तुमची आता गाठ

पडली हे बरं झालं. देवस्थळीबाईंची गाठ घेण्यापूर्वीच तुमच्याकडूनच हकीकत आधी कळली, म्हणजे बरे होईल.''

''वास्तविक जे काय घडले, ते सारे पंचनाम्यात लिहिलेच आहे; तरी पण थोडक्यात काय घडले ते तुम्हांला सांगतो. हल्ली गोव्याचे विमान सकाळी नऊ वाजता मुंबईला पोचते. आज ते दहा मिनिटे उशिरा आले. आम्हांला खबर होती की स्मगलिंग करून आणलेल्या सोन्याच्या चीपा आज एका बाईंजवळ सापडेल. बाईंचे वर्णनही नीट केलेले होते. तेव्हा चुकण्याची शक्यता नव्हती. मी साडेआठ वाजल्यापासून एरोड्रोमवर होतो. विमान विमानतळावर लागले तरी मी घाई केली नाही. सर्व बॅगेज क्लीअर होत आलं, तरी बाईंचं सामान आलेलं नव्हतं. खरं म्हणजे मी ती व्यवस्था मुद्दामच केलेली होती. काउंटरवरची गर्दी कमी झाली तेव्हा बाईंच्या बॅगा काउंटरवर आल्या. बाईंनी बॅगेज स्लिप दाखवली आणि हमालाला बॅगा ताब्यात घेण्यास सांगितल्या. नेमक्या त्याच वेळेला मी पुढे झालो आणि बाईंना विचारले, बॅगेत काही आक्षेपार्ह वस्तू आहे काय? बाई नाही म्हणाल्या. मी विचारलं, बॅगेत काय काय आहे? बाईंनी सांगितलं, की काही घरगुती कपडे, औषधे आणि पुस्तके एवढंच बॅगेत आहे.

''मग मी विचारलं, आम्ही बॅग उघडून पाहिली तर तुमची काही हरकत आहे का? बाई हसत म्हणाल्या, मुळीच नाही...''

''बाईंनी तुम्ही कोण, असा तुम्हांला प्रश्न केला की नाही? तुमचा अधिकार काय? अशी शंका व्यक्त केली की नाही?''

''नाही बुवा!''

''तर मग तुम्ही एक्झाइज इन्स्पेक्टर आहात, हे त्यांना अजूनही माहीत नाही का?''

''नाही! आता माहीत आहे. कारण अटक करताना मी त्यांना माझा बॅच दाखवला होता.''

''आय सी!'' युवराज विचारात पडले. ''बरं, पुढे काय झालं?''

''माझ्यासमक्ष त्यांनी बॅग उघडली आणि बॅग उघडल्यावर त्या आश्चर्यचकित झाल्या. अर्थात हे त्यांचं नाटक असलं पाहिजे. कारण बॅग उघडताक्षणीच लखलखणाऱ्या सोन्याच्या चिपा पाहून त्या भेदरल्याच!''

''बरं, मग पुढे काय झालं?''

''मग मी तिथे पंचनामा केला आणि बाईंना घेऊन येथे पोलिस कस्टडीत आलो. बाईंनी हट्ट धरला, जबानी देण्यापूर्वी तुम्हांला बोलवावे म्हणून. आमची त्याला

काही हरकत नव्हती. ज्या अर्थी बाई बिनदिक्कत तुमचे नाव घेतात, त्या अर्थी तुमची-त्यांची ओळख असली पाहिजे. शिवाय या असल्या स्मगलिंग केसेसमध्ये आम्ही आरोपीचे हात मोकळे ठेवण्याचा प्रयत्न करतो. सुटकेच्या प्रयत्नातच आरोपीकडून काहीतरी चुका होऊन आम्हांला साथीदारांचा सुगावा लागतो.''

''चौगुले, मी तिचा साथीदार आहे, असं तर तुम्हांला म्हणायचे नाही ना?''

''छे छे युवराज! असा भलताच गैरसमज करून घेऊ नका. तुमच्याकडे येणारे अशील हे सहसा दोषी असण्याची शक्यता नसते, हा तुमचा लौकिक आम्ही नेहमी लक्षात ठेवतो.''

''थँक्यू चौगुले! तुम्ही मॅजिस्ट्रेटच्या पुढे केव्हा उभे करता देवस्थळीबाईंना?''

''खरं पाहायला गेलं तर आम्हांला तीन-चार दिवस मिळू शकतील मॅजिस्ट्रेटकडून; कारण आम्ही अजून तिला अटक केलेली नाही. पण तुम्ही सांगत असलात, तर आजच चार वाजता हजर करतो. बाईंकडून आम्हांला जास्ती माहिती मिळण्याची शक्यता दिसत नाही. त्या तीसेक हजारांचा जामीन देण्यास तयार असतील, तर त्यांची आजच सुटका होण्यास हरकत नाही.''

''ठीक आहे चौगुले! थँक्स फॉर युवर को-ऑपरेशन. आता मी देवस्थळीबाईंना भेटू शकतो?''

''चला, तिकडेच चलू या आपण.'' पोलिस कचेरीतल्या त्या काळवंडलेल्या कॉरिडॉरमधून इन्स्पेक्टर कदम, इन्स्पेक्टर चौगुले आणि युवराज चालू लागले. अधूनमधून भेटणारे पोलिस, हवालदार यांचे त्यांना कडक सलाम झडत होते. कॉरिडॉरवरच्या अगदी टोकाशी असलेले एका खोलीचे कुलूप तेथे उभ्या असणाऱ्या एका पोलिस शिपायाने उघडले आणि हे सारेजण आत शिरले.

काळ्याकुट्ट दगडाने अगोदरच वातावरण बेचव झाले होते. त्यात त्या खोलीच्या उंचीमुळे अधिकच भकासपणा वाटत होता. खोलीत प्रकाश अगदी थोडा होता. परंतु खिडकीच्या नेमक्या तिरिपेच्या कक्षेत बसल्यामुळे देवस्थळीबाईंचा चेहरा युवराजांना झटकन दिसला. खरं म्हणजे बाई वाटाव्यात एवढ्या देवस्थळीबाई प्रौढ नसाव्यात; परंतु एक अकाली प्रौढपणा त्यांच्या चेहऱ्यावर स्वच्छ उमटला होता. त्यांनी साधेच कपडे घातले होते. परंतु त्या साधेपणात नेटकेपणा होता. आपल्या केसांचे काय करायचे, याचा नीटसा निर्णय कधीच न घेतल्यामुळे त्यांचा प्रौढपणा आणखीनच दुणावला होता. डोळ्यांत एक करारीपणा होता. परंतु आता आलेल्या या संकटामुळे तेथे थोडी करुणाही उत्पन्न झाली होती. युवराजांना आलेले पाहताच ती चटकन उभी राहिली. तिने चेहऱ्यावर एक उसने हसू आणले आणि ती म्हणाली, ''तुम्ही

याल अशी मला खात्री होतीच. गणपुलेवकिलांकडे मी पुष्कळ वर्षे काम केलेय. तुमची-माझी पुष्कळदा गाठभेटही झाली आहे. आठवतंयना पटवर्धन?''

''न आठवायला काय झाले? गणपुलेंसारख्या माणसाचा तुम्ही लोभ निर्माण करू शकलात, एवढी शिफारस पुरेशी आहे. आमच्या वकिलीसारख्या व्यवसायात अशी नेक आणि प्रामाणिक माणसे फार थोडी होती. गणपुले लाख माणूस होता. ड्राफ्टिंगमध्ये मुंबई बारमध्ये त्यांचा हात धरणारा कुणी वकील नव्हता. एनी वे मिसेस देवस्थळी, व्हाट इज युवर ट्रबल?''

''मिसेस नाही, मिस देवस्थळी, पटवर्धन.''

''आय ॲम सॉरी मिस देवस्थळी!'' आणि युवराज हसले.

देवस्थळीच्या चेहऱ्यावरचा प्रौढपणा ओसरला होता. देवस्थळी तशी टाकाऊ मुलगी खचित नाही, हे युवराजांच्या लक्षात आले. युवराज पुढे सरकले आणि देवस्थळीच्या पाठीवर हात फिरवीत म्हणाले, ''आता तुला चिंता करण्याचं काही कारण नाही. तुझ्यासारखी मुलगी या प्रकरणात अडकली कशी, हे मात्र शोधून काढलेच पाहिजे.'' कदमांकडे वळून युवराज म्हणाले, ''तुमची हरकत नसेल, तर मी माझ्या अशिलाशी थोडं खासगी बोलेन म्हणतो.''

''अरे, मुळीच नाही. खुशाल बोला. पोलिस खाते आता पूर्वीसारखं आडदांड राहिलेलं नाही. प्रत्येक माणसाला आपले निर्दोषित्व सिद्ध करण्यासाठी संधी देण्यास आम्ही तयार असतो.''

कदम आणि चौगुले निघून गेले. जाताना त्यांनी दार लोटून घेतले. युवराजांनी कामिनी देवस्थळीला समोरच्या बाकावर बसण्याची खूण केली. तेही जवळ जाऊन बसले. देवस्थळीने त्यांच्याकडे टक लावून पाहिले आणि तसे करताकरताच तिच्या डोळ्यांतून अश्रू ओघळले. एकदोन मिनिटांत तिची तीच सावरली. ती म्हणाली, ''तुम्ही मला कदाचित या संकटातून सोडवाल युवराज, पण साऱ्या वृत्तपत्रांतून ही हकीकत प्रसिद्ध झाल्यावर मला तोंडतरी दाखवायला जागा राहील का?''

''अगं, खुळी आहेस. वृत्तपत्रांत आज जशी ही बदनामीची बातमी छापतील, तशी उद्या तुझी सुटका झाल्यास अभिनंदनाचीही छापतील. बोलूनचालून दुसऱ्यांच्या अब्रूचा खेळ करून पोट भरण्याचा धंदा करतात वर्तमानपत्रे.''

''पण उद्या मला नोकरी कशी मिळणार?''

''नोकरीची तशी तुला गरज आहे का?''

''अगदी चांगल्या वकिलाकडे पंधरा वर्षे नोकरी करूनसुद्धा माझ्यासारख्या स्त्रीच्या आयुष्याचा प्रश्न कसा सुटणार?''

“ते का? गणपुले वारले आणि त्यांनी मृत्युपत्रात तुला काही ठेवले असेलच की!”

“त्यांनी ठेवलंय हो. त्यासाठी तर मी गोव्याला गेले होते. गोव्यातल्या ‘अजित माइनिंग वर्क्स’मध्ये गणपुलेवकील डायरेक्टर होते. त्यात त्यांचे पन्नास हजार रुपयांचे शेअर्स आहेत. ते सारे शेअर्स त्यांनी माझ्या नावे ठेवले आहेत. शिवाय ५००० रुपयांची रोख रक्कमही ठेवली आहे. ‘अजित माइनिंग वर्क्स’च्या लायसेन्सबाबत काही भानगड उत्पन्न झाल्यामुळे त्या शेअर्सचा मला तसा काहीच उपयोग नव्हता. पण तीन दिवसांपूर्वी कंपनीचे मॅनेजिंग डायरेक्टर फोन्सेका यांचे मला पत्र आले, की लायसेन्सची भानगड संपली असून इतर डायरेक्टर्स माझे शेअर्सच विकत घेण्यास तयार आहेत, तेवढ्यासाठी ताबडतोब निघून या. त्यांनी माझ्या येण्याजाण्याच्या तिकिटाची व्यवस्था केली आहे, असे लिहिले होते. त्यांनी लिहिल्याप्रमाणे मी गोव्यास गेले. पन्नास हजार रुपयांचे शेअर्स मूळ किमतीला विकले जाणे शक्यच नव्हते. त्यांनी अडतीस हजार रुपये देऊन व्यवहार पुरा केला. ते पैसे बँक ऑफ इंडियाच्या पणजी शाखेतून मी मुंबईला मेल ट्रान्सफर केले. विमानात बसले आणि मुंबईला यायला निघाले. माझ्याजवळ अवघ्या दोन बॅगा होत्या. एकीत माझे किरकोळ सामान होते आणि दुसरीत कपडे. दाबेलिम विमानतळावर दोन्ही बॅगा अधिकाऱ्यांच्या स्वाधीन केल्या. त्यांनी वजन करून बॅगेची बॅगेज स्लिप माझ्या हातात दिली. ती मी पर्समध्ये ठेवली. त्या वेळेस बॅगमध्ये अर्थातच सोने नव्हते, हे उघडच आहे.”

“एक सांग, की तुझा या सोन्याच्या प्रकरणाशी कोणताही संबंध नाही ना?”

“नाही हो, देवाशपथ नाही–”

“मी तुझा वकील आहे. यदाकदाचित तुझ्या हातून कसलाही गुन्हा घडला असेल, तर बिनदिक्कत तू तो मला सांगितला पाहिजेस. जर तू माझ्यापासून काही लपवून ठेवलेस, तर मी तुझा बचाव करू शकणार नाही.”

“पटवर्धन, असल्या प्रकरणात दूरान्वयानेसुद्धा मी कधी पडणे शक्य नाही हो! बॅग बदलली आहे असे म्हणावे, तर बॅगेतले सारे माझे सामान जसेच्या तसे आहे. ही अघटित गोष्ट करून माझ्यावर ही नसती बिलामत का आणली आहे, हेच मला कळत नाही.”

“गणपुलेवकिलांची मालमत्ता कितीशी होती?”

“फारशी नसावी. पनवेलच्या जरा पलीकडे असुरणी म्हणून एक गाव आहे. त्या गावात त्यांचा एक छोटा बंगला आहे. बंगल्याभोवती पाच-दहा

एकरांचे एक मोठे आवार आहे. तेवढीच त्यांची काय ती स्थावर मिळकत. शेअर्समध्ये गुंतवलेले 'अजित माइनिंग वर्क्स' व्यतिरिक्त असे पन्नास-एक हजार रुपये असतील. त्यांचे ऑफिससामान, किरकोळ मालमत्ता विकून आणखीन एक दहा-पंधरा हजार रुपये आले. गणपुल्यांचे लग्न झालेले नव्हते. त्यामुळे त्यांचा वारस त्यांचा एक चुलतभाऊ आहे जगन्नाथ म्हणून. इतके दिवस तो कोठेतरी कोकणात राहत होता. आता गणपुल्यांच्या घरात येऊन राहिला आहे.''

''त्याचे आणि तुझे संबंध कसे काय आहेत?''

''संबंध वगैरे काही नाहीतच; पण गणपुल्यांच्या काही व्यवहारासंबंधी अडचण आली, की तो माझ्याकडे येतो. त्याचे शिक्षण फारसे झालेले नाही. म्हणून पत्रव्यवहार वगैरेच्या कामात तो माझाच सल्ला मानतो. मनुष्य अविवाहित आहे अन् सज्जन असावा. निदान या प्रकरणात तरी त्याचा काही संबंध असेल, असे समजण्याचे काहीच कारण नाही.''

''तर मग तुझा संशय कोणावर आहे?''

''तीच तर अडचण आहे. माझे वाईट चिंतावे, असे तरी कोणाला वाटण्याचे काय कारण आहे?''

''गणपुले अविवाहित का होते?''

''ते मी कसे सांगू?''

''तुझे आणि त्यांचे काही विशेष संबंध होते का?''

कामिनीच्या डोळ्यांत एक निराळीच चमक आली. चेहऱ्यावरचा गोंधळलेला भाव नष्ट झाला आणि ती नीट सावरून बसली. नेमक्या कोणत्या शब्दांत बोलावे याचा ती मनात विचार करू लागली. तिच्यात घडत असलेला फरक युवराजांच्या ध्यानात आला. काळजीने आणि अज्ञानाने अज्ञात राहिलेले तिचे सौंदर्य अवचितपणे त्यांच्या नजरेसमोर प्रकट झाले. निगा न राखलेल्या वल्लरीला आपला बांधा डौलदार आहे याची जाणीव झाली तर जशी ती शहारेल, तशीच कामिनी आत्ता एकदम दचकली. खरे पाहिले तर वय, दर्जा, परिस्थिती यांच्यापलीकडे असणाऱ्या एका अनामिक गूढ नात्याची जाणीव सर्वस्व बदलवून टाकण्यास पुरेशी असते. युवराजांच्या ध्यानात आले, की आपण हिच्या झाकून राहिलेल्या प्रीतिभावनेला फुंकर घातली आणि तिला अनेक जुन्या क्षणांची आठवण करून दिली.

''गणपुले हे फार भावनाप्रधान गृहस्थ होते. त्यांच्या पूर्वायुष्यात त्यांचा प्रेमभंग झाला आणि म्हणून ते ब्रह्मचारी राहिले असले पाहिजेत. तो प्रेमभंग त्यांनी मनाला लावून घेतला होता. परंतु हळूहळू त्यांच्या जखमा भरत आल्या होत्या.''

"तुझ्यामुळेच ना?"

"तसे नाही म्हणता येत; परंतु गणपुले माझ्याशी जास्त स्नेहाने वागू लागले होते ही गोष्ट खरी. संध्याकाळी खूप उशिरापर्यंत आम्ही काम करत बसलो, म्हणजे ते मला जेवावयास घेऊन जात असत आणि घरीही सोडत असत. परंतु त्यांनी प्रकटपणे प्रेमाची भाषा कधीही केली नव्हती. तसा त्यांचा स्वभावही नव्हता. पण विलमध्ये त्यांनी जी माझ्यासाठी व्यवस्था करून ठेवली होती, त्यावरून त्यांना माझ्याबद्दल काहीतरी जास्त वाटत असले पाहिजे, यात शंका नाही. यदाकदाचित आणखीन काही दिवस ते जगले असते, तर मला वाटतं, आमचे लग्नही झाले असते."

"एवढ्यासाठीच तुम्ही अविवाहित राहिलात तर?"

"नाही, नाही. तसे नाही युवराज. पण लग्नाचा योग आला नाही एवढे खरे. मला जवळचे कोणीही नातेवाईक नाहीत म्हणून असेल कदाचित, पण कोणी खटपटही केली नाही माझ्या लग्नाची. एकतर माझी नोकरी फार छान होती. मालकही सज्जन आणि का कोणास ठाऊक, लग्न या कल्पनेचे आकर्षण वाटण्याऐवजी मला थोडी भीतीच वाटते."

"बरं, ते असो. गणपुल्यांना कुणी शत्रू होते का?"

"छे हो! त्यांच्यासारख्या सज्जन माणसाला शत्रू कुठले असणार? त्यांचे जे जे क्लायंट्स होते, त्यांपैकी एकही क्लायंट आजपावेतो त्यांना सोडून गेलेला नाही."

"गणपुलेवकिलांचे ऑफिस जेव्हा खाली केले, तेव्हा तिथल्या सामानाची अन् कागदपत्रांची-फाइलींची काय विल्हेवाट लावली?"

"आता त्या कागदपत्रांना काय महत्त्व आहे युवराज?"

"असं समजू नकोस कामिनी. अंधारातून प्रवास करताना चारही बाजूंकडे लक्ष ठेवावे लागते."

"साऱ्या फाइल्स वर्गवारी करून नीट बांधल्या आणि मग जगन्नाथने त्या सर्व पनवेलच्या गणपुल्यांच्या बंगल्यात नेऊन टाकल्या. जगन्नाथ म्हणजे गणपुल्यांचा भाऊ हं! वास्तविक तो ती कागदपत्रे नेण्यास तयार नव्हता. पण मी त्याला सांगितलं की, गणपुल्यांवर विश्वास ठेवून ज्या ज्या अशिलांनी आपली कामे सोपवली, त्यांनाच उद्या त्या कागदांची गरज लागली, तर त्यांना आपण ती देऊ शकलो पाहिजे. तर तो म्हणाला की, आपण आताच सारी पोस्टाने ती पाठवून देऊ या. पण ती तशी पाठवण्याचा काही उपयोग नव्हता. कारण त्यांपैकी अस्सल कागदपत्रं मी अगोदरच पाठविली होती. उरल्या होत्या त्या फक्त नकला होत्या."

"मला वाटते, गणपुलेवकिलांचे सर्व काम मृत्युपत्रे, भागीदारीपत्रे, कंपनी फॉर्मेशन या स्वरूपाचे दिवाणी असावे."

"हो. फौजदारी कामांपैकी बरीचशी कामे त्यांनी तुमच्याकडेच पाठविली होती."

"हो. ते बरोबरच आहे. गणपुलेवकिलांच्या अशिलांची नावे तुला सांगता येतील का?"

"हो. न सांगता यायला काय झाले? माझ्या ब्लॉकमध्ये मला जे सेक्रेटरीअल टेबल गणपुल्यांनी दिले होते, त्याच्या काचेखाली सर्व अशिलांची एक यादी अजूनही तशीच आहे."

"गणपुल्यांनी तुला आणखीन काय काय दिले?"

"त्याची यादी कशी सांगू मी पटवर्धन?"

"त्यांच्या मृत्यूनंतर त्यांच्या आठवणींबद्दल काय काय वस्तू जगन्नाथकडून तू मागून घेतल्यास?"

"तसे मला काही मागावेच लागले नाही. जगन्नाथ म्हणाला, 'तुझे आणि दादाचे संबंध काय आहेत, याची मला कल्पना आहे.' त्यामुळे ऑफिसमधील मला जे जे हवे, ते ते त्याने घेण्यास मुभा दिली. नव्हे, तसा त्याने आग्रहच धरला. मी बसत होते ते टेबल, टाईपरायटर, स्टेशनरी, रॅक अशा कितीतरी गोष्टी त्याने मला घेण्यास लावल्या. अजूनसुद्धा कधी माझ्याकडे आला, तरी तो माझ्याशी अत्यंत अदबीने वागतो. बगिचातला भाजीपाला वगैरे काही घेऊन येतो. काही पैसे वगैरे हवेत का विचारतो. खरे सांगायचे तर एवढे चांगले वागणे अलीकडच्या जगात दुर्मीळ झालंय नाही युवराज?"

युवराज गंभीर झाले. त्यांच्या डोक्यात तिचे बोलणे काही शिरेना. काहीतरी गंभीर स्वरूपाचा विचार ते करीत असले पाहिजेत, हे कामिनीने ओळखले. ती हलकेच म्हणाली, "मी सुटेन का हो या आरोपातून?"

"छे, कामिनी! मी त्याच्याबद्दल विचार करीत नाही. मला खरा प्रश्न पडलाय तो हा, की तुझी अशी बदनामी करण्याचा हेतू मनाशी ठेवून कुणाला काय साधायचे असेल? मला तीन गोष्टी शक्य दिसतात. एक– स्वतःच्या फायद्यासाठी कोणालातरी तुझे अस्तित्व नकोसे झाले असले पाहिजे. अर्थात काही काळ तरी. नंबर दोन– तुझ्या या बदनामीमुळे तुझ्या शब्दांची किंमत कमी झाली पाहिजे आणि नंबर तीन– तुझ्याजवळ तुझ्या नकळत काहीतरी रहस्य दडलेले असले पाहिजे. कामिनी, एक गोष्ट लक्षात ठेव– यापुढे तू अत्यंत सावधगिरीने वागावयास पाहिजेस. मी सांगेन त्यापेक्षा जास्ती बोलावयाचे नाही.

माझ्या परवानगीशिवाय कोणाला भेटता कामा नये आणि स्वत:बाबत शक्य ती सावधगिरीची काळजी घे. एका रहस्यमय प्रकरणात तुझा समावेश झाला आहे. माझ्याशी जोपर्यंत तू खरेपणाने वागशील, तोपर्यंत तुला भय नाही. आज संध्याकाळी चार वाजता प्रेसिडेन्सी मॅजिस्ट्रेटपुढे तुला उभे करण्यात येईल. बँकेत तुझे पैसे असल्याकारणाने, ते पैसे न काढण्याच्या आश्वासनावर किंवा बँकेच्या पत्रावर जामीन मंजूर होण्यास अडचण पडणार नाही. संध्याकाळी चार वाजता मी तुला भेटतोच आहे. पोलिसांना यापैकी कोणतीही गोष्ट सांगण्याची गरज नाही. बॅगेज स्लिपचा उल्लेख पुन:पुन्हा केल्याशिवाय राहू नकोस तुझ्या जबानीत.''

युवराज उठले. ते उठल्याक्षणी कामिनी उठली आणि तिने आपला हात हस्तांदोलनासाठी युवराजांपुढे केला. तो हात हाती घेताच युवराजांच्या ध्यानी आले, की आता तिच्या अंत:करणात भीतीचा लवलेशही उरलेला नाही. तिच्या पाठीवर थोपटत ते किंचित हसले आणि खोलीतून बाहेर पडले.

- ० -

संध्याकाळी चार वाजता प्रेसिडेन्सी मॅजिस्ट्रेट संजाना यांच्या कोर्टात कामिनीला पोलिसांनी हजर केले. वास्तविक स्मगलिंग केसेसमध्ये रिमांड मागण्यासाठी पोलिस आटापिटा करतात. त्यामुळे आरोपींना अटक केल्यापासून अवघ्या सहा तासांत पोलिस जामिनावर सोडावयास तयार झाले, याबद्दल पोलिस प्रॉसिक्युटरपाशी मॅजिस्ट्रेट संजाना आश्चर्य व्यक्त करीत होते. तेव्हा युवराज उठून उभे राहिले आणि म्हणाले, ''माय लॉर्ड, जामिनाचा अर्ज मी दिलाच आहे. त्याचा आपण सहानुभूतिपूर्वक विचार करालच. आरोपी स्त्री ही एक इभ्रतदार व्यक्ती आहे आणि अशा तऱ्हेच्या खटल्यात आपण कधीकाळी सापडू, असे स्वप्नातसुद्धा तिला वाटणे शक्य नाही. आज तिला जामिनावर सोडले, तरीसुद्धा वृत्तपत्रांतून ही सर्व बातमी प्रसिद्ध होऊन ही स्त्री आयुष्यातून उठण्याची शक्यता आहे आणि एवढ्यासाठीच सर्वसामान्यत: न केली जाणारी एक विनंती मी कोर्टाला करणार आहे. आरोपी नजरचुकीने ह्या खटल्यात सापडला आहे, असे मला वाटते आणि पोलिस खात्याची ती चूक लवकरात लवकर दुरुस्त करण्याची संधी त्यांना द्यावी असा माझा हेतू आहे. ज्या इन्स्पेक्टर चौगुल्यांनी कामिनी देवस्थळी या बाईंना अटक केली, ते येथे हजर आहेत. त्यांना चार-पाच प्रश्न विचारण्याची आपण मला संधी द्यावी.''

ताडकन पोलिस प्रॉसिक्युटर उठून उभे राहिले अन् म्हणाले, ''माझे मित्र आणि एक निष्णात कायदेपंडित पटवर्धन यांची ही मागणी अवाजवी आहे. कारण आज खटला सुरू होणारच नाही. पोलिस खात्याची चौकशी अद्यापि पूर्ण झालेली नाही. अशा परिस्थितीत प्रत्यक्ष कोर्टाचे कामधाम चालू करता येणार नाही. तसे पाहिले गेले तर आरोपीवर चार्जशीट ठेवण्यात आले असले तरी पुराव्याबाबत पोलिसांची कोणतीही तयारी नाही. माझ्या मित्रांनी खास विनंती केली म्हणून पोलिसांनी रिमांडबद्दल आग्रह न धरता जामिनावर आरोपीची मुक्तता करण्यास हरकत घेतलेली नाही.''

''माय लॉर्ड, माझ्याविरुद्ध घेण्यात आलेले सर्व आक्षेप अगदी बरोबर आहेत. परंतु एक अशी विचित्र गोष्ट माझ्या ध्यानात आली आहे, की ज्यामुळे आपण आरोपीला याच घटकेला मुक्त कराल. असे केल्याने एका गरीब अश्राप स्त्रीला पुढचे आयुष्य सुखाने जगण्याची संधी तुम्ही देणार आहात. यदाकदाचित माझ्या प्रश्नोत्तरानंतर आपले किंवा प्रॉसिक्युटर मिस्टर दारूवाला यांचे समाधान होऊ शकले नाही, तर हे कामकाज अनधिकृत म्हणून कोर्टरेकॉर्डमध्ये समाविष्ट करण्यात येऊ नये. शिवाय मी वेळही फारसा घेणार नाही.''

मॅजिस्ट्रेट संजाना क्षणभर विचारात पडले. प्रॉसिक्युटर दारूवाला काहीतरी बोलणार तेवढ्यात संजाना म्हणाले, ''वेल, आय हॅव नो ऑब्जेक्शन. पण पटवर्धन, एक लक्षात ठेवा. कोणावरही अन्याय होऊ नये या सिद्हेतूने नियम शिथिल करण्याचा मी पायंडा पाडतो आहे. कारण एखादा माणूस गुन्हेगार आहे किंवा नाही हे ठरण्यापूर्वी त्याच्या आयुष्यावर गुन्हेगार असा शिक्का समाजाने मारू नये, अशी माझी नेहमीच इच्छा असते. आजचे कामही संपत आलेले आहे आणि म्हणून मी तुम्ही मागता ती परवानगी तुम्हांला देतो.'' शिरस्तेदाराकडे वळून ते म्हणाले, ''कॉल मिस्टर चौगुले.''

चौगुले तोपावेतो विटनेस बॉक्समध्ये येऊन उभे राहिले होते. त्यांच्याकडे पाहून युवराजांनी त्यांना विचारले, ''तुम्ही आरोपीबाईंना पकडलेत तेव्हा आरोपीजवळ बॅग होती का?''

''नव्हती.''

''ती बॅग एरोड्रोमच्या अधिकाऱ्यांच्या ताब्यात होती का?''

''होय.''

''गोव्याच्या विमानतळावर वजन करून झाल्यानंतर विमान अधिकाऱ्यांच्या ताब्यात बॅगा आल्या. त्यानंतर आरोपीला त्या बॅगांजवळ जाण्याची संधी दिली

होती का?''

''नसावी.''

''त्याप्रमाणे विमानातील अधिकारीवर्गाशी तुम्ही बोलला आहात काय?''

''होय.''

''त्यानुसार तुम्हांला असे निश्चितपणे म्हणता येईल का, की आरोपीने गोव्याच्या विमानतळावर विमानात बसल्यानंतर या बॅगेत सोने ठेवले असणे शक्य नाही.''

''होय. ते शक्य नाही.''

''सोने जर आरोपीने बॅगेत ठेवले असेलच, तर ते आरोपीजवळ बॅग असतानाच असे म्हणता येईल किंवा नाही?''

''होय. त्याशिवाय मला पर्याय दिसतच नाही.''

''म्हणजेच बॅगांचे वजन केले आणि ते ज्या बॅगेज-स्लिपवर लिहिले आहे, त्या वजनात सोन्याचे वजन समाविष्ट असले पाहिजे.''

''होय.''

''आरोपीला जास्त मालाबद्दल जादा हशील द्यावे लागले, तेही स्लीपवर लिहिले आहे का?''

''होय.''

''याचाच अर्थ सामानाचे वजन काटेकोरपणे झाले असले पाहिजे.''

''होय. विमानतळावरचे काटे सेन्सिटिव्ह आणि कार्यक्षम असतात.''

''आरोपीजवळ सापडलेल्या सोन्याचे वजन तुम्ही केले आहे का?''

''होय. ते दोन किलो आणि तीनशे ग्रॅम भरले आहे.''

''हे पाहा, आरोपीला पकडल्यानंतर आरोपीने किंवा पोलिस अधिकाऱ्यांनी त्या बॅगेमधली कोणतीही वस्तू काढलेली नाही, याबद्दल तुमची खात्री आहे ना?''

''होय.''

''युवर ऑनर, या ठिकाणी परफेक्ट वेइंग मशीन्स यांच्याकडून एक उत्तम दर्जाचा काटा मी आणवला आहे. त्या काट्यावर आपण प्रत्यक्ष वजन करून पाहू, म्हणजे या गोष्टीचा कायमचा निकाल लागेल. मला असे म्हणायचे आहे, की आरोपीने ही बॅग विमान अधिकाऱ्यांच्या स्वाधीन केल्यानंतर विमानाच्या होल्डमध्ये जाऊन कोणीतरी हे सोने हेतुपुरस्सर या बॅगेत ठेवले आहे. आरोपीला बदनाम करावे असे काहीतरी गंभीर कारस्थान यामागे आहे. माय लॉर्ड, आपल्याला आणखीन एक गोष्ट ध्यानात आणून दिली पाहिजे ती अशी, की कामिनी देवस्थळी ही आरोपी स्त्री, मुंबईतील एका प्रख्यात वकिलांची पंधरा वर्षांहून

अधिक काळ खासगी सेक्रेटरी होती. गणपुलेवकिलांचे नाव आपण ऐकले असेलच. ते आता आपल्यांत नाहीत. परंतु त्यांच्याशी अत्यंत इमानानं आणि निष्ठेनं काम करणारी ही स्त्री कुणातरी कृष्णकारस्थानी माणसाच्या स्वार्थाआड येऊन अडचण बनली असावी. गणपुले वकील हे केवळ एक प्रतिष्ठित वकीलच नव्हते, तर आमच्या व्यवसायाची प्रतिष्ठा आणि नेकी वाढविण्यासाठी त्यांनी खूप खस्ता खाल्या, हे आपल्याला विदित असेलच. त्यांच्या अकाली मृत्यूमुळे त्यांच्याजवळ असलेली अनेक रहस्ये, करारांचे आणि मृत्युपत्रांचे तपशील त्यांच्या सेक्रेटरीला म्हणजे आरोपी स्त्रीला माहीत असणे शक्य आहे. म्हणून अशा स्त्रीला या भानगडीत गुंतविण्यात कोणाचातरी हात आहे आणि म्हणूनच माझी अशी विनंती आहे, की पोलिसांनी खरा आरोपी शोधून काढावा.''

मॅजिस्ट्रेट संजाना एकदम गंभीर झाले. कदाचित गणपुलेवकील आणि ते स्वत: यांच्या काही जुन्या आठवणींनी ते सद्‌गदित झाले असतील किंवा युवराजांच्या ह्या पवित्र्यातील काही रहस्यही त्यांच्या ध्यानात आले असेल. ते म्हणाले, ''गणपुले आणि मी एके काळी सहकारी होतो. गणपुल्यांची चिटणीस, आरोपी म्हणून इथे यावी, हे थोडे आश्चर्यकारक आहे. तुम्ही वजनासंबंधी सांगितलेला हा घोटाळा माझ्या ध्यानात आला आहे. तसेच पोलिस प्रॉसिक्युटर दारूवाला यांच्याही ध्यानात आला असेल, अशी मी आशा करतो. वेल, वुई विल ट्राय इट.''

कोर्टातील चपराशाने वजन करण्याचा काटा कोर्टाला दिसेल अशा ठिकाणी आणून ठेवला. पोलिस प्रॉसिक्युटर दारूवाला, इन्स्पेक्टर चौगुले, युवराज पटवर्धन हे सर्वजण काट्याजवळ उभे राहिले. सोने काढून घेऊन बॅगचे वजन करण्यात आले. ते बॅगेज स्लिपवर लिहिलेल्या वजनाइतके भरले. नंतर सोने आत ठेवून वजन करण्यात आले, तेव्हा दोन किलो तीनशे ग्रॅम वजन जास्त भरले.

''वेल, मिस्टर पटवर्धन, तुमचे म्हणणे बरोबर ठरले. कामिनी देवस्थळी ह्या प्रकरणात दोषी दिसत नाहीत. पोलिसांनी त्यांना स्वखुशीने सोडून द्यावे. कारण अद्यापि केस माझ्या कक्षेत आलेली नाही. कारण आता झालेला पुरावा हा अधिकृत नाही. मात्र पोलिसांना मी अशी समज देतो की, कामिनी देवस्थळीला यापुढे कसलाही त्रास होता कामा नये. पोलिसांनी देवस्थळी यांना केलेली अटक ही चुकीच्या माहितीवर आधारलेली होती आणि पटवर्धनांसारख्या चमकदार बुद्धीच्या वकिलांच्या साहाय्याने पोलिसांना आपली चूक लवकर दुरुस्त करता आली, याबद्दल पोलिसांनी त्यांचे आभार मानले पाहिजेत. प्रेससाठी पाठवल्या जाणाऱ्या क्राइम इन्फर्मेशन ब्यूरोच्या या पत्रकात या स्त्रीच्या अटकेपेक्षा सुटकेचा

उल्लेख अगत्याने व्हायला पाहिजे. मिस देवस्थळी, यू आर लकी. युवराज पटवर्धनांसारखा वकीलमित्र गणपुल्यांनी जोडला, म्हणूनच तुम्ही निष्कलंकपणे ह्यातून सुटलात हे लक्षात घ्या.''

मॅजिस्ट्रेट संजाना हसतमुख झाले. ते सीटवरून उठले. ते उठलेले पाहताच कोर्टाच्या खोलीतील सर्वजण उभे राहिले. कोर्टचेंबरमध्ये जाताना बाजूला उभे असलेले कदम पुढे आले. युवराजांचे त्यांनी कौतुक केले. अजूनही आरोपी बसतात त्याच बाकड्याजवळ कामिनी देवस्थळी उभी होती. ते पुढे झाले. एका फोटोग्राफरने ते तिच्याजवळ पोचताच फोटो काढला. तिचा थरथरणारा हात हातात घेऊन तिची कोसळणारी काया त्यांनी तोपर्यंत सावरली.

- ० -

कामिनी देवस्थळी सकाळी उठली ती केवळ दूधवाल्याच्या आरोळीमुळे. कालच्या सर्व घटनांचा तिच्या मनावर एवढा ताण पडला होता, की असेच अंथरुणात आणखी तास-दोन तास पडून राहावे, असे तिला वाटले. परंतु ती एकटीच राहत असल्यामुळे आणि आज दूध घालावयास निश्चित येच असे दूधवाल्याला सांगितल्यामुळे तिला उठावे लागले. उन्हे चांगली वर आली होती आणि पेपरवाल्यानं पेपर टाकूनही बराच वेळ झाला असावा.

वृत्तपत्राकडे पाहताच तिचे औत्सुक्य जागे झाले आणि तिने चटकन वृत्तपत्र हाती घेऊन ते उघडले. तिने जे भाकीत केले होते, तसेच घडले होते. अगदी पहिल्याच पानावर तिचा, युवराजांचा, पोलिस इस्पेक्टर कदमांचा फोटो प्रसिद्ध झाला होता. त्या फोटोत मागे वजन करण्याचे यंत्रही दिसत होते. इतकेच नव्हे तर ज्या बॅगमध्ये पोलिसांना सोने सापडलं, त्या बॅगेचा काही भागही त्या फोटोत आला होता. जणूकाही हा फोटो पूर्वनियोजित होता, इतक्या सूचकपणे फोटोग्राफरने तो काढला होता.

सारा वृतान्त सर्व तपशिलासकट कामिनीने वाचला. पोलिस खात्याच्या गलथानपणाची आणि युवराजांच्या चातुर्याची ती रसभरीत वर्णनं वाचताना कामिनी मात्र खिन्न झाली. वृत्तपत्रातील बातमी जरी कामिनीची बदनामी करणारी नसली, तरी उपसंपादकाने दिलेली शीर्षके वाचकांच्या मनात नक्कीच संशय उत्पन्न करणारी होती. 'चोरट्या सोन्याच्या आयातीत एक सुशिक्षित महिला' ह्या शीर्षकाने व्हायचा तो परिणाम झाल्याशिवाय राहणारच नव्हता. मात्र अखेरी वृत्तनिवेदकाने

असे म्हटले होते, की 'एका निरपराध आणि अश्राप स्त्रीवर चुकीच्या माहितीवर आधारून पोलिसांनी एक अनवस्था प्रसंग आणला होता. त्या प्रसंगातून मुंबईतील नामांकित कायदेपंडित युवराज पटवर्धन यांनी तिची मुक्तता केली. मात्र दिसतं तेवढं हे प्रकरण साधं नाही. या प्रकरणातून एखादे रहस्यमय आणि सनसनाटी प्रकरण बाहेर पडेल, अशी पोलिसांना खात्री वाटते.'

कामिनी थोडा वेळ सुन्न बसून राहिली. वृत्तपत्रातल्या या प्रसिद्धीमुळं तिला जगात वावरताना खूपच त्रास होणार होता. अत्यंत नेकीनं, एकटेपणानं आयुष्य जगणाऱ्या तिच्यासारख्या भाबड्या स्त्रीच्या मार्गात हे काहीतरी आकस्मित आणि विचित्र स्वरूपाचं रहस्य उत्पन्न झालं होतं.

कामिनीच्या अंगातले त्राणच गेल्यासारखे तिला वाटले. काल सकाळी विमानातून उतरताना ती किती आनंदात होती! कुठेतरी शांतपणाने आपले उर्वरित आयुष्य काढायचे, असे तिने निश्चित ठरवलेले होते. पैशाची आता ददात उरली नव्हती. तेव्हा नीरस टायपिंगच्या टकटकीमध्ये आयुष्याचा अर्थ शोधण्याची निरर्थक वणवण करायची तिला गरज नव्हती. रस्ता एकाकी असेल पण तो सुंदर तरी आहे, असे तिला वाटू लागले होते. एखाद्या छोट्याशा खेडेगावात जाऊन सुरक्षित जागी स्वत:चे घरकुल निर्माण करावे, बागबगिच्यात मन रमवावे, रेडिओवरची गाणी ऐकत निवांत पडून राहावे आणि आयुष्याचा सारा रंगीबेरंगी चित्रपट पाहत उरलेले आयुष्य काढावे, असे तिने मनाशी योजले होते. पण आता त्या शांत सागरावर अकारणच कंपने उत्पन्न झाली होती. लोक तिच्याकडे संशयाने पाहणार होते. तिच्याजवळच्या आर्थिक सुस्थितीचा ते निराळाच अर्थ लावणार होते.

कामिनीच्या डोळ्यांपुढे तेवढ्यात सतीश देवची मूर्ती चमकून गेली आणि ती खडबडून सावरून बसली. त्याचं प्रेम आपण अव्हेरलं आणि त्याचा अपमान करून त्याला हाकलून दिलं, त्याचा तर तो सूड उगवत नसेल ना? ही गोष्ट युवराजांच्या कानावर आपण घातलीच पाहिजे, असे तिला वाटले, अन् म्हणून उठून ती फोनजवळ आली आणि तिने युवराजांनी तिला दिलेला फोननंबर फिरवला. युवराजांचा परिचित आवाज कानी येताच ती म्हणाली, "मी कामिनी देवस्थळी."

"बोला, काय म्हणता?"

"मी काल एक गोष्ट सांगायला विसरले."

"सांगा–"

"सात-आठ वर्षांपूर्वीची गोष्ट आहे. सतीश देव नावाचा एक मिलिटरी ऑफिसर गणपुलेवकिलांकडे येत होता. त्याचं काहीतरी प्रोबेटचं काम होतं.

त्यानं हळूहळू माझ्याशी ओळख वाढवायचा प्रयत्न केला. त्या प्रयत्नात त्याला
यश येईना, तसतसा तो चिडखोरपणे वागू लागला, आणि त्या सर्व प्रकरणाचा
शेवट चिडाचिडीत झाला. अत्यंत कठोर मनानं त्याला मला हाकलून द्यावं
लागलं. तो खूप जळफळला आणि त्यानं मला धमक्या दिल्या. चार-दोन वेळा
फोनवरही वेडवाकडं बोलण्याचा प्रयत्न केला आणि अखेरी माझा नाद सोडून
दिला. ज्याला मी सर्वथा दुखवलं असं मला वाटतं, असा तो एकटाच मनुष्य
असावा. त्याचा पत्ता मला निश्चित सांगता येणार नाही, पण लोणावळ्यात त्याची
इस्टेट होती. माझा सूड उगविण्यासाठी कालच्या प्रकरणात मला वाटतं, तोही
असण्याची शक्यता आहे.''

''आय सी! बघू, आपण तोही प्रयत्न करून पाहू. आणखी काही विशेष
झालं तर कळवा मला.''

''आजची वृत्तपत्रं पाहिली असतीलच ना तुम्ही?''

''पाहिली तर! मला वाटतं त्यांनी थोडी भडक माहिती छापली असली,
तरी तुमच्यावर फारसा अन्याय केलेला नाही. आता ही गोष्ट खरी, की कोणत्याही
स्त्रीला, विशेषत: तुमच्यासारख्या स्त्रीला अशा तऱ्हेनं वर्तमानपत्रात फोटो छापला
जाणं आवडण्यासारखं नाही. पण त्याला काही इलाज नाही.''

''युवराज, काल आणखीन एक गोष्ट मी विसरले. ती म्हणजे तुमची फी
देण्याची!''

''ते राहू दे कामिनी.''

''राहू दे कसं युवराज? जर तुम्ही नसतात, तर माझी अवस्था काय
झाली असती? तुमचा जवळपास सर्व दिवस माझ्यासाठी खर्ची पडला. तुमच्यासारख्या
प्रथितयश वकिलाची फी दिवसाला निदान तीन-चारशे रुपये तरी असेल...''

''कामिनी, अजून हे प्रकरण संपलंय असं मला वाटत नाही. म्हणून
म्हणतो, फीबद्दल तूर्त बोलण्यात अर्थ नाही. तू खऱ्या अर्थाने अजून कलंकरहित
झालेली नाहीस आणि म्हणून या प्रकरणाचा पूर्ण छडा लागेपर्यंत फीबद्दल
कशासाठी बोलायचं?''

कामिनीने फोन खाली ठेवला आणि अस्ताव्यस्त झालेली खोली आवरायला
आरंभ केला. गेले तीन दिवस ती इथे नसल्याकारणाने खोलीची दशा झाली
होती. त्यातून काल रात्री युवराजांनी तिला घरी आणून पोचवली, तेव्हा तिची
मन:स्थिती अशी विचित्र झाली होती, की नेटकेपणाची आणि सौंदर्याची आवड
असणारी ती तशीच पांघरुणात गुरफटून झोपी गेली.

अर्ध्या तासाच्या आत तिनं खोली मनासारखी केली आणि चहासाठी आधण ठेवलं. तेवढ्यात कुणीतरी दरवाजा वाजवला. तिने दरवाजा उघडला तेव्हा चाळीस-पंचेचाळीस वर्षाचा एक प्रौढ माणूस दरवाजात उभा होता. त्याने अंगावर करड्या रंगाचा सूट घातला होता. त्याचे डोळे भेदक होते. त्याची उभे राहण्याची पद्धत आक्रमक होती. अशा माणसाला 'आत या' असं म्हणणं कामिनीला अवघड गेलं. ती म्हणाली, "कोण पाहिजे आपल्याला?"

"कामिनी देवस्थळी आपणच का?"

"हो."

"गणपुलेवकिलांच्या आपण खासगी चिटणीस होतात ना?"

"होय."

"गणपुलेवकील वारल्यानंतर त्यांच्या फाइल्स आणि कागदपत्रं यांची वासलात कशी लागली, हे तुम्ही सांगू शकाल काय?"

"कशासाठी?"

"सांगतो. माझं नाव कोटस्थाने. मी गणपुलेवकिलांकडून एका मृत्युपत्राचा मसुदा घेतला होता. पुढं प्रत्यक्षात ते मृत्युपत्र अस्तित्वात आलं नाही. परंतु मालमत्तेची जी संपूर्ण यादी मी त्यांच्याजवळ दिली होती, त्यातील काही शेअर्सचे नंबर्स मला हवे आहेत. मला त्या सर्व फाइल्स तुमच्याकडे आहेत असं कळलं, म्हणून चौकशीसाठी आलो होतो."

कामिनीनं श्वास सोडला. एकंदरीत या माणसाच्या रंगरूपावरून जो संशय उत्पन्न होत होता, तशी काही भानगड नव्हती तर! हा गणपुलेवकिलांचा कोणीतरी अशील असला पाहिजे. पण आपण मात्र याला का पाहिला नाही किंवा यानंही आपल्याला प्रथमदर्शनी का ओळखलं नाही, याचा ती क्षणभर मनाशी विचार करीत होती. तिची ती विचारग्रस्त अवस्था पाहून कोटस्थाने हसले आणि म्हणाले, "तुमच्या मनात शंका येणं अगदी स्वाभाविक आहे. परंतु मला केवळ माहिती हवी आहे आणि तीही अत्यंत निरुपद्रवी अशा शेअर्स सर्टिफिकेट्सच्या नंबर्सबद्दल. हे काम जर तुम्ही केलंत, तर त्याबद्दल अगदी खुशीनं मी तुम्हांला दोनशे रुपये देईन."

"दोनशे रुपये?"

कोटस्थान्यांनी आपल्या खिशातून पाकीट काढलं आणि शंभराशंभराच्या दोन नोटा तिच्यापुढे केल्या. तिची संभ्रमित अवस्था पाहून ते म्हणाले, "तुम्हांला अवघड वाटायचं काहीच कारण नाही. ज्या कामासाठी तुम्हांला आज पगार

मिळत नाही, त्या कामाबद्दल तुम्हांला मेहनताना घेण्याचा जरूर अधिकार आहे.''

कामिनी हसली आणि तिनं त्या नोटा हातात घेतल्या. ती म्हणाली, ''ही माहिती मी आत्ता देऊ शकणार नाही, कारण त्या सर्व फायली आणि कागदपत्रं गणपुलेवकिलांच्या भावाच्या पनवेल येथील बंगल्यात आहेत.''

''तर मग त्यांच्या भावासाठी तुम्ही मला चिठ्ठी द्या.''

''चिठ्ठी चालेल?''

''न चालायला काय झालं? विल्सची फाईल काढायची आणि त्यातलं माझं विल काढून घ्यायचं...''

''नाही, नाही. त्यातलं विल काढून घेऊ नका. फक्त तुम्हांला हवी ती माहिती टिपून घ्या.''

''ठीक आहे. द्या चिठ्ठी.''

कामिनी आपल्या टेबलापाशी आली. टाइपरायटरवरचं झाकण तिने काढले. स्टेशनरीच्या रॅकमधला एक कागद काढला. त्यावरच्या 'ए. बी. गणपुले बार अॅट् लॉ' या अक्षरांकडे क्षणभर ती बघत राहिली. आणि अनेक सुखद स्मृती तिच्यापुढे घोटाळू लागल्या. अंधारल्या नजरेनं पण सराईत बोटांनी तिने तो नोटपेपर टाइपरायटरमध्ये सरकवला. तो नित्यपरिचित आवाज कानी येताच तिच्यातली टायपिस्ट जागी झाली. गणपुलेवकिलांच्या भावाला ती पत्र टाइप करू लागली. पण मग एकदम तिला काहीतरी सुचलं. तिने तो कागद टाइपरायटरमधून बाहेर काढला आणि हातांनी चिठ्ठी लिहिली. चिठ्ठी बंद केली आणि ती कोटस्थानेच्या हातात दिली अन् ती म्हणाली, ''त्याला इंग्लिश नीटसं कळत नाही.'' आणि हे बोलत असतानाच एका कागदावर तिनं गणपुल्यांच्या बंगल्याचा नकाशा काढला. त्याला तो समजावीत ती म्हणाली, ''तुम्हांला अडचण पडणारच नाही काही, पण पनवेलच्या अलीकडे बर्मा शेलचा एक पेट्रोलपंप आहे. तिथं विचारा, गणपुल्यांचा बंगला कुठंय म्हणून.''

कोटस्थाने निघून गेला. तो गेल्यावर तिने दरवाजा बंद करून घेतला. केवळ कुतूहल म्हणून तिने खिडकीतून खाली पाहिले. एका काळ्या ओल्ड-स्मोबाईलमध्ये कोटस्थाने शिरत होता आणि गाडी सरकू लागताच तिने सहज नंबरप्लेटकडे पाहिलं. B. M. W. एवढी अक्षरं तिला वाचता आली. सात सात... पुढचे आकडे लक्षात येण्यापूर्वीच गाडी दिसेनाशी झाली.

- ० -

अकरा-साडेअकराच्या सुमारास कामिनीची अंघोळ आटोपली आणि काहीतरी भाजी आणावी म्हणून ती पायांत चपला अडकवीत होती, तेवढ्यात दारावर टकटक ऐकू आली. दार उघडताच जगन्नाथला पाहून ती चकित झाली. जगन्नाथ गणपुले तिला भेटून तसे फारसे दिवस झाले नव्हते. तो अगदी आजच येईल, अशीही तिला अपेक्षा नव्हती आणि म्हणूनच त्याला पाहताच तिला थोडे आश्चर्य वाटले अन् ती म्हणाली, ''जगन्नाथ, तुम्ही कसे इकडं?''

''सकाळची वर्तमानपत्रं पाहिली आणि त्यात तुझं नाव आणि फोटो पाहून चकितच झालो मी! तू घरी भेटशील असंसुद्धा मला वाटलं नव्हतं. तुझी काही अडचण असली किंवा तुला पैसे हवे असले, तर वेळच्या वेळी उपयोगी पडावं म्हणून तातडीनं निघून आलो मी.''

''तसं काही आता काळजीचं कारण नाही. आणि जगन्नाथ, त्या गोव्याच्या शेअर्सचंही काम आता झालंय. पण काल मात्र मी फार घाबरून गेले होते. कोण माझ्या वाइटावर आहे कुणास ठाऊक? भलत्याच एका बिलामतीत मी अडकले होते एवढं खरं!''

''नशीब तुझं! तुला असा वकील मिळाला, की पहिल्याच दिवशी पोलिसांच्या त्रासात न अडकता त्यानं तुझी सुटका केली. बरं, ते जाऊ दे, तुला आणखी काय हवं असेल तर ते मला सांग. नाहीतर असंच कर ना, चार दिवस तू पनवेललाच राहायला चल. इथं राहिलीस तर वर्तमानपत्राचे लोक तुला त्रास देतील आणि उगीचच तुझा मनस्ताप वाढेल. आता मी बंगल्यामध्ये पुष्कळ सुधारणा करून घेतल्या आहेत. कायमचं राहणारं एक कुटुंबही आता मागच्या पडळीत आहे. शेतंसुद्धा आता ऐन बहराला आली आहेत. तुला तिथं शांतपणानं राहायला खचित आवडेल.

''ते खरं आहे जगन्नाथ, पण पोलिसांना माझी कधी गरज लागली, तर थोडे दिवस तरी जवळ नको का राहायला? आणि जगन्नाथ, मी एक सांगायचे विसरले. कोटस्थाने नावाच्या एका माणसाला मी चिठ्ठी देऊन पाठविलंय तुमच्याकडे. तो भेटला का तुम्हांला?''

''कशासाठी?''

''त्याला एका विलमधली काहीतरी माहिती हवीय.''

''पण त्या एवढ्या कागदपत्रांच्या पसाऱ्यातून नेमका त्याला हवा तोच कागद मी कसा काय काढून देणार? आणि शिवाय एक विसरतेस कामिनी, की तुमचा सारा पत्रव्यवहार आहे इंग्रजीत अन् माझं इंग्रजीचं ज्ञान किती आहे, याची तुला कल्पना आहेच.''

"अरे खरंच की! हे माझ्या लक्षातच आलं नाही. तो त्या कागदपत्रांपैकी कोणती कागदपत्रं वापरतो, हेही तुम्हांला नीटसं कळणं शक्य नाही, नाही का?"

"कोटस्थान्यांना निश्चित हवंतरी काय होतं?"

"एका मृत्युपत्रातल्या मालमत्तेचे वर्णन."

"कोटस्थाने दादांचे अशील होते, याची तरी तुला खात्री आहे का?"

"नाही. त्यांना पहिल्याचं मला आठवत नाही."

"बघितलंस? पूर्ण चौकशी केल्याशिवाय हळूहळू कशी तू गुंतत जातेस! इतकी वर्षं एका निष्णात वकिलाची खासगी चिटणीस असूनसुद्धा तुझा कोणावरही विश्वास कसा बसतो, हेच मला समजत नाही."

"का कुणास ठाऊक, कोटस्थाने खरोखरच त्या माहितीसाठी माझ्याकडे आले असले पाहिजेत, असं मला वाटलं."

"मला वाटतं माझ्याबरोबर तू पनवेलला चलावंस आणि एकदा त्या सर्व मृत्युपत्रांच्या फायली पटवर्धनवकिलांच्या स्वाधीन कराव्यात. वाटलं तर त्यांना फोनवर तसं विचार."

कामिनी सचिंत झाली. काहीतरी चुकते आहे एवढे तिला कळले. जगन्नाथच्या स्वरातली तळमळ तिला जाणवली. गणपुलेवकिलांच्या त्या फाइल्समध्ये काहीतरी रहस्य दडलेले असण्याची शक्यता तिच्या ध्यानात आली. तिने चटकन फोन उचलला आणि युवराजांना फोन केला. पण युवराज कोर्टात गेले होते. अलका कुठल्यातरी सॉलिसिटरच्या ऑफिसमध्ये गेली होती. आणि हेमंत वांद्र्याला काही-तरी कोर्टाच्या समन्सवरून जाण्याच्या गडबडीत होता. त्यामुळे कामिनीला स्वतःच काहीतरी निर्णय घेणं भाग होतं. ती जगन्नाथला म्हणाली, "चला, मी येते पनवेलला. आत्ता तुमची गाडी असेल, पण येताना त्या फाईल्स मी इकडे आणणार कशी?"

"त्याची नको काळजी करूस. आपण दोन-तीन वाजेपर्यंत पोचू तिथे. लगेच जेवू आणि मी तुला ठाण्यापर्यंत परत आणून सोडीन. तिथं एखादी टॅक्सी घे, म्हणजे संध्याकाळी पाच-सहा वाजेपर्यंत तू घरी पोचशील. आल्याबरोबर वकिलांना फोन कर आणि त्या सर्व फाइल्स त्यांच्या हवाली करून टाक...

- ० -

पनवेलच्या बंगल्यात गणपुल्यांची जुनाट 'फोर्ड' शिरली, तेव्हा कामिनी

अस्वस्थ झाली. अशा अनेक उतरत्या संध्याकाळी गणपुलेवकिलांबरोबर या बंगल्यात ती पूर्वी आलेली होती. नियतीने थोडी सवड काढली असती आणि गणपुलेवकिलांना थोडे अधिक आयुष्य दिले असते, तर ती या बंगल्याची स्वामिनीही झाली असती. या बंगल्यात तिची म्हणून स्वतःची खास खोली होती आणि गणपुलेवकिलांची खोली अन् तिची खोली यामध्ये असणाऱ्या एका लांबलचक खोलीत गणपुल्यांची मौलिक पुस्तके आणि कागदपत्रे नीट लावून ठेवलेली होती. परंतु बंगल्यात प्रवेश करताक्षणीच जगन्नाथच्या आणि कामिनीच्या लक्षात आले की, अत्यंत शिस्तीने राखलेल्या या बंगल्याची कुणीतरी घाईघाईने तपासणी केलीय. कागदपत्रांपैकी प्रत्येक फाईल न् फाईल कुणीतरी तपासलीय. आपल्या हातून टाईप झालेल्या, हजारो रुपयांची विल्हेवाट लावणाऱ्या त्या मौल्यवान दस्तऐवजांची ही दशा पाहून कामिनीच्या डोळ्यांत पाणी चमकलं आणि त्यामागोमाग तिच्या चेहऱ्यावर संतापाने लाली आली. जगन्नाथही या दृश्याकडे विस्मयाने पाहत होता. आपल्या गैरहजेरीत या कागदपत्रांतील रहस्य उलगडण्याचा कुणीतरी यत्न केला आणि तो माणूस त्यात यशस्वी झाला किंवा नाही, हेही कळायला काही मार्ग नाही. या दुहेरी कारणामुळे काय करावे, याबद्दल क्षणभर तो भ्रमचित्त झाला.

एक-दोन मिनिटे जाताच कामिनी सावरली. तिच्या ध्यानात आले, ज्या अर्थी कागदपत्रांची प्रत्येक फाईल न् फाईल तपासण्याचा यत्न चोराने केला आहे, त्या अर्थी नेमकी ती वस्तू त्याला सापडली असेलच असे नाही, आणि मग बरोबर नेण्यासाठी योग्य अशा कागदपत्रांच्या फायली तिने निराळ्या काढायला सुरुवात केली. जगन्नाथ जेवण्याच्या व्यवस्थेस लागला. स्वतः सर्व कागदपत्रे हाताळली असल्यामुळे फारच थोड्या अवधीत कामिनीने तो सारा पसारा आवरला. फायलींची बंडले तयार केली. टॅक्सीमध्ये त्यांपैकी किती मावतील, याचा हिशेब केला. क्रम लावला आणि ती हात-तोंड धुण्यासाठी मोरीत गेली. तेव्हा जगन्नाथने जेवण टेबलावर मांडले होते. पुरुष असूनसुद्धा जेवणघरातील टापटीप त्याने चांगली सांभाळली होती. थोरल्या भावाचा हा एक गुण त्याच्या ठिकाणी आला होता. जेवण साधे होते पण रुचकर होते आणि गरम होते. अवेळ झाली असल्यामुळे कामिनी फारसे जेवू शकली नाही. जगन्नाथ तिला आग्रह करीत होता, पण पुरुषाने स्वयंपाक करावा आणि स्त्रीने त्याच्याकडून आग्रह करून घेऊन जेवावे, या कल्पनेनेच तिला हसू आले. जगन्नाथ स्वभावाने गरीब होता आणि फारसा शिक्षितही नव्हता; पण अकस्मात हाती आलेल्या संपत्तीमुळे तो

मस्तावलाही नव्हता. त्याच्या साध्याभोळ्या गोड स्वभावाचा ठसा कोणावरही उमटला असता. सहसा न दिसून येणारे कितीतरी गुणविशेष त्याच्या ठायी प्रकर्षानं होते. थोरल्या भावाने अविवाहित राहणे पत्करले याला जसे एक विषादयुक्त कारण होते, तसेच काही रहस्यमय कारण जगन्नाथच्या या आयुष्यात तर नसेल? कामिनीच्या माहितीप्रमाणे जगन्नाथ त्याच्या भावापेक्षा तीन-चार वर्षांनीच लहान असावा. पण तो दिसत मात्र पोरगेलासा होता. त्याच्या बोलण्यात नेहमीच एक अनावर उत्साह असे, तो कामिनीला नेहमी जाणवत ही असे. त्याच्या संगतीत कसलीतरी एक चमत्कारिक हुरहूर मनाला लागते, हेही तिला अलीकडे जाणवू लागले होते. पण तो आपल्यापेक्षा बराच लहान आहे या गोष्टीची आठवण होताच तिच्या चेहऱ्यावरचा प्रौढपणा आणखीनच वाढे आणि ते वाटणे झपाट्याने नष्ट होई.

जेवण होताच कामिनी अन् जगन्नाथ ठरल्याबरहुकूम ठाण्याला आले. अजून तसा फार वेळ झालेला नव्हता. त्यामुळे जगन्नाथ तिला घरापर्यंत पोचवायला तयार होता. कामिनीनेच त्याची समजूत घातली. टॅक्सी मिळताच त्याने मोठ्या नाखुशीने तिला सोडले. जाताना तो अकारण सचिंत झाला, असे कामिनीला वाटले. तो म्हणाला, "कामिनी, अगदी जपून राहा. तसं काही वाटलं तर मला कळवल्याशिवाय राहू नकोस. पेट्रोलपंपावरचा फोन आपल्याला वापरता येतो, हे तुला माहीतच आहे आणि खरे म्हणशील तर तू मुंबईत राहूच नकोस–तू पनवेलला ये. खरे म्हणजे त्या घरी तू ये असे परकेपणाने मी सांगणे बरे नव्हे. ते तुझंच घर आहे, असं तू खुशाल समज."

कामिनी हसली. भावना योग्य शब्दांत पकडता आल्या नाहीत म्हणजे जशी नेहमीच त्रेधातिरपीट उडते, तशीच आता जगन्नाथची उडाली होती. थोरल्या भावाच्या प्रेयसीशी आपण बोलतो आहोत, त्यामुळे ठेवायला हवा असणारा आदर व्यक्त व्हायलाच हवा. त्याचबरोबर स्वतःच्या भावनाही व्यक्त व्हायला हव्यात, असं त्याला वाटतं होतं. आणि म्हणून तो गोंधळत होता.

जगन्नाथचे वागणे तिला सुखावह वाटत होते. पण पटत नसलं तरीही ते झटकून टाकणे तर तिला सर्वथा अशक्य होते.

तिची टॅक्सी दूर दूर जात होती, तोपावेतो त्या जुन्या फोर्डच्या बॉनेटवर हात टेकून जगन्नाथ तिच्याच दिशेनं पाहत होता...

- ० -

कामिनी घरी पोचली आणि तिनं लगोलग युवराजांना फोन केला. तिचा फोन येईल, अशी युवराजांची बहुधा अपेक्षा असावी. कारण अलकानं फोन घेताच युवराज वाटच पाहत आहेत असं ती म्हणाली. युवराजांचा खणखणीत आणि रेखीव आवाज ऐकताच कामिनीनं घडला तो सर्व वृतान्त सांगितला. कोटस्थानेचं वर्णन, त्याच्या गाडीचा आठवला तो नंबर, जगन्नाथ आल्यामुळं त्याच्याबरोबर तिनं दिलेली पनवेलच्या बंगल्याला भेट, तिथं कुणीतरी अज्ञात माणसानं केलेला कागदपत्रांचा तपास आणि त्यामुळं तिला बांधून आणाव्या लागलेल्या कागदपत्रांच्या व फायलींचा तपशील अधीऱ्या वृत्तीनं तिनं दिला. तिच्या बोलण्यात कसलाही व्यत्यय न आणता युवराजांनी सारं ऐकून घेतलं. ते म्हणाले, "ती कागदपत्रं तुझ्याचकडे असू देत. तुला घाबरण्याचं काही कारण नाही. कारण तुझ्या घरावर जागता पहारा ठेवण्यासाठी मी माझी माणसे पाठवतो आहे. मात्र एक लक्षात ठेव, गोष्ट कितीही साधी आणि क्षुल्लक असली, तरी ती मला कळली पाहिजे. एवढ्यासाठी त्यांची नोंद कुठंतरी नीट करून ठेव. नाहीतर मोटारच्या नंबरसारखा अर्धवट नंबर मला मिळेल आणि मग माहिती काढताना पुष्कळ वेळ फुकट जाईल. तुझ्याभोवती काहीतरी रहस्य गुंतलेलं आहे, हे निश्चित आहे, पण ते व्यक्तिगत तुझ्याभोवती आहे, की गणपुलेवकिलांच्या रहस्यमय कागदपत्रांत आहे, हे आपल्याला शोधून काढलं पाहिजे. जो कोण मनुष्य या रहस्याच्या मागे असेल, तो बुद्धिमान तर आहेच; परंतु समर्थही असला पाहिजे. सोन्यामध्ये एवढी रक्कम फुकाफुकी घालवणारा माणूस फार मोठ्या रकमेच्या शोधात असला पाहिजे. म्हणून म्हणतो, तू आता जबाबदारीनं वागलं पाहिजेस. घाबरता कामा नये. तुझ्याकडे कुणी काही कागदपत्रांपैकी चौकशी करायला आला किंवा कागदपत्रं मागितली, तर तू ती त्याला खुशाल दे. तुझ्या मनात त्या माणसाच्या हेतूबद्दल काही शंका आहे, हेही त्याच्या लक्षात येता कामा नये. शक्य झालं तर जी माहिती तू त्याला देशील, ती शब्दशः टिपून ठेव."

"कुणी कागदपत्रं प्रत्यक्ष मागितले तर काय करू?"

"शक्यतो त्या कागदपत्रांची नक्कल करून दे आणि त्याची एक जादा प्रत टाइप केले गेलेले मूळ कार्बन्स जपून ठेव. मात्र त्या माणसाला कसलाही संशय येता कामा नये."

"पाहते प्रयत्न करून; पण त्यापेक्षा मी कुठंतरी दूर निघून गेले तर?"

"वेडी की काय? अशा तऱ्हेनं पळून तू जाणार कुठं? गुन्हेगारांचे हात फार मोठे असतात आणि संपत्तीची लालसा वाटेल ती साहसं करायला त्यांना

उद्युक्त करते. त्यापेक्षा माझ्याजवळ, माझ्या माणसांच्या देखरेखीखाली हे सारं घडलं तर मी तुझी काळजी घेऊ शकेन. तुला तसा कोणता धोका आहे, असं मात्र मला वाटत नाही.''

''ठीक आहे. तसं काही घडलंच तर मी लगेच फोन करेन.''

- ० -

रात्री पुष्कळ वेळ कामिनीला झोप आली नाही. असल्या विक्षिप्त प्रसंगात सापडण्याची ही तिची पहिलीच वेळ होती. प्रथम ती थोडी भेदरून गेली, पण मग भयापेक्षा आपल्या आयुष्यात नवीन काही साहस येतंय, याचीच तिला गंमत वाटू लागली. तसं पाहायला गेलं, तर आपल्याला धोका आहे का, असा तिनं मनाला प्रश्न केला. कुणाला ठाऊक, ह्या साहसात पडल्यानं आपल्या जीविताचा नकाशा कदाचित बदलणार असेल!

गेलं दीड वर्षं फार एकाकीपणानं घालवल्यामुळे एक प्रकारचा हळवेपणा तिच्या ठायी उत्पन्न झाला होता. प्रथम प्रथम गणपुल्यांचं अस्तित्व तिला इतकं जाणवत होतं, की दुसऱ्या काही गोष्टींचा विचार तिच्या डोक्यात शिरतच नव्हता. दिवस जसे उलटू लागले, तसतसा तो विचार मावळू लागला आणि त्याची जागा जीवितातले अन्य आनंद हट्टानं मागू लागले. गेले काही दिवसतर जगन्नाथनं आपली बरीवाईट अशी एक जागा तिच्या अंत:करणात उत्पन्न केली होती. तिच्यापेक्षा खूप लहान जोडीदार म्हणून कोणत्याच बाबतीत न शोभणारा हा पुरुष तिची बेचैनी अकारण वाढवीत होता आणि स्वत:चीही वाढवून घेत होता. या गोष्टींची चाहूल दोघांनाही लागली होती; परंतु ते कबूल करण्याचं धाडस दोघांनाही नव्हते. तसा काही अडचणीचा प्रसंग आला, तर तो आपल्या मदतीला धावून येईल, या खात्रीने तिचे अंत:करण हळूहळू चिंतामुक्त झाले आणि ती गाढ झोपी गेली.

दुसऱ्या दिवशी सकाळी ती जागी झाली ती मोठ्या प्रसन्न वृत्तीने. तिने आपली सारी खोली मनासारखी आवरली. सर्व कागदपत्रांच्या फायली सहसा कुणाला दिसणार नाहीत अशा बेतानं कॉटखाली लपवून टाकल्या. दिनक्रमातील एकेक गोष्ट उरकत असताना त्या साहसी क्षणांची ती उत्कंठापूर्वक मार्गप्रतीक्षा करू लागली. कोणीतरी दैनंदिन जीवनक्रमातील माणसे दार ठोठावू लागली, की प्रत्येक वेळेला ती उत्कंठापूर्वक दारापाशी जाई आणि कधी दूधवाला, कधी

पेपरवाला, कधी केवळ एखादा फेरीवाला दाराशी पाहून नाराज होई.

पण अखेरी दाराशी कालचा तो माणूस उभा असलेला पाहून तिचे स्नायू सावधानपणाने काम करू लागले.

"मला ओळखलं असेल?"

"हो. कोटस्थाने. काल तुम्ही आला होतात."

"हो. पण काल मी खोटं बोललो. माझं नाव कोटस्थाने नाही आणि मला मृत्युपत्रातला तपशीलही नको होता."

"मग आजतरी तुम्ही खरं सांगणार आहात? काय हवंय तुम्हांला?"

"असं उघड्यावरती सारं सांगता येणार नाही. मी आत आलो तर चालेल का?"

क्षणभर विचार केल्यासारखे दाखवून तिने त्याला आत येऊ दिले. त्याची नजर खोलीतल्या सर्व सामानावर फिरता फिरता अखेरीस टाइपरायटरवर जाऊन स्थिर झालेली आहे, हे तिने ओळखलं.

"हा टाइपरायटर गणपुलेवकिलांचा नाही?"

"हो. त्यांच्या मृत्यूनंतर त्यांच्या भावानं मला तो बक्षीस दिला आहे. गेली पंधरा वर्षे याच टाइपरायटरवर मी काम करते आहे. त्यामुळे त्याच्यावर माझे प्रेम बसलंय."

"आता खरं ते सांगून टाकतो. माझं नाव कोनकर. अचला सुखदेव नावाच्या एका बाईचं मृत्युपत्र गणपुलेवकिलांनी केलं होतं. खरं म्हणजे दोन मृत्युपत्रं केली होती. कुठल्याही परिस्थितीत ती दोन्ही मृत्युपत्रं शोधून काढणं हे फार अगत्याचं आहे- निदान त्यातलं एकतरी."

आश्चर्यचकित होऊन कामिनी म्हणाली, "ओह्! पण मूळ मृत्युपत्र आमच्याकडे कधीच नसतं. आमच्या फायलीत बहुतांशी त्याची एक नक्कल असेल. सुखदेवबाईंजवळ मूळ मृत्युपत्र असलंच पाहिजे."

"असंच काही नाही."

"मग कुठंतरी बँकेत किंवा अन्य सुरक्षित जागी त्यांनी ती ठेवली असतील."

"असतील; परंतु त्या नकला मिळवण्याचासुद्धा अन्य काही माणसं प्रयत्न करीत असली पाहिजेत."

"नकलांचा काय उपयोग आहे हो?"

"ते तसं तुम्हांला मला सांगता येणार नाही. परंतु त्या मृत्युपत्राची एक नक्कल जर तुम्ही मला करून दिलीत, तर मात्र अचलाबाईंवर उपकार होतील.

टाइपरायटर, स्टेशनरी तुमच्याजवळ आहेच. ज्या कोणा माणसाला या मृत्युपत्रांच्या मूळ नकला हव्या आहेत, त्याला आम्हांला पकडायचा आहे.''

''मी नव्यानं करून दिलेल्या कॉपीमुळे तो माणूस तुम्हांला कसा काय सापडणार?''

''ते थोडंस गूढच आहे म्हणा! परंतु सवडीनं मी ते तुम्हांला सांगेन, गणपुलेवकिलांच्या एका जुन्या अशिलाला उपयोगी पडण्यात तुम्हांला आनंद वाटायला हवा.''

''खुद्द अचलाबाई यांच्या सांगण्यावरून तुम्ही माझ्याकडे आलात का?''

''तसं म्हणता येणार नाही. परंतु त्यांच्यासाठी मी निर्णय मात्र घेऊ शकेन.''

''तुमचं अन् त्यांचं नातं काय?''

समोरचा माणूस चाचरला. काय उत्तर द्यावे, हे त्याला निश्चित ठरवता येईना. काहीतरी अगतिक निर्णय घ्यावा लागल्याचा आविर्भाव करीत तो म्हणाला, ''हे पहा मिस देवस्थळी, उगाच वायफळ चर्चा करण्यात काही मतलब नाही. तुम्ही माझं काम केलंत, तर त्याचे पैसे मी तुम्हांला देईन. थोडे थोडके नाही तर चांगले पाचशे रुपये देईन.'' आणि असं म्हणत त्यानं काल प्रमाणंच खिशातून पाकीट काढलं आणि एकामागोमाग एक शंभराच्या चार नोटा तिच्यापुढं ठेवल्या. त्या पैशाचा तिच्या चेहऱ्यावर काही परिणाम होतोय का, हे तो सूक्ष्मपणे पाहत होता आणि आपल्याला हवा तो परिणाम तिच्यावर झालेला पाहून पाचवी नोट टेबलावर ठेवताच तो थांबला आणि तिच्याकडे पाहून त्यानं एक मिस्कील हास्य केले. तशी ती म्हणाली, ''याच्यावर विचार करायला मला थोडा वेळ तरी द्याल की नाही?''

''तीच तर अडचण आहे. मला नक्कल हवीय ती अगदी आत्ताच. ताबडतोब. अचला सुखदेव यांचे जे कोणी नातेवाईक त्यांच्या हिताच्या आड येत असतील, त्यांचा ताबडतोब शोध लावणे हे अगदी जरुरीचं आहे.''

''ठीक आहे.''

कोनकरांनी खिशातून फोल्ड केलेले बरेचसे कागद काढले आणि ते तिच्या स्वाधीन केले. त्या कागदांतील मजकुरावर लक्ष टाकताच तिच्या ध्यानात आलं, की हे गणपुल्यांचे ड्राफ्टिंग आहे. तिने कार्बनचा बॉक्स उघडला. नवे कार्बन काढले आणि टाईपरायटरमध्ये कागद घालण्यास सुरुवात केली. तेवढ्यात कोनकर म्हणाले, ''हे तुमचे नेहमीचे कागद दिसत नाहीत.'' कामिनी हसली. सर्व गोष्टींचा कोनकरांनी अगोदरच विचार केलेला होता, हे पाहून तिला त्याच्या

बुद्धीचं कौतुक वाटलं. स्वत:च्या नावाची मोनोग्राम्स कोणाच्याही लक्षात येणार नाहीत अशा तऱ्हेने उजव्या कोपऱ्यात छापलेले चांगले मौलिक कागद गणपुले आपल्या दस्तऐवजासाठी वापरत असत. कामिनीने तसले काही कागद काढले आणि अत्यंत सराईतपणाने दिलेल्या कागदांवरून नकला करण्यास आरंभ केला. मात्र प्रत्येक नवीन कागदाच्या वेळी ती नवा कार्बन वापरीत होती. कारण युवराजांची सूचना तिनं लक्षात ठेवली होती. त्या प्रत्येक नवीन कार्बनवर आपण टाईप करीत असलेलं अक्षर उमटून कायम राहते, हे ध्यानात आल्यामुळे ती अत्यंत सावधपणाने आणि चतुराईनं टाईप करून झालेले कार्बन्स अलग करून नीट ठेवीत होती.

होता होता सर्व कागद टाइप करून झाले. पैकी मृत्युपत्राच्या काही भागाची काही पाने होती आणि संपूर्ण मृत्युपत्रही पुन्हा टाइप केलेलं होतं. दोन्ही मजकुरांतील फरक तिच्या ध्यानात येणे शक्य नव्हते; परंतु काही ना काहीतरी फरक असल्याशिवाय हा भाग पुन्हा नव्याने टाइप करण्याची आवश्यकता नसली पाहिजे, असे तिने मनाशी ठरवले. कागद टाइप करून होताच ते कागद वेगवेगळे करून सुसंगत जुळवण्यासाठी तिने सुरुवात करताच कोनकरांनी हात पुढे करून सारेच कागद हातात घेतले. ते हसले आणि म्हणाले, ''तुमच्याकडे याची स्थळपत्र राहावी अशी माझी इच्छा नाही.''

''ठीक आहे. पण मला अजून तुमच्या या विक्षिप्त कामाचा अर्थ समजलेला नाही. या नकला घेऊन तुम्ही काय करणार आहात कुणास ठाऊक?''

''खरं सांगायचं तर अचलाबाईंच्या नातेवाइकांची दिशाभूल करण्याचा आमचा प्रयत्न आहे. आम्ही मूळ कागदांच्या ठिकाणी हे नवे कागद ठेवणार आहोत. अचलाबाईंना त्यांच्या नातेवाइकांच्या वर्तणुकीबाबत संशय आला आहे. एके काळी ज्यांच्यावर त्यांचा फार विश्वास होता, तेच त्यांचे नातेवाईक त्यांच्याशी चमत्कारिक वागू लागले आहेत. अचलाबाईंना त्यांची परीक्षा घ्यायचीय.''

''हे सारं खरं आहे हो; पण त्यावर नाही गणपुलेवकिलांची सही, नाही माझी सही, नाही अचलाबाईंची सही.''

''ते सगळं तुम्ही माझ्यावर सोपवा आणि या गोष्टीची चिंता करण्याचं विसरून जा. तुमच्याबद्दलचं माझं मत मात्र फार चांगलं झालं आहे. माझं जर पुन्हा काही टाइपिंगचं काम असलं, तर मी तुमच्याकडेच देणार यात शंकाच नाही.''

कोनकर उठले. त्यांनी नमस्कार केला आणि ते निघून गेले.

कामिनी चटकन उठली. आरशात पाहून आपण बाहेर जाण्याच्या परिस्थितीत

आहोत किंवा काय, याचा तिनं अदमास घेतला आणि ती कुलूप लावून सरळ युवराजांकडे आली. युवराज ऑफिसमध्येच होते. तिला पाहताच ते हसले आणि म्हणाले, ''काही विशेष?''

''कालचेच गृहस्थ पुन्हा आले होते आणि तुम्ही सांगितल्याप्रमाणे त्यांनी गणपुलेवकिलांच्याच ठरावीक कागदांवर काही कागद टाइप करून मागितले.''

''त्याची एखादी कॉपी?''

''नाही. कॉपी ठेवायला त्यांनी विरोध केला. परंतु तुम्ही सांगितल्याप्रमाणे प्रत्येक नवीन कागदाच्या वेळी मी नवीन कार्बन वापरला आहे आणि हे पाहा, मी हे कार्बन माझ्याबरोबर आणले आहेत.''

''ठीक. आता असं कर, येथून गेलीस की शेजारच्या पोस्टऑफिसात जा. मी देतो त्या पाकिटात ते कार्बनपेपर्स नीट ठेव. त्या पाकिटावर तुझं नाव लिही आणि ते पाकीट रजिस्टर्ड पोस्टानं पनवेलच्या पत्त्यावर पाठवून दे. मात्र हे लक्षात ठेव, हे पाकिट बंद करताना जे सील तुला मी करायला सांगणार आहे, ते सील मात्र तसंच राहिलं पाहिजे. हे पाकीट कुणी फोडलंय, अशी शंकासुद्धा येता कामा नये!''

''युवराज, काहीतरी गंभीर घडणार आहे, असंतर तुम्हांला वाटत नाही ना?''

''तसं आता मला काहीच सांगता येत नाही. पोस्टातून तू सरळ घरी जा आणि मी कळवेपर्यंत घर मात्र सोडू नकोस.''

''आणखी एक सांगायला मी विसरलेच युवराज, त्या माणसाचं नाव कोनकर. तो अचला सुखदेव यांचा कुणीतरी नातेवाईक आहे, असं म्हणत होता.''

''ठीक आहे. पण तू त्याची चिंता करू नकोस. ती सारी माहिती मला अगोदरच मिळाली आहे.''

सचिंत मुद्रेनं कामिनी उठली आणि शेजारी उभ्या असलेल्या अलकाबरोबर ते पाकीट सीलबंद करण्यासाठी निघून गेली.

युवराज साऱ्या प्रकरणाचा विचार करीत होते. तथापि त्यांच्या काही शंकांचं निराकरण होत नव्हते. काल गाडीचा जो नंबर मिळाला होता, त्या नंबरवरून ती ओल्डस्मोबाईल अचला सुखदेव यांची आहे व ती चालवणारा कोनकर अचलाबाईंचा अत्यंत विश्वासू नोकर आहे, हेही हेमंतच्या गुप्तचरांकडून युवराजांना समजले होते. अचला सुखदेव या एक अतिश्रीमंत विधवा होत्या. त्यांना सरोज आणि सुनीता अशा दोन मुली असून त्या आपल्या नवऱ्यांबरोबर आईजवळ राहतात, असेही त्या रिपोर्टात म्हटलं होतं.

अचलाबाई गेले चार-पाच महिने गॅस्ट्रिक ट्रबलच्या विकाराने आजारी होत्या. मधून मधून तो विकार बळावे आणि त्यांना हॉस्पिटलमध्ये जाणे भाग पडे. तसे आजपावेतो शिरोडकरांच्या हॉस्पिटलमध्ये त्या दोनदा राहून आल्या होत्या. या दोन अॅटॅकनंतर अधिक सावधगिरीने राहण्याची सूचना डॉक्टरांनी त्यांना दिली होती. चमचमीत आणि तेलकट पदार्थ ही त्यांची हौस त्यांनी जर मर्यादित ठेवली नाही, तर तिसऱ्या अॅटॅकमधून सोडवणे आपल्याला शक्य नाही, असं डॉक्टर शिरोडकरांनी निक्षून सांगितले होते. एवढेच नव्हे तर अजून काही दिवस हॉस्पिटलच्याच देखरेखीखाली त्यांनी राहावे असे त्यांनी परोपरीने सुचवले असताना त्यांनी घरी जायचा हट्ट धरला, तेव्हा मोठ्या नाइलाजाने-नाखुशीने गेल्या दोन्ही आजारांत त्यांची देखरेख करणाऱ्या शांताबाई या नर्सला बरोबर देऊन त्यांनी त्यांची घरी रवानगी केली. औषधोपचारापेक्षाही त्यांच्या खाण्यापिण्यावर अधिक कडक देखरेख ठेवण्याची त्यांनी तिला सूचना दिली होती.

अचला सुखदेव या थोड्या छांदिष्ट बाई होत्या. खार येथील सीफेस रोडवरच्या एका आलिशान इमारतीत त्या राहत होत्या आणि नवऱ्याने कमावून ठेवलेली लक्षावधी रुपयांची मालमत्ता उपभोगीत होत्या. एखाद्या संस्थानिकाने राहावे अशी त्यांची राहणी. कोणत्याही क्षेत्रातला सर्वोच्च माणूस त्यांना आपल्या सेवेसाठी लागत असे. किंबहुना शिरोडकरांसारख्या किंवा गणपुल्यांसारख्या खर्चिक व्यावसायिकाकडे जाण्याएवढे महत्त्वाचे काम नसले, तरीही बारीक सारीक आणि क्षुल्लक गोष्टींसाठी त्या नेहमी उच्चतम माणसाची निवड करत. त्या तशा फार म्हाताऱ्या नव्हत्या आणि त्यामुळे असेल किंवा परदेशच्या अनेक वाऱ्या केल्यामुळे असेल, संध्याकाळ पडू लागली की, त्या दहा-पंधरा वर्षांनी तरुण होत आणि मग आपला विश्वासू नोकर कोनकर याला घेऊन मुंबईत फिरत असत. मुंबईच्या अद्ययावत उपाहारगृहांत किंवा सांस्कृतिक कार्यक्रमांत त्यांची उपस्थिती हा नेहमी कौतुकाचा विषय असे. क्वचित् प्रसंगी त्यांची एखादी मुलगी किंवा जावई त्यांच्याबरोबर असे. पण असे प्रसंग फारच अपवादात्मक असत. शक्यतो अशा तऱ्हेने एकट्याने भ्रमंती करणे आणि रात्री अकरा-बारा वाजता परत येणे त्यांना आवडत असे. आपल्यामुळे घरातल्या लोकांची झोपमोड होऊ नये, एवढ्यासाठी त्यांनी खास त्यांच्यासाठी बाहेरच्या बाहेरून आपल्या खोलीपर्यंत लिफ्ट करून घेतली. कोनकर बरोबर असला, की त्यांना कसली चिंता नसे. कोनकरवर त्यांचा विश्वासही दांडगा होता. कोनकरला कसला मायापाश नव्हता. त्यामुळे तो जास्तीत जास्त अचलाबाईंच्या तैनातीत असे. शिवाय त्याला उत्तम

स्वयंपाकही येत असे. अचलाबाईंना आवडणारे खास खमंग पदार्थ त्या मागतील तेव्हा तो त्यांना तयार करून देई. गॅस्ट्रिक ट्रबलचा त्रास होऊ लागल्यापासून कोनकरच्या पाककौशल्यावर डॉक्टर शिरोडकरांनीसुद्धा बंधन घातले होते.

हेमंतच्या ऑफिसकडून आलेला हा सविस्तर रिपोर्ट युवराजांनी पुन:पुन्हा वाचून काढला आणि त्यांच्या मनात एक विचित्र शंका आली. ते उठले. वरच्या कपाटातून त्यांनी मटेरिआ मेडिकाचा प्रचंड ग्रंथ आणि त्याचबरोबर डॉक्टर सिवेझीर यांचा विषप्रयोगावरचा ग्रंथ काढला आणि त्यातली काही पाने त्यांनी झपाट्यानं चाळली.

अलकाचा आवाज ऐकून त्यांनी पुस्तकातून डोके वर काढले आणि ते म्हणाले, ''देवस्थळी गेली का?''

''ती आत्ताच गेली. पण युवराज, काय भागनड आहे हो ही? माझ्या तर काही डोक्यात येत नाही. ज्यांचा काही उपयोग नाही, अशा या निरर्थक मृत्युपत्राच्या नकलांत काय रहस्य दडलंय?''

''त्याचं असं आहे अलका, जर मूळ मृत्युपत्र दैवी आपत्तीमुळं नष्ट झालं-जळालं-भिजलं, तर मग अधिकृत नक्कल फार महत्त्वाची ठरते. क्षणभर अशी कल्पना कर, मूळ मृत्युपत्र आणि ही नक्कल एकाच वेळी निर्माण झाली आहे असा खात्रीलायक पुरावा आहे, तर मग मूळ मृत्युपत्राच्या आकस्मित नाहीसं होण्यामुळं ही नक्कल खरी ठरविण्यावाचून अन्य उपाय काय? अर्थात, दिसतं तितकं सोपं नाही हे. पण कायदा काही ना काहीतरी तोड लावणारा मार्ग शोधीत राहतो. शिवाय दुसरी गोष्ट अशी, की एका हितसंबंधी माणसाला दुसऱ्याला अडचणीत टाकायला ही नक्कल कायदेशीर मार्ग होऊ शकेल. गुन्हेगाराच्या मनात काय आहे, याबद्दल आपण फक्त कल्पना करू शकतो. उद्या अचला सुखदेवबाई मृत्यू पावल्या, तर या मृत्युपत्राची नक्कल खरी ठरवू शकणाऱ्या कामिनी देवस्थळीचा प्राण धोक्यात येऊ शकणार नाही का?''

''अगंबाई! मग आपण पोलिसांनाच कळवलं तर?''

''खुळी आहेस का अलका तू? आपण काही कुणावर गुन्हा घडण्याआधी आरोप लादू शकत नाही आणि गुन्हा घडल्याशिवाय पोलिसही काही करू शकत नाहीत. ते असू दे अलका, जरा डॉक्टर शिरोडकरांना फोन कर.''

युवराजांच्या टेबलावरील टेलिफोन आपल्याकडे फिरवीत अलकानं आपल्या सराईत हातांनी शिरोडकरांना फोन फिरवला. एकदा केलेला टेलिफोन नंबर आठवण्यासाठी अलकाला कधी टेलिफोन डिरेक्टरीची गरज पडत नसे आणि

म्हणून तिनं फोन जुळवताच युवराजांनी तो हातात घेतला. शिरोडकरच फोनवर होते.

"मी युवराज पटवर्धन, माझं तुमच्याकडं थोडं काम आहे आणि ते फार तातडीचं आहे. मी तुमच्याकडे येण्यापेक्षा तुमच्या दवाखान्याजवळच्या 'क्वालिटी'त तुम्ही आत्ता येऊ शकाल का?"

"आत्ता? अहो, आता कमीतकमी दहा अपॉइंटमेंट्स आहेत मला. आज सारा दिवस मी गडबडीतच आहे."

"डॉक्टर, मी तुम्हांला आज दुसऱ्याच ठिकाणी बोलावतोय, त्याला तसंच काही कारण आहे. तुमच्या एका पेशंटचे प्राण धोक्यात आहेत, असं मला वाटतं."

"काय म्हणता काय? कोण पेशंट?"

"अचला सुखदेव."

डॉक्टर खदखदून हसले आणि म्हणाले, "तुमचा काहीतरी गैरसमज होतोय. अचला सुखदेवला मी आजच हॉस्पिटलमधून डिस्चार्ज दिला. ती आजारी होती ही गोष्टी खरी; पण आता ती बरी आहे. आता तिची काळजी करण्याचं काहीच कारण नाही."

"डॉक्टर, तसं काहीतरी काळजी करण्यासारखं कारण असल्याशिवाय तुमच्यासारख्या मोठ्या माणसाचा मी वेळ घेईन का?"

"ठीक आहे. तुम्ही ज्या अर्थी म्हणत असाल, त्या अर्थी मला आलं पाहिजे. तुम्ही किती वेळात तिथं येऊ शकाल?"

"पाच मिनिटांत."

'क्वालिटी' मध्ये युवराज आणि अलका शिरली आणि आपल्या नेहमीच्या कोपऱ्यातल्या जागेत जाऊन बसली. येणाऱ्या वेटरला 'जरा थांब', अशी सूचना करून ते अलकाला म्हणाले, "शिरोडकरांना तू ओळखतेस चांगलं! तुझं काहीतरी टॉन्सिल्सचं मायनर ऑपरेशन त्यांच्याकडे झालं होतं. अचलाबाईंकडे ज्या शांताबाई नावाच्या नर्स आहेत, त्यांनाही तू पाहिलं असशील."

"हो. पण मला काही त्या आवडल्या नाहीत."

"तुझ्या आवडीचं सोडून दे गं, कारण तुला फक्त देखणी माणसंच आवडतात. मग ती काम करणारी मोलकरीण असो, मोटार चालवणारा शोफर असो किंवा ज्याच्याकडे नोकरी करायची तो बॉस असो!"

"तर तर! आपल्याला उगीचच देखणं म्हणवून घेताय तुम्ही!"

"म्हणजे मी देखणा नाहीये की काय?"

"ते मला नाही नीटसं सांगता येणार आणि असलात तरी मला काय

त्याचा उपयोग? आणि शिवाय ज्यांना बुद्धी नसते– त्यांच्या रूपाचं कौतुक आमच्यासारख्यांचं.''

''दॅट्स फाइन अलका! चांगली खुशामत करता येते हं तुला! खरं पाहायला गेलं तर स्त्रीला पुरेशी संधी मिळत नाही म्हणून; नाहीतर आयुष्याचा अनुभव जमा केल्यानंतर तो प्रत्यक्षात वापरण्यात स्त्रीच जास्त चतुर ठरते. तिला मोकळेपणानं आपल्या समाजात हिंडता येत नाही. विविध अनुभव प्राप्त करून घेण्याची ताकद असली, तरी ते अनुभव मिळवण्याची तिच्यावर बंधनं आहेत. त्यामुळं तिच्या बुद्धीला फार संकुचित वातावरणात वावरावं लागतं. पण माझ्याबाबत म्हणशील तर माझ्या व्यवसायाला आवश्यक अशा रीतीनं कामापुरती मी आपली बुद्धी तल्लख ठेवलीय. परंतु आयुष्याच्या वाटचालीत माझी एकांगी बुद्धी आणि तुझं व्यावहारिक चातुर्य यांत तुझाच जय होईल...''

एवढ्यात डॉक्टर शिरोडकर येताना दिसले आणि संभाषण स्थगित झालं. डॉक्टर शिरोडकर अलकाशेजारच्या खुर्चीवर येऊन बसले. युवराजांनी दिलेली सिगारेट त्यांनी स्वीकारली आणि सारं काही स्थिरस्थावर होऊन सर्व उपचार पाळले गेले आहेत हे पाहून ते म्हणाले, ''बोला आता!''

''डॉक्टर, कदाचित माझा अंदाज चुकीचा ठरेल; पण मी तुम्हांला सांगणार असलेली गोष्ट फारच गंभीर स्वरूपाची आहे. मला असं सांगा, अचला सुखदेव या बाई कशानं आजारी आहेत, असं तुमचं निदान आहे?''

''गॅस्ट्रो एनटेरिक डिस्टर्बन्सेस. असा प्रश्न का विचारलात युवराज तुम्ही?''

''डॉक्टर, तुमच्या अनुमानाबद्दल तुमची खात्री आहे का?''

''निश्चितच! नाहीतर त्यांना मी आज डिस्चार्ज दिला नसता.''

''डॉक्टर, या आजाराची निदानं काय?''

''उदरदुःख, हातापायांत वांब येणे, पोटामध्ये एका विशिष्ट प्रकारानं टोचणारं दुःख होणं.''

''मला सांगा डॉक्टर, अत्यंत सौम्य प्रमाणात विषप्रयोग केला, तर अशाच तऱ्हेची लक्षणं दिसतील.''

''हो. तुम्ही म्हणता त्याचा नीटसा अर्थ माझ्या ध्यानात आलेला नाही. परंतु विषप्रयोगाची पहिली लक्षणं साधारण अशीच असायला पाहिजेत.''

''मला वाटतं ज्या कारणासाठी मी तुम्हांला बोलावलं होतं, ते कारण आता संपलंय.''

''तुम्हांला असं म्हणायंच की काय, की अचलाबाईंवर विषप्रयोग होतोय?''

"मला काहीच म्हणायचं नाही; परंतु मला शंका मात्र निश्चित आली आहे."

"वास्तविक अचलाबाईंवर विषप्रयोग कशासाठी होईल?"

"मी वकील आहे डॉक्टर; ज्योतिषी नाही."

डॉक्टर हसले आणि म्हणाले, "तुम्ही मला विचार करायला लावलंत एवढं खरं. कारण अशा तऱ्हेच्या आजारात काही विचित्र गोष्टी माझ्या अनुभवाला आल्या. आता तुम्ही म्हणता त्यातलं तथ्य मला समजू लागलं. पण तुम्ही म्हणता त्याची एकदा खातरजमा करून घेतलेली बरी. जरा थांबा." आणि ते फोनजवळ गेले. त्यांनी एक फोन फिरवला आणि ते बोलू लागले. ते बहुधा अचलाबाईंच्या घरातील कुणाशीतरी बोलत असले पाहिजेत असा युवराजांनी तर्क केला आणि डॉक्टर परत जागेवर येऊन बसले तेव्हा तो खराही ठरला. ते युवराजांना म्हणाले, "मी अचलाबाईंची नखं कापून ठेवायला सांगितली आहेत, आणि शक्य झालं तर एखादा मुळापासून उपटलेला केसही. तुम्हांला माहीतच आहे युवराज, रक्तातल्या विषाचा नखांवर आणि केसांवर ताबडतोब परिणाम होतो. मी आत्ता माझ्या असिस्टंटला चेकअप्साठी पाठविलं आहे आणि केमिकल ॲनलायझरकडून त्याची त्वरित तपासणी करून घेतो. शक्य तितक्या लवकर तुम्हांला फोन करून तो कळवितो. तुम्ही मला ऑफिस संपल्यावरसुद्धा कोणत्या फोनवर मिळू शकाल, ते सांगा."

"माझं ऑफिस चोवीस तास उघडं असतं. कारण माझ्या गैरहजेरीत माझं टेलिफोन कनेक्शन माझे साहाय्यक हेमंत राजे यांच्याकडे असतं."

"ठीक आहे. मग आता मी जातो."

"चहा तरी घेऊन जा डॉक्टर."

"नाही हो, नको. तुम्ही हे नसतं झंझट माझ्या मागे लावून दिलंत ना, याचा एकदा निकाल लावतो. त्याशिवाय स्वस्थता लाभणार नाही मला!"

"पण हे पाहा डॉक्टर, तोपर्यंतच्या काळात अचलाबाईंच्या रक्षणाची व्यवस्था तुम्ही कशी काय करता?"

"चोवीस तास राहाणारी एक नर्स मी अगोदरच त्यांच्या दिमतीला दिली आहे. तिनं पसंत केल्याशिवाय कोणताही अन्नपदार्थ किंवा पेय अचलाबाईंनी स्वीकारता कामा नये. असं मी त्यांना बजावलंय. तरी पण युवराज, तुम्हाला कल्पना नाही, अचलाबाई एक विक्षिप्त आणि हट्टी बाई आहे. गेली पंचवीस वर्षं त्या कुटुंबाचा मी डॉक्टर आहे; परंतु या बाईचं वय मात्र वाढलेलं नाही. मधेच कुठंतरी गुंगारा देऊन कुठल्यातरी हॉटेलात ती काहीतरी खाऊन येईल अशी

मला नेहमी भीती वाटते. तरीपण बघतो काय जमतंय ते.''

डॉक्टर निघून गेले. युवराजांनी वेटरला बोलावून अलकाला आवडत्या पायनॅपल केक्सची ऑर्डर दिली आणि नवी सिगारेट शिलगावून, आश्चर्यानं पाहत असणाऱ्या अलकाला ते म्हणाले, ''या साऱ्या प्रकरणात जर अचलाबाईंच्या मृत्युपत्रात डॉ. शिरोडकरांनाही काही रक्कम मिळणार असेल, तर फारच गोंधळ होणार आहे.''

''तुम्हांला वाटतं का तसं?''

''नक्कीच! स्वत:चा वारस नसल्यानंतर कुणालातरी संपत्ती वाटायचीच, तर मग त्यात पंचवीस वर्षं साहचर्य असलेल्या डॉक्टरचं नाव येणारच! बघू या आता केमिकल ॲनलायझरचा रिपोर्ट काय येतो ते? पण माझी मात्र खात्री होऊन चुकलीय, की तो विषप्रयोगच असला पाहिजे.''

''तरीसुद्धा तुम्ही पोलिसांना काही कळवत नाही?''

''पोलिसांना काय कळवणार आत्ता? उलटपक्षी, आपण पोलिसांकडे काही कळवलंय या कल्पनेनं खुनी माणूस काही अघोरी मार्ग आचरील. संपत्तीच्या लोभानं माणूस कितीही दुष्ट होऊ शकतो.''

'क्वालिटी'त युवराजांच्या शेजारी बसून त्यांच्याकडून कधी गंभीर, कधी मजेचे असे बोलणे ऐकत एक्सप्रेसो कॉफीचे घुटके घेत मंदमंदपणे गुणगुणल्यासारखे ऐकू येणारे उन्मादक संगीत ऐकत वेळ घालवायला अलकाला फार आवडे. दोनच माणसांना कसेतरी बसता यावे अशा तऱ्हेने बनवलेल्या त्या बूथमधून युवराज तिच्या इतक्या निकट असत, की त्यांच्या खांद्यावरून पलीकडे हात टाकून त्यांना जवळ ओढावे असा मोह अलकाला पुष्कळ वेळा झाला. उपाहारगृहात येणाऱ्या प्रत्येक स्त्री-पुरुषांचे लक्ष आपल्याकडे जावे आणि त्यांच्या डोळ्यांत जागा झालेला सूक्ष्म मत्सर पाहून आपल्याला असेच नेहमी संगतिसुख लाभावे, असे तिला वाटे. परंतु हे सुख तिला फार क्वचितच मिळत असे. तेही काही कामाच्याच वेळी—आत्ताच्यासारखे! परंतु अलका चतुर होती आणि असंतुष्टही होती. मिळणारा प्रत्येक क्षण जास्तीत जास्त कारणी लावावा, एवढेच तिला माहीत होते. दुसऱ्याचे अंत:करण ओळखणाऱ्या समोरच्या या पुरुषोत्तमाला आपल्या हृदयाची ओळख कधी ना कधी पटेल, याविषयी तिला खात्री होती.

- ० -

युवराज ऑफिसमध्ये आले आणि त्यांनी हेमंतला बोलावून घेतले. सर्वसामान्यत: हेमंत आला आहे हे त्याच्या केवळ बुटांच्या आवाजावरून ओळखणे शक्य होत असे. कारण त्याचा टपूटप् असा बुटांचा आवाज मिलिटरीतल्या माणसांच्या मार्चिंगसारखा असे. तरीसुद्धा नित्यपरिचित पद्धतीने त्याने दार ठोठावले. अलकाने उठून दार उघडले, तेव्हा हेमंतने आत प्रवेश केला आणि अशिलांना बसण्यासाठी खास तयार करून घेतलेल्या कुशनचेअरमध्ये त्याने आपला धिप्पाड देह झोकून दिला.

"काय श्रीमंत, काय आज्ञा आहे?"

त्याच्या श्रीमंत या शब्दावर हात जोडल्यासारखे करून युवराज हसले. अलकाही हसली. वास्तविक युवराजांच्या वागण्यातले साधेपण आणि सामान्यपण लक्षात घेतल्यावर त्याच्या त्या एके काळच्या राजवैभवाची आठवण कुणालाही व्हायचे कारण नव्हते.

"पोलिसांकडची काय नवी बातमी आहे? परवाच्या त्या एरोड्रोमवरील पोलिसांच्या धाडीचा इनफॉर्मर कोण होता?"

"खरं पाहायला गेलं, तर पोलिस ही नावं काय वाटेल ते करून गुप्त राखायचा प्रयत्न करतात. कारण एकदा का या खबऱ्याचं नाव जाहीर झालं, की पोलिसांच्या हातातला एखादा हुकमी एक्का फुकट जातो. शिवाय त्याचं जीवित धोक्यात असतं ते निराळंच. या वेळेला अगदी योगायोगानं मला ते नाव कळलंय. त्याचं नाव आहे रावल. अलीकडे तो बराच अडचणीत दिसतो आणि काहीतरी फितुरी केल्यामुळं कसल्यातरी धोक्यातही सापडलेला दिसतो. बोरिवलीच्या लॉजमध्ये त्यानं मुक्काम ठोकला आहे आणि गुप्त पोलिसांची त्याच्यावर पाळत आहे, म्हणूनच त्याचा आपल्याला काही उपयोग होणार नाही."

"बरं, अचलाबाईंच्या दोन मुली आणि त्यांचे नवरे यांच्याबद्दल काही माहिती मिळालीय का?"

"हो. त्या दोन्ही मुली दिसायला सुमार आहेत. सरोजचं वय असेल चोवीस-पंचवीस आणि सुनीताचं तीस-एकतीस. सरोजचा नवरा विश्वनाथ गोडसे. नंबर एकचा जुगारी आहे. शेअरबाजारातही तो पूर्वी काही ना काहीतरी उलाढाली करीत असे. परंतु ते सर्व त्याच्या अंगलट आल्यामुळे काही उपद्व्याप करायचे नाहीत, या अटीवर अचलाबाईंनी त्याला घरी आणून ठेवला. सुनीताचा नवरा रमाकांत पूर्वी गोव्यात काहीतरी नोकरी करीत होता; पण ती त्याची नोकरी केवळ आळसामुळं त्यानं घालवली. बायकोवर त्याचं खूप प्रेम. लोक त्याला बाईलवेडा

म्हणून ओळखतात. त्याचं कारण तो फारसा घराबाहेरच पडत नाही. त्याचं आणि सुनीताचं प्रेम कसं जमलं, हेच सर्वांना गोंधळात टाकणारं आहे. रमाकांत भट एकदम कुचकामी माणूस आहे. त्याची बायको सारखी त्याच्या नावानं तो उद्योग करीत नाही, म्हणून ओरडत असते. या दोघींचेही हे प्रेमविवाह आहेत आणि ही अशी परस्पर लग्नं ठरली नसती, तर त्यांची लग्नं होणंही मुश्कीलच होतं. आईच्या श्रीमंतीकडे पाहून आपली लग्नं झाली आहेत, हे या मुलींना कळत नाही. यापेक्षा आणखी त्यांच्या मूर्खपणाचा दुसरा पुरावा कोणता?

"डॉक्टर शिरोडकर या कुटुंबाचे गेली बरीच वर्षे डॉक्टर आहेत. त्यांचं आणि त्या घरातल्या अन्य कोणाचं काही रहस्य आहे काय?"

"तसं नाही सांगता येणार. पण डॉक्टरांना ही सारी आळशी आणि बेजबाबदार प्रभावळ मुळीच आवडत नाही आणि आपल्या सासूला दीर्घकाळ आयुष्य देणारा डॉक्टर जावयांना तरी कसा आवडावा?"

"हे पाहा हेमंत, तू त्या दोन्ही जावयांवर जरा जास्त लक्ष ठेव. त्याचप्रमाणे अचलाबाईंचा मामा म्हणा, ड्रायव्हर म्हणा, जो कोणी आहे, त्या कोनकरलाही आपल्यावर कुणाचं लक्ष आहे हे कळेल, अशा बेतानं लक्ष ठेव. रात्री नऊ वाजता मी पुन्हा कॉन्टॅक्ट करीन. मला वाटतं काही ना काही घडणार, ते आजच रात्री. अचलाबाईंचा कोणीतरी खून करीत आहे, ही बातमी मी डॉक्टरांना सांगितली आहे. ती सर्वतोमुखी व्हायला वेळ लागणार नाही आणि मग खुनी माणसाला व्यर्थ काळ दवडणं सोईचं पडणार नाही. तेव्हा जास्तीतजास्त माणसं आज कामावर ठेव आणि या प्रकरणाशी संबंधित असणारी एकूण एक माणसं नजरेखाली असू देत."

संध्याकाळी सहाच्या सुमाराला फोन वाजला तेव्हा युवराजांनी तो अलकालाच घ्यायला सांगितला. तिने आपल्या सफाईदार आवाजात सांगितले, "हे युवराज पटवर्धनांचं चेंबर आहे. मी त्यांची सेक्रेटरी बोलतेय." पलीकडून किनरा बायकी आवाज आला, "डॉक्टर शिरोडकर तुमच्याशी बोलू इच्छितात." मग तिने युवराजांजवळ फोन दिला.

"बोला डॉक्टर."

"तुमचं म्हणणं दुर्दैवानं खरं ठरलं. अचलाबाईंचे मुळापासून काढलेले एक-दोन केस शांतानं मिळवले आहेत. आत्ताच केमिकल ॲनलायझरचा रिपोर्ट आला आहे, की अत्यंत सौम्य प्रमाणात आर्सेनिकच्या विषाचा प्रयोग अचलाबाईंवर कोणीतरी करत आहे. युवराज, या बातमीनं मी केवळ हादरून गेलो आहे. गेली अनेक वर्षं मी बाईंचा खास फिजिशियन आहे अन् जर का बाईंना विषप्रयोग

झाला असला आणि त्यांचं काही बरं वाईट झालं, तर माझी सारी अब्रू मातीला मिळेल. तुम्हांला कदाचित माहीत नसेल, अचलाबाईंनी आपल्या मृत्युपत्रामध्ये माझ्यासाठी काही रक्कम ठेवली असण्याची शक्यता आहे आणि त्यामुळेच या खुनाशी माझा संबंध लावण्याची कोणालाही इच्छा होईल. ही माहिती तुम्ही मला दिली आणि सावध केलेत, याबद्दल मी तुमचा फार ऋणी आहे. आता आणखी एक विनंती करतो—मी आता अचलाबाईंकडे जाणार आहे. मला माहीत आहे तुमच्यासारख्या उद्योगी माणसाला निरर्थक गोष्टींत वेळ घालवायला फुरसत नसते; पण युवराज तुमच्यामुळे मी वेळीच सावध झालो. माझ्याबरोबर अखेरपर्यंत तुम्ही राहावं, एवढंच नव्हे तर अचलाबाईंना या गोष्टीची कल्पना तुम्हीच द्यावीत, असं मला वाटतं. तुम्ही मागाल ती फी मी खुशीनं देईन.''

''फीचं राहू द्या डॉक्टर, पण तुम्ही केव्हा निघणार आहात?''

''आणखी एका अर्ध्या तासानं.''

''अचलाबाईंच्या घरी केव्हा पोचाल?''

''सातच्या ठोक्याला मी त्यांच्या दरवाजाशी उभा असेन.''

''ठीक आहे. मी तिथं आहेच. किंवा तुम्ही पोचताक्षणीच एक-दोन मिनिटांत मी तिथे येईन; पण त्यांचं घर निश्चित असं कुठं आलं?''

''नव्या लिंकिंग रोडनं तुम्ही निघालात, की रस्त्याला सिंडिकेट बँकेची शाखा आहे. तिथे वळा आणि तो रस्ता संपेपर्यंत साधारण मैलभर पुढं या. रस्त्याचं नाव सी फेस रोड. समुद्राच्या जवळ आलात, की तो रस्ता वळतो आणि समुद्राला समांतर असा दुसरा एक रस्ता चालू होतो. या रस्त्याचं नाव आहे बॅण्ड-स्टॅण्ड रोड. या रस्त्यावरचं तिसरं घर अचलाबाईंचं. बंगल्याच्या बाहेर 'सायंतारा' असं नाव आहे. खूप मोठं विस्तृत कंपाउंड असलेला हा बंगला आहे आणि बंगल्याची मोठी खूण म्हणजे बंगल्याला एक मोठा घुमट आहे. सापडेल ना बंगला आता?''

''न सापडायला काय झालं? तुम्ही नुसतं सी फेस रोड म्हणला असता, तरी मला समजलं असतं.''

''मग मी वाट पाहू बरोबर सात वाजता?''

''हो.''

''अच्छा. गुड नाइट!''

- ० -

बरोबर सातच्या ठोक्याला युवराज 'सायंतारा'च्या समोर पोचले. त्यांच्या ड्रायव्हिंगची अलकाला भीती वाटत नसे. कारण त्यांच्या चालवण्यात केवळ सफाईच नव्हती, तर एक आक्रमक हिशोबी चतुरता होती. त्यामुळेच सर्वसामान्य माणसाला लागणाऱ्या वेळेपेक्षा कितीतरी कमी वेळात आणि घड्याळात साताचा काटा भिडताच ते ठिकाणावर पोहोचले होते. उघड्या असलेल्या कंपाउंडमधून गाडी आत घेण्याऐवजी त्यांनी गाडी रस्त्यावर पार्क केली. कुलूप लावले. अलकाला साडीवरच्या सुरकुत्या नीट करण्यासाठी थोडा वेळ देऊन ते चालू लागणार, एवढ्यात शिरोडकरांची मर्सिडीज त्यांच्याजवळ येऊन उभी राहिली. आपण गाडी आत घेतो आहोत, असे खुणेने दर्शवून शिरोडकरांनी गाडी कंपाउंडमध्ये घेतली. ते गाडी थांबवून बाहेर येतात न येतात, तोच अलका आणि युवराज त्यांच्यापाशी पोचले होते. डॉक्टरांचा चेहरा चिंताग्रस्त होता. तरीही उसने हसू तोंडावर आणून त्यांनी युवराजांशी आणि अलकाशी हस्तांदोलन केले आणि ते म्हणाले, "तुम्ही आलात आणि माझ्या शिरावरचं ओझं कमी झालं. चला, आपण जाऊ या आत."

एव्हाना बाहेर चाललेला आवाज आतल्या लोकांपैकी कुणालातरी ऐकू गेला असावा. तशी दिवे लागण्याची वेळ अद्याप झालेली नव्हती, पण घरात बरेचसे दिवे पटापट लावले गेले. पोर्चमधलाही दिवा लावला गेला, आणि पोर्चपाशी ही मंडळी पोचण्यापूर्वीच दार उघडून एक इसम बाहेर आला आणि डॉक्टरांना पाहून आश्चर्यचकित होऊन तो म्हणाला, "डॉक्टर, इकडं कुठं तुम्ही या वेळेला?"

"ह्या बाजूला सहज आलो होतो. म्हटलं, जावं अचलाबाईंना भेटून. त्यांची काय खबरबात आहे?"

"त्यांना काय झालीय धाड? चांगली खातीय, पितीय आणि गाडीतून गावभर फिरतीय. अहो, श्रीमंती दुखणं ते. बरं, जाते बाहेर तेसुद्धा आम्हांला कोणाला न कळवता. तो एक कोनकरमामा अन् ती. चक्कर लेकाचे!"

"अरे, हो! तुमची ओळख करून द्यायची राहिली. हे युवराज पटवर्धन."

"अरे, म्हणजे ते सुप्रसिद्ध वकील की काय?"

"हो, तेच आणि या त्यांच्या पर्सनल सेक्रेटरी, मिस अलका राजे आणि हे रमाकांत भट, अचलाबाईंचे थोरले जावई."

तेवढ्यात सरोज, सुनीता आणि विश्वनाथ हेही एकामागोमाग एक दरवाजापाशी आले. डॉक्टरांना अवेळी तिथं पाहून सारेजण आश्चर्यचकितच झालेले होते.

औपचारिक ओळख करून दिल्यानंतर सर्वांनी ते आश्चर्य उघडपणे व्यक्त करायला मुळीच कमी केले नाही. तेवढ्यात या सर्व समुदायात आणखी एक बाई सामील झाली. तिच्याकडे पाहून डॉक्टर म्हणाले, "काय शांताबाई, काय म्हणतोय आमचा पेशंट?"

"ठीक आहेत. पण त्यांचा पत्ता कुठाय इथं?"

"म्हणजे?"

"अहो, त्यांनी मघाशीच गुंगारा दिला."

"तो कसा?"

"सकाळपासून संध्याकाळपर्यंत मी त्यांना आखून दिलेल्या कार्यक्रमाप्रमाणं वागल्या. मी देईन तेच ते आणि तेवढंच त्यांनी खाल्लं. सहा वाजता त्या म्हणाल्या, 'आपण कुठंतरी हिंडायला जाऊ.' मी म्हटलं, 'ठीक आहे. माझी अंघोळ राहिली आहे, ती करते आणि कपडे करून अर्ध्या तासात येते." असं मी त्यांना सांगितलं आणि मी अंघोळीला गेले. अंगचंच लॅच असलेला दरवाजा मी बंदही करून घेतला होता. त्यांना उगाचच कोणी डिस्टर्ब केलेलं आवडतही नसे. माझं सगळं आटोपून मी परत आले. माझ्याजवळच्या किल्लीनं दार उघडलं आणि आत पाहिलं, तो बाई गायब! जुनी सोडलेली साडी तशीच जमिनीवर पडलेली होती. यावरून अकस्मात बाहेर जाण्याचं ठरलेलं दिसतंय. आता केव्हा येतील कुणास ठाऊक?"

"पण यांपैकी कोणा मंडळींना माहीत असेल ना, त्या केव्हा गेल्या ते?"

जवळपास एका सुरात सर्वांनी नकारार्थी उद्‌गार काढले. सुनीता खवचट उद्‌गारानं म्हणाली, "आमच्या आईचं जगावेगळंच आहे. तिला नेहमी परके लोक जास्त प्रिय. कोनकरमामा काय किंवा डॉक्टर शिरोडकर काय, ह्यांच्याशी तिचं चांगलं जमतं."

"बरोबर आहे. खुनाचा प्रयत्न करणाऱ्या मुलींशी आणि जावयांशी संबंध ठेवायला त्यांना काय वेड लागलंय?"

"डॉक्टर, तुमचं डोकं शुद्धीवर आहे ना? आम्ही तिच्या सख्ख्या मुली आणि तिचे हे जावई तिच्या खुनाचा प्रयत्न करतो आहोत, असं चक्क बदनामीकारक विधान तुम्ही केलंत. कोर्टात गेलो तर पाच-पंचवीस लाख रुपये हरावे लागतील तुम्हांला. म्हातारचळ लागलेला दिसतोय तुम्हांला."

"तसं म्हणा हवं तर! पण या पटवर्धनवकिलांना तर म्हातारचळ लागलेला नाही?"

"हे कोण पटवर्धन?"

"हे नामांकित वकील युवराज पटवर्धन आणि या त्यांच्या सेक्रेटरी अलका राजे. गेले काही दिवस अचलाबाई गॅस्ट्रोएन्टेरिक डिस्टर्बन्स या रोगानं त्या आजारी आहेत, असं मला वाटतं होतं. माझ्यासारख्या चतुर आणि अनुभवी डॉक्टरसुद्धा चकला, असा हा रोगच विचित्र होता. अचलाबाईंवर कोणी विषप्रयोग करील असली काही कल्पना सुचणंच मला अशक्य होतं. त्यामुळे माझ्या निदानात चूक झाली. परंतु युवराज पटवर्धनांच्या कुशाग्र तर्कामुळं हे भयंकर सत्य माझ्या ध्यानात आलं. मला वाटतं, वेळेवर ध्यानात आलं. अचलाबाईंचा खून होण्यापासून त्यांना आता मी वाचवू शकेन."

विश्वनाथ गोडसे संतापाने पुढे झाला. त्याचा राग त्याच्या डोळ्यांतच नव्हे तर चेहऱ्यावरसुद्धा मावत नव्हता. त्याला काय करू अन् काय नको, असे झाले होते. तो ओरडून म्हणाला, "तुम्ही सर्वजण एकतर मूर्ख आहात किंवा तुम्हां सर्वांना वेडतरी लागलंय, कारण असली महाभयंकर विधानं करण्याचं धाडस फक्त या दोनच अवस्थांत शक्य आहे. अचलाबाईंचा खून करायचं आम्हां चौघांपैकी कुणालाच कारण नाही."

"कारण नसायला काय झालं? कारण तर जरूर आहे. अचलाबाईंजवळ एवढी संपत्ती आहे, की त्या संपत्तीपायी एकच काय पण दहा खून पडू शकतील."

"पण ती संपत्ती शेवटी आम्हांलाच मिळणार आहे."

"कशावरून? कदाचित ती मलाही मिळेल. कदाचित ती कोनकरला मिळेल किंवा कदाचित तिचा दानधर्म होईल. अचलाबाईंनी पूर्वी एक मृत्युपत्र केलंय ही गोष्ट खरी; पण मृत्युपत्रं काय केव्हाही बदलता येतात. कुणास ठाऊक, त्यांच्या मनात काही विचार आला असेल आणि तो विचार कळल्यामुळेच त्यांच्या खुनाचा कुणी यत्न केला असेल."

"कशावरून म्हणताय तुम्ही हे?" बायकोचा पदर न सोडता रमाकांत भट उसनं अवसान आणून म्हणाला.

"हे पाहा, पुराव्याशिवाय बोलायला मी काही खुळा आहे का? अचलाबाईंच्या खुनाची शंका येताच मी त्यांचे मुळासकट एक-दोन केस आणि नखं काढून घ्यायची, या शांताबाईंकडून आज सकाळीच व्यवस्था केली. आर्सेनिकनं विषप्रयोग झाला असेल, तर केसांच्या मुळांवर आणि नखांच्या टोकांवर एक प्रक्रिया होते. ती कापलेली नखं आणि केस ताबडतोब सरकारमान्य अशा केमिकल ॲनालायझरकडे तपासणीसाठी पाठवली. मामला खुनाचा असल्यामुळे तपासणीचा अहवाल ताबडतोब मिळण्याची आम्ही व्यवस्था केली. त्यांच्या अधिकृत अहवालावरूनच आमची

अशी खात्री झाली आहे, की अचलाबाईंवर विषप्रयोग झालेला आहे.''

''पण तो आम्हीच कशावरून केला? तुम्हीसुद्धा तो खून करू शकाल. नर्स शांताबाईसुद्धा करू शकतील किंवा कोनकरमामासुद्धा करू शकतील.''

''शकतील, तुम्ही म्हणता त्यांपैकी कोणीही या खुनाचा यत्न करू शकतील; परंतु खुनाला काहीतरी कारण हवं आणि संधी हवी. त्यावरून मला असं वाटतं, तुमच्या चौघांपैकी कुणीतरी या खुनाचा प्रयत्न केला असला पाहिजे.''

''तुमच्या धक्कादायक विधानामुळं एकंदर वातावरण जरा गरम झालंय नाही?'' युवराज पटवर्धन म्हणाले, ''तरी पण मी एक तोड सुचवतो. अचलाबाईंच्या मृत्युपत्राबद्दल तुम्हांला कुणाला काही माहिती आहे का?

''नसायला काय झालं?''

''तर मग तुमच्यापैकी कुणाकुणाला त्या मृत्युपत्रान्वये पैसे मिळणार आहेत?''

''ते काय सर्वांनाच मिळतील. माझ्या माहितीप्रमाणं कोनकरांना पन्नास हजार मिळतील. डॉक्टर शिरोडकर, तुम्हांलासुद्धा पन्नास हजार मिळायला हरकत नाही. या नर्स शांताबाईलासुद्धा पाच-एक हजार रुपये मिळतील. आम्हां दोघा जावयांना किमान एक-एक लाख रुपये असतील आणि उरलेली पंचवीस-तीस लाख रुपयांची जायदाद दोघी मुलींत समप्रमाणात वाटलेली असेल...'' तेवढ्यात टेलिफोनची घंटा वाजली. नर्स शांताबाईंनी टेलिफोन घेतला आणि त्या म्हणाल्या, ''मी अचलाबाईंची नर्स बोलतेय. अचलाबाई घरी नाहीत. काय? तुम्हांला अचलाबाई नकोच आहेत? मग कोण हवंय? युवराज पटवर्धन? थांबा हं देते मी त्यांना.'' युवराज पटवर्धनांनी फोन घेतला. आपले बोलणे दुसऱ्याला कमीत कमी ऐकू जावे, अशा रीतीने ते पाठ करून उभे राहिले. त्यातूनही त्यांनी तोंडाभोवती हाताचा आडोसा केला आणि ते म्हणाले, ''मी युवराज पटवर्धन.''

''मी कामिनी.''

''कामिनी?''

''हो. मीच बोलते आहे. तुमच्या सांगण्याप्रमाणे मी घरातून कुठं बाहेर पडणार नव्हते. परंतु थोड्या वेळापूर्वी अचलाबाईंचा मला फोन आला आणि त्यांनी मला ताबडतोब भेटायला बोलावलं. त्यांनी पत्ता दिला त्याप्रमाणं जुहू इथल्या 'सन् बीम्' हॉटेलमध्ये मी येऊन थांबले आहे. त्या अजून आलेल्या नाहीत, पण कोणत्याही क्षणी येतील. त्यांना भेटण्यात काही धोका नाही ना?''

''मुळीच नाही. पण तुला काही कळवावंसं वाटलं तर जवळपास फोन आहे ना?''

"आहे. जवळच आहे.''

"ठीक आहे तर मग. हेमंत राजे हे माझ्या फोनवर चोवीस तास उपलब्ध असतात. आणि हे पाहा, तू फोन करतेस त्या फोनचा नंबर आणि खोलीचा नंबर मला दे.''

युवराजांनी टेलिफोनमधून त्यांना कळलेला टेलिफोन नंबर टिपून घेतला. टेलिफोन बंद केला. क्षमादर्शक स्वरात सगळ्यांकडे पाहत ते म्हणाले, "माफ करा हं मंडळी, माझा नाइलाज आहे. मला एका महत्त्वाच्या कामासाठी जायला हवं.'' डॉक्टर शिरोडकर पुढे आले आणि म्हणाले, "तुमची भेट घ्यावीच लागली तर कुठे पडेल?''

"माझ्या टेलिफोन नंबरवर फोन करा. माझं ऑफिस चोवीस तास उघडं असतं.'' ते जाताहेत असे पाहताच रमाकांत भट पुढे झाला, "आत्ता जे काही कळलंय ते इतकं भयानक आहे, की त्यामुळे आमच्या वागण्यात रिवाजाला धरून तुमचा आदरसत्कार केला गेला नाही.''

"ठीक आहे. त्याची काही आवश्यकता नाही. परंतु डॉक्टर, तुम्ही मात्र अचलाबाईंना भेटल्याशिवाय इथून हलू नका. खुनी माणसाला आपण धक्का दिलाय आणि म्हणूनच आपण सावध राहायला हवं. एनी वे, गुड नाईट एव्हरीबडी!''

– ० –

युवराजांना प्रथम वाटले, की असेच सन्बीम् हॉटेलमध्ये जावे अन् कामिनीच्या बोलण्यातला खरे-खोटेपणा तपासून घ्यावा. खरोखरीच अचलाबाई सुखदेव तेथे आल्या, तर मग त्यांच्याशी या प्रकरणाबद्दल बोलावे. वाटल्यास विषप्रयोगाबद्दल सांगावे; पण असे एकदम जाऊन कारस्थानी माणसाच्या योजनाबद्ध हालचालीत व्यत्यय आणण्यात काही अर्थ नव्हता. हा डाव कशाचा, कुणाचा आणि त्यातले रहस्य काय, हे तर अजूनही तसे अज्ञातच होते.

त्याचबरोबर त्यांच्या हे ध्यानात आले, की एकदा ऑफिसातही जायला हवे. सायंकाळी ७-७॥ पर्यंत नेहमीच हेमंतचे फायनल रिपोर्ट येत असत. त्यांत कित्येक वेळा आकस्मित असे नवे काहीतरी सापडे. मात्र ऑफिसमध्ये पोचून पुन्हा लागले तर सनबीम हॉटेलपर्यंतचा पल्ला गाठणे त्रासदायकच होते.

"आपण असे केले तर?''

"कसं?"

"वांद्र्याच्या वढवाणींच्या रेस्टॉरंटमध्ये एकदा जायचं कबूल केलं होतं युवराज आपण. आठवतंय..."

"असल्या गोष्टी तुझ्याएवढ्या माझ्या ध्यानात राहात नाहीत."

"तर तर! पण वढवाणी, किती दिवस तुम्हाला बोलावतोय. अन् तुम्ही थापा मारताय. अनायासे आपण इकडेच आहोत. हेमंतला फोन करून कळवू या, म्हणजे झाले!"

"तुझ्या मनात काहीतरी चमचमीत खायचंय असं दिसतंय. पण लक्षात ठेव, सिंधी हॉटेल मला आवडत नाही. अन् त्याहीपेक्षा आजची रात्र जरा गडबडीची जाण्याची शक्यता आहे. तेव्हा सुस्ती येण्याइतकं खाऊन उपयोगी नाही. हवंतर जाऊ या वढवाणीकडं. पण त्याच्या आग्रहाला अन् आदरातिथ्याला बळी न पडण्याविषयी काय पवित्रा घ्यायचा, तो आधी ठरव."

अलका हसली. म्हणजे युवराजांचा विरोध नव्हता. वढवाणीने नव्याने लिंकिंग रोडवरच काढलेले 'व्हिएन्ना' हे अत्याधुनिक उपाहारगृह उपनगरात गाजलेले होते. एकतर ते खरोखरीच दर्जेदार होते अन् त्याहीपेक्षा मुंबईतल्या चित्रपट नटनटींत विशेष लोकप्रिय होते. हव्या तेवढ्या प्रशस्त खासगी खोल्या तिथे उपलब्ध होत्या. त्यामुळे हवा तो एकांत तिथे मिळण्याजोगा होता. त्या एकांताला तसा वाईट अर्थही येण्याजोगा नव्हता. कारण ते उपाहारगृह होते– हॉटेल नव्हते! सिनेमाजगतातल्या अनेक गुंतागुंती इथल्या भिंतीनीच बाह्य जगापासून अडवल्या होत्या. मद्य तर तिथे कसलेही अन् कोणतेही मिळे. किंबहुना त्यामुळेच वढवाणीचे हे व्हिएन्ना एवढे लोकप्रिय झाले होते. तिथल्या खाद्यपेयांचे दर सर्व मुंबईत महाग तर होतेच, पण त्या महाग दराची योग्य ती सरबराई करण्यात वढवाणी पटाईत होता. पोलिस अधिकारी तर त्याने एवढे मिंधे केले होते की, सर्रास अगदी उघड उघड त्याच्या उपाहारगृहात मद्य मिळत असे.

वढवाणीचा धंदा वढवाणीच काय तो जाणे! देखण्या, सुंदर, उन्मादक ललना त्याच्या उपाहारगृहात वेट्रेस म्हणून खुशीने काम करीत. कारण चित्रपटसृष्टीत प्रवेश करायला ती एक उत्तम जागा होऊ पाहत होती. शिवाय तेथे वेट्रेस फक्त खाद्यपदार्थांची ऑर्डर्स घेत; त्या पुरवण्याचे काम दोन-तीन मुले करत असत.

वढवाणी एकदा काही अडचणीत आला होता. त्याच्या उपाहारगृहातील एक मुलगी एका पंजाबी निर्मात्याने फूस लावून पळवून नेली अन् तिचे पालक तिच्याबद्दल वढवाणीलाच जबाबदार धरू लागले. वढवाणीला काय करावे ते

समजेना. युवराजांनी त्या बेपत्ता वेट्रेसचा शोध लावून वढवाणीची अब्रू वाचवली. तेव्हापासून वेळात वेळ काढून युवराजांना वढवाणी एकदातरी व्हिएन्नाला भेट देण्यासाठी विनवीत होता.

वढवाणी हा तसा हिशेबी अन् चतुर माणूस होता. समाजातल्या सर्व वजनदार माणसांना तो राखून असे. त्यामुळेच युवराजांशी संबंध राखणे आपल्या फायद्याचे आहे, हे त्याने मनाशी ठरविले होते. तो अलकालाही फोन करी. काहीतरी चुटपुटीत बोले. मधात बुडवलेले आणि घोळवलेले सत्कारदर्शक शब्द तर त्याच्या मुखात नित्य असत. अलकालाही त्याने "चित्रपटात यायचे का?" असा सवाल केला होता. एका चित्रपट निर्मात्याकडे आपण तिचा उल्लेख केलाय असे तो म्हणाला. अलकाने अर्थातच नकार दिला. म्हणजे चित्रपटनटीच्या व्यवसायाबद्दल तिची तक्रार नव्हती. तिची तक्रार वेगळीच होती. युवराजांना तोडून तिला तो किफायती धंदा नको होता. "युवराजांना काम करता का, असे विचारा", असे जेव्हा तिने वढवाणीला सुचवले, तेव्हा तो म्हणाला, "साहेब मला एकदम ठोकरून देतील केबिनबाहेर! एवढा मोठा वकील अन् सिनेमात हिरो? त्यापेक्षा तुमचीच इच्छा नाही, असे सांगा ना!"

वढवाणी हा असा होता. अन् आज त्याच्या उपाहारगृहात जाण्याची आलेली संधी सोडणे अलकाला शक्य नव्हते. मोठमोठे नट तिथे उपस्थित असणार होते. त्यांनीसुद्धा माना वळवून पाहावे असे स्वरूप सुंदर युवराज तिच्या खांद्याला खांदा लावून तिच्याबरोबर हिंडणार होते. तिच्याशी कानाकानांत बोलणार होते.

वढवाणीच्या 'व्हिएन्ना' च्या दरवाजाशी गाडी कुठे पार्क करावी, या चिंतेत युवराज होते. युवराजांपेक्षाही दरवाजातच उभ्या असणाऱ्या वढवाणीने प्रसन्नमुख अलका चटकन ओळखली आणि एका ढांगेतच तो युवराजांच्या गाडीपाशी आला. त्याने टाळी वाजवून कडक इस्त्रीच्या एका ड्रायव्हरला बोलावले अन् युवराजांना अभिवादन करून तो म्हणाला, "आपण आलात, अभिनंदन! गाडीची चिंता करू नका. आमचा किस्मत पार्क करील. आपण माझ्या मागे यावे.' उतरणाऱ्या युवराजांचा हात हाती घेत आणि अलकाच्या खांद्यावर हात ठेवून तो रेस्टॉरंटच्या दरवाजापाशी पोचला.

रेस्टॉरंटचा लौकिक ऐकला तो खरा होता, हे दोघांच्याही लक्षात आले. सुंदर संगीत, मखमली पदपथ, चमकदार फर्निचर, देखण्या स्वागतिका... वढवाणीच्या मागोमाग युवराज आले. अनेक नजरा झेलीत. एवढ्या कौतुकाने आणलेला कोण हा पाहुणा?

"कुठे बसणार? कमऱ्यात -कॅबेरा चालू आहे तिथं, का लाउंजमध्ये?"

"सुंदर स्त्री असल्यावर खरे पाहता पुष्कळ नजरा बोथट करील अशा लाउंजमधे बसणं आवडलं असतं मला; पण मला फोन जवळ असेल अशी जागा हवीय. कॉल करायचेत अन् कॉल यायचे आहेत."

"खोलीतच फोन आहे—डायरेक्ट लाइन—अशीच खोली देतो, आणि तुम्ही ऑर्डर नाही द्यायची खान्याची. आम्ही देऊ ते आज खायचं वकीलसाहेब."

वढवाणीच्या 'व्हिएन्ना'मध्ये इतक्या सोयी असतील, अशी युवराजांनाही कल्पना नव्हती. उबदार कुशन खुर्च्यांत स्थानापन्न होण्यापूर्वीच वायर असलेला टेलिफोन घेऊन युवराजांच्या शेजारी अलका उभी राहिली. युवराजांनी फोननंबर फिरवला आणि हेमंतचा नित्यपरिचित आवाज ऐकू येताच ते म्हणाले, "काही नवीन बातमी मिळाली का रे?"

हेमंत नेहमीच्या पसरत्या आवाजात म्हणाला, "अरे, बातम्यांना काय तोटा? अर्थात तशा महत्त्वाच्या बातम्या काही नाहीत. पोलिसांना कामिनीच्या स्मगलिंगची माहिती देणारा माणूस मी शोधून काढला. त्याचं नाव रावल. तो बोरिवलीला मीना लॉजमध्ये राहतो."

"अचलाबाईंच्या मागावर कोण आहे? लोणकरच्या माणसाबद्दल आणखी काही माहिती मिळाली का? तसेच अचलाबाईंचे दोन जावई, त्यांच्याबद्दल काय हकिकत आहे?"

"अद्याप मूर्तीकडून रिपोर्ट आलेला नाही. मूर्ती कोण हे लक्षात आलंच असेल तुमच्या."

"I know that police chap... मी आता 'व्हिएन्ना'त आहे. तसंच काही महत्त्वाचं असलं, तर मला इथं कॉन्टॅक्ट कर."

पाश्चिमात्य संगीत हळुवार गतीने कानात शिरत होते आणि त्यामुळे रोजच्या रूक्ष आणि बेचव आयुष्यातून कुठूनतरी अद्‌भुत आणि रंगीत जीवनाचा कोपरा त्यांच्या आयुष्यात शिरला होता. असे प्रसंग फार दुर्मीळ असल्याकारणाने अलका फार सुखावली होती. साहसी जीवनात आणि कायद्याच्या वेगवेगळ्या शब्दजालांत गुरफटलेल्या युवराजांची आत्ताची खेळकर, अल्लड आणि गोष्टीवेल्हाळ प्रवृत्ती, सदैव आठवणीत राहू शकेल असे आयुष्य अनपेक्षितपणे तिच्या पदरात टाकीत होती. तिनेही सुहास्य वदनाने ते क्षण टिपण्याचे ठरवले होते.

तेवढ्यात वढवाणी जवळ आला आणि युवराजांच्या कानात येऊन मिस्कील आवाजात पुटपुटला, "साहेब, तुम्ही ड्रिंक घेणार का थोडं? अगदी

युवराज, जरा जपून! / १७९

दुर्मीळ अशी परदेशी व्हिस्की किंवा उत्तम जर्मन बिअर देऊ शकेन मी तुम्हांला.'' ते हलक्या आवाजातले बोलणे अलकाने ओळखले आणि ती हसली. युवराज मद्य घेतात, इतकेच नव्हे तर बिअरचे ते भोक्ते आहेत, हे तिला माहीत होते. त्याच्यामुळेच तीसुद्धा बिअर घ्यायला शिकली होती. बिअरची कडवट चव त्यांच्या ओठांनीच गोड झालेली होती आणि अशा उत्तररात्री शोष पडलेला असताना थंडगार बिअरचा मोह युवराज नाकारतील, असे तिला मुळीच वाटले नाही. सहजगत्या मद्य त्यांना चढत नसे, हे तिने अनुभवाने ओळखले होते. परंतु एखाद्या बेसावध क्षणी धुंद अवस्थेत युवराजांचा हिशेबी आणि तल्लख स्वभाव बदलेल आणि आपल्या आयुष्याचे स्वप्न साकार होईल, अशी तिने मनोमन आशा बाळगली होती. अजून तसा योग आला नव्हता. दृष्टिपथातही नव्हता. आजवर थांबली, त्याप्रमाणे अलका आणखीही थांबायला तयार होती. या वाट पाहण्यातही एक आनंद होता. स्त्रीत्वाची सारी चतुराई—आपले आरोग्य, सौंदर्य आणि संभाषणचातुर्य—ती नेहमीच तल्लख ठेवी. युवराजांना आपण शोभलो पाहिजे, याविषयीच्या हव्यासाने तिने प्रत्येक गोष्टीला अभ्यासाची जोड दिली होती. युवराजांच्या मनात एखादी गोष्ट येण्यापूर्वीच ती अलकाला उमगत असे आणि तिच्या या तत्परतेने युवराजांचे काम नेहमीच हलके होई. वढवाणी ज्या तऱ्हेने युवराजांशी बोलू लागला, त्या तऱ्हेवरून अलकाने आशय ओळखला होता; परंतु युवराजांच्या चेहऱ्यावरून त्यांचा नकारही तिच्या चटकन लक्षात आला. युवराजांनी नकार का दिला, हे मात्र तिच्या लक्षात येईना. म्हणून वढवाणी दूर होताच ती म्हणाली, ''इतक्या सुंदर सायंकाळी तुम्हांला आवडणारी बिअर मिळत असताना ती नाकारण्याचं कारण मला तरी काही उमगलं नाही बाई?''

''नाहीच कळणार.'' युवराज म्हणाले, ''कारण आपल्याला यापुढे काय करायचंय, याची कल्पना नसावी. आपण जेवण झालं, की लगेच बोरिवलीला जाणार आहोत. बोरिवलीच्या मीना लॉजमध्ये रावल नावाचा एक पोलिसखबऱ्या आहे. त्याला आपण गाठलं पाहिजे. कामिनीच्या जवळ चोरटं सोनं आहे हे त्यानंच पोलिसांना कळवलं, असं हेमंतनं मला आता फोनवर सांगितलंय. कुणाच्या माहितीवरून पोलिसांपर्यंत त्यानं ही खबर पोचवली, हे जर आपल्याला कळलं, तर या सगळ्या प्रकरणाच्या मुळाशी कोण आहे, याचा आपल्याला अंदाज घेता येईल. कामिनीला पोलिसांनी पकडावी यासाठी ज्यानं कुणी तो छापा घातला असेल, त्या कारस्थानी माणसापर्यंत पोचण्याचा रावल हा एक दुवा आहे.''

तोपावेतो जेवणाच्या टेबलावर हळूहळू पेले, बशा येऊ लागल्या होत्या.

मधून मधून वढवाणी इकडून तिकडे घाईगर्दीने जाता-येताना दिसत होता. सबंध रेस्टॉरंटमध्ये जे उन्मादक आणि धुंद वातावरण होते, त्याचे पडसाद युवराज आणि अलका बसली होती, त्या केबिनपर्यंत येऊन पोचत होते. परदेशी संगीताचे सूर आता बदलले होते. गाण्याची लय वाढली होती. वाफाळलेल्या सूप प्लेट्स भूक अधिकच प्रज्वलित करीत होत्या. सूपची चवही काहीशी अनोखी होती. युवराजांनी पाश्चात्त्य रीतिभातींना न शोभेल असा जो पसंतीदर्शक आवाज केला, त्यामुळे अलका एकदम हसली. हसता हसता तिला ठसका लागला आणि ती एकदम कासावीस झाली. इतकी की, युवराज जागेवरून उठले. तिच्याजवळ गेले. थंड पाणी त्यांनी तिच्या ओठांजवळ नेले. तिच्या पाठीवर हात ठेवला. थंड पाण्याचा घोट पोटात जाताच पांढऱ्याफटक झालेल्या तिच्या चेहऱ्यावर परत लाली आली. आणि तिने एक क्षण हास्य केले. सूपचा दुसरा चमचा घेण्याचे धाडस तिच्याने करवेना. तेवढ्यात कुठूनतरी वढवाणी आला आणि हातात असलेले दोन ग्लास त्याने दोघांच्या हातात सरकवले. तो म्हणाला, ''धिस् वुइल मेक यू ईझी.'' आणि तो हसला. मघाशी नाकारलेले मद्य या निमित्ताने वढवाणीने आणले, याबद्दल युवराजांची खात्री होती आणि मग ते नाकारण्यापेक्षा स्वीकारणे हेच रीतीला धरून आहे हे ओळखून, शेजारी रिकाम्या असलेल्या एका ग्लासात त्यातील निम्मे मद्य ओतून तो ग्लास वढवाणीच्या हातात देत, ते 'चिअर्स' म्हणाले. सळसळणारा तो पांढराशुभ्र द्रवपदार्थ जिभेपर्यंत पोचताच अलकाला निराळे चैतन्य आले.

परंतु तो ग्लास संपवण्याच्या आधीच एक वेटर अदबीने टेलिफोन घेऊन युवराजांच्या जवळ आला अणि म्हणाला, ''युवर कॉल सर!'' टेलिफोन कानाशी नेताच युवराजांनी हेमंतचा आवाज ओळखला. हेमंतच्या आवाजातील आश्चर्ययुक्त भीती ताबडतोब त्यांच्या ध्यानी आली. त्यांचे मोठ्यांनी पुटपुटणे—''आय सी, मी निघतोच.'' एवढे अलकाला ऐकू आले आणि अलकाने सरावाने ओळखले, की रंगाचा भंग झाला. हे मिष्टान्न, हे सुंदर मद्य, युवराजांची स्नेहल सोबत, आपल्याकडे पाहणाऱ्यांच्या मत्सरी नजरा हे सारे सोडून युवराज कुठेतरी जाणार—तातडीच्या कामासाठी. आणि खरोखरीच युवराज तिला उभे राहिलेले दिसले. ते तिच्या कानात एवढेच म्हणाले, ''तू इथंच थांब अलका, मी जरा बोरिवलीला जाऊन येतो. रावलचा खून झालाय.'' अलका उठून म्हणाली, ''तर मग मीपण येते.''

''नको, तू इथंच थांब. हेमंतचा कदाचित पुन्हा फोन येईल. कदाचित कामिनीचाही येईल. मी नसताना काही महत्त्वाची बातमी कळली, तर मला ती

फोनवर तुला सांगता येईल. आय ॲम एक्स्पेक्टिंग सम न्यूज. शिवाय वढवाणीचा पाहुणचार कुणीतरी घ्यायलाच हवा. काय वढवाणी, खरं की नाही?''

"यस्... नो, आय वाँट यू बोथ.'' (मला तुम्ही दोघंही हवे आहात.)

"पण आम्हा दोघांपेक्षा अशा सुंदर स्त्रीची संगत अधिक सुखाची जाईल.''

"हे हो काय युवराज? तुम्हांला असं बोलवतं तरी कसं?''

"ओ... सॉरी अलका! पण हॅव अ गुड टाइम (मजेत वेळ घालव). मी तुला अर्ध्या तासात फोन करतोच. बट डोंट गेट ड्रंक. (दारूने धुंद होऊ नकोस.) बरं का वढवाणी, माझी सेक्रेटरी तुझ्यावर सोपवून जातोय. मला वाटतं, माझी जोखीम भल्या माणसाच्या मी स्वाधीन करतोय.''

"ओ... डोंट वरी! पण अलकाबरोबर मी डान्सबिन्स केला, तर काही हरकत नाही ना?''

"गो अहेड! ती काही माझी बायको नाहीये. तिला विचार आणि काय वाटेल ते कर.''

अलकाने युवराजांच्या पाठीवर एक चापट मारली. तो स्पर्श तसाच मनात साठवीत युवराज हॉटेलबाहेर पडले आणि दरवानाने दाखवल्या दिशेने पुढे होत आपल्या गाडीपाशी जाऊन त्यांनी आपली गाडी चालू केली.

- ० -

बोरिवलीला मीना लॉज कुणालाही सापडले असते. वाढत्या वस्तीत तसे आपल्या वेगळेपणाने उठून दिसणाऱ्या मीना लॉजचा प्राकार कुणाच्याही लक्षात राहिला असता. जुन्या पद्धतीचा तो आलिशान बंगला ही एका खानदानी पारशी कुटुंबाची मिळकत होती आणि त्याची खूण इमारतीच्या दगडी कंपाउंडमध्ये अजूनही दिमाखाने दिसणाऱ्या 'कामा हाउस' या पाटीच्या रूपाने शिल्लक होती. या वास्तूतील प्रचंड मोठमोठी दालने आता लॉजच्या सोयींसाठी वेगवेगळ्या आकारांच्या लाकडी पार्टिशनने विभागण्यात आली होती. प्राकारातली बाग पुष्कळच चांगल्या तऱ्हेने ठेवली होती; परंतु इमारतीच्या दुरुस्तीसाठी आणून टाकलेल्या दगड, चुना, विटा आदी सामानांमुळे ती इमारत बेरूप दिसत होती. युवराजांची गाडी लॉजच्या फाटकापाशी आली, तेव्हा लॉजच्या बाहेर बरीच गर्दी होती आणि गणवेशधारी पोलिसांनी ती दरवाजाबाहेरच रोखली होती. पोलिस गाडी आत घेण्यासाठी साशंक होते, एवढ्यात इन्स्पेक्टर नरवणे याने युवराजांची

गाडी ओळखली आणि एका कॉन्स्टेबलला पिटाळून युवराजांनी आत प्रवेश मिळवताच हसत हसत नरवणे म्हणाला, "खून घडतोय केव्हा याची तुम्ही वाटच पाहत असता काय? कारण खून होऊन अजून तासभरसुद्धा झालेला नाही, तोवर तुम्ही आपले हजर!"

"त्याचं असं आहे नरवणे, खून झाला रे झाला, की मला अस्वस्थ वाटायला लागतं, अन् मी शोध करायला लागतो. परमेश्वरी वरदानच आहे म्हणा ना! नाहीतरी तुम्हांला खात्याबाहेरून मदत मागवावी लागतेच. मी विचार केला, नरवणे आपले एवढे जुने मित्र आहेत, त्यांच्या तपासणीचे काम आपण थोडं हलकं करू या."

"बाकी युवराज, रावलचा खून ही काही फारशी अनपेक्षित बातमी नाही. कारण रावलसारखे खबरेलोक सराईत गुन्हेगाराचं नेहमीच भक्ष्य असतात. या रावलमुळं आम्हांला कितीतरी गोल्ड होल्ड्सवर धाड घालता आली. आम्ही आमच्या माणसांना संरक्षण देतो, नाही असे नाही; परंतु ते संरक्षणसुद्धा पुष्कळ वेळा अपुरं पडतं."

"रावलचा वहिमी कोणी आहे काय?"

"कठीण आहे. नरसी भगतची टोळी त्याच्या मागावर होती. देवेंद्र गोयलने तर त्याच्या खुनाचा यत्न केला होता. कुप्पूस्वामी आणि चटर्जी जेलमध्येच आहेत. खरे म्हणजे ह्या प्रकरणात आम्ही खुनी शोधून काढू असं मला वाटत नाही."

"चला, प्रेत तर आपण पाहू या."

रूम नं. ९ मध्ये रावल राहत होता. तो पाठमोरा टेबलावर पडलेला होता. प्रेत अजून कोणी हलवलं नव्हतंच. पण रावलचा चेहरा पाहताच युवराजांच्या ध्यानात आलं, की या माणसाला आपण कुठेतरी पाहिलंय—कुठं बरं? हां, बरोबर! अगदी पहिल्याच दिवशी आपल्या गाडीवर चिठ्ठी लिहून कुणीतरी कामिनीबाबत आपल्याला सूचना दिली होती, तेव्हा हाच माणूस सिगारेट विकत घेत समोरच्या मनोर टोबॅकोनिस्टपाशी उभा होता. याचा अर्थ हा खूनसुद्धा कामिनीप्रकरणातून घडणे शक्य आहे.

युवराजांच्या चेहऱ्यावर बरेच फेरबदल घडलेले नरवणेंनी टिपले. ते म्हणाले, "काही सुगावा लागतोय का?"

"सुगावा नाही, मला चांगलीच शंका येतेय. परवा कस्टम एक्साइजच्या जॉइंट स्कॉडने कामिनी देवस्थळीला सांताक्रूझ एरोड्रोमवर पकडली. सोन्याच्या चोरट्या आयातीवरून. त्या प्रकरणाचा रावल हाच इन्फॉर्मर होता—"

"आय सी! थँक्स हं या टिपबद्दल—'

"बरं आहे नरवणे, मी जातो आता. रावल जिवंत राहून माझ्याशी बोलू नये, म्हणून कोणीतरी खास जलदी केली आहे. यापुढचा खून तरी थांबवला पाहिजे. गुड बाय!"

नरवणे यांच्या तोंडात प्रश्न तसेच राहिले. कारण तोवर युवराज दिसेनासे झाले होते.

युवराज गर्दीतून गाडी काढत बाहेर आले. स्टेशनजवळच्या टेलिफोन बूथपाशी गेले अन् त्यांनी व्हिएन्नाचा नंबर फिरवला. व्हिएन्नाचा नंबर मिळाला तेव्हा वढवाणी फोनवर आला. अन् म्हणाला, "साहेब, बाई मघाशीच गेल्या."

"काय, मघाशीच गेल्या? मी तिला तिथेच थांबायला सांगितले होते... तरीही?"

"त्यांना फोन आला कुठून तरी—तेव्हा त्यांनी सांगितले, की तुमचा फोन आल्यावर त्यांना सांगा, मी महत्त्वाच्या कामावर गेले आहे अन् फोनवरून आपल्या ऑफिसवर कळवीत आहे."

युवराज हतबुद्ध होऊन टेलिफोनकडे पाहत राहिले.

- ० -

पण पुढे काय करणार? हेमंतलाही काही कळवलेले असणार नाही, हे युवराजांनी ओळखले. फार घाईत ती कोठे गेली असणार, हेच त्यांना समजेना. तशी ती सहजासहजी कोणत्याही जाळ्यात सापडणार नाही, याविषयी त्यांना खात्री होती.

अनेक वर्षे निष्णात अशा या साहसी पुरुषाच्या संगतीत राहून सावधगिरीची सर्व पथ्ये पाळण्याची या हुशार मुलीला योग्य कल्पना होती. पण तरी ही अवेळ होती, आणि अखेर स्त्री ही स्त्री आहे, हे काही युवराजांना विसरता येण्याजोगे नव्हते.

क्षणभर त्यांना वाटले, की आपलेच चुकले. ती म्हणत होती त्याप्रमाणे तिलाही आपण बोरिवलीला आणायला हवे होते. जर कुणीतरी तिला अडचणीत आणलं...

युवराजांच्या कपाळावरच्या शिरा ताठ झाल्या आणि सहसा न दिसणारी आक्रमक प्रखर त्वेषाची भावना त्यांच्या डोळ्यांत उमटली.

त्यांनी हेमंतला फोन केला. हेमंतने फोन घेतला तेव्हा हेमंत ओरडत होता,

"युवराज, सनबीम हॉटेलमध्ये ताबडतोब जा. कामिनी गेला अर्धा तास

तुम्हांला फोन करतेय—तिथून ताबडतोब—''

"का बरं... काही विशेष?''

"कुणास ठाऊक? पण तिला ताबडतोब तू हवा आहेस.''

"अलकाने तुला फोन केलाय का रे?''

"नाही बुवा. ती तुझ्याबरोबर होती ना? मग मी व्हिएन्नात फोन केला. त्यांनी सांगितले की ती तिथे नाही.''

"तोच तर घोटाळा झालाय. मी तिला व्हिएन्नात बसवून रावलकडे आलोय. पण कुणाचा तरी फोन आला अन् ती घाईनं गेलीय, असे मला वढवाणीनं सांगितलंय.''

"कुणाचा फोन असणार?''

"तोच तर प्रश्न आहे. ज्या अर्थी तो फोन मी जाताच तिला आला, त्या अर्थी कुणीतरी माझ्या जाण्याची वाट पाहत होते. त्याचप्रमाणे ज्या अर्थी तिने तुला फोन केला नाही, त्या अर्थी तुझ्याच नावाने आणि आवाजाने तिला फोन आला असणार.''

"किंवा कदाचित तुझ्या आवाजात.''

"शक्य आहे. तीही शक्यता आपण गृहीत धरली पाहिजे.''

"अलकाच्या नाहीसे होण्याने आता ही केवळ केस राहिली नाही. या प्रकरणात मी पुरताच गुरफटलोय. आता मला माझ्या अशिलासाठी नव्हे, तर माझ्यासाठी खुनी शोधला पाहिजे आणि तोही रावलचाच नव्हे, तर कदाचित अचलाबाईंचा.''

"अचलाबाईंचा?''

"होय. अचलाबाईंचा. कारण अचलाबाईंचे नाहीसे होणे, कामिनीला जुहूच्या सनबीममध्ये बोलावून घेणे, रावलचा खून होणे आणि मला या प्रकरणापासून दूर ठेवण्यासाठी अलकाला पळवून नेणे... मला वाटतं, अचलाबाई आता या जगात नसाव्यात.''

"मी माझ्या माणसांना सर्वत्र चौकशीसाठी रवाना करतो. काहीजण कामावर आहेत; पण अर्ध्या तासातच सनबीम हॉटेल, मीना लॉज, सचदेवांचे घर... जिथे जिथे म्हणून सुगावा लागेल, तिथे तिथे आपली माणसं असतील.''

"मी आता सनबीमवर जातोय. सनबीम हॉटेलसारखे एकांतातले अगदी समुद्रकिनाऱ्यावरचेहॉटेल अचलाबाईंनी का निवडले? बाकी अचलाबाईंच्या खुन्यांनी का निवडले, हे उघड आहे. हेमंत, एनी वे मी निघालो. विशेष काही घडलं तर

सनबीमवरून फोन करीन.''

- ० -

सनबीम हॉटेल खरं म्हणजे हॉटेल नव्हतेच; तर छोट्या छोट्या पंधरा-वीस कॉटेजेस्चे ते मूळचे सॅनिटोरियम होते. चैन करावयासाठी, एकांतात अवैध प्रेमप्रकरणे रंगविण्यासाठी, खास खास मैफलींसाठी हे हॉटेल प्रसिद्ध होते. पोलिस रेकॉर्डमध्ये त्याविषयी फारसे चांगले मत नव्हते. हॉटेलमधील कॉटेजेस तशी वेगवेगळी होती. त्यामुळे एका कॉटेजचा उपसर्ग दुसऱ्याला नव्हता. युवराजांनी आपली गाडी पार्किंगच्या खास जागेत ठेवली. तसे पाहिले, तर हे एकांतातील हॉटेल तसे भयाण होते. अंधुक प्रकाशात कॉटेजचा नंबर शोधून काढणे कठीण असले, तरी अशक्य नव्हते. युवराजांनी कॉटेज शोधून काढली. घंटा दाबली. बिचकत बिचकत दरवाजा उघडला गेला. युवराजच आहेत ही खात्री करून घेतली गेली अन् मग दरवाजा उघडून कामिनी युवराजांच्या समोर उभी राहिली.

मागून कुणी येत नाही अशी खात्री होताच कामिनी चक्क युवराजांच्या कुशीत शिरली अन् स्फुंदून स्फुंदून रडू लागली.

युवराज आश्चर्यचकित झाले. ह्या अशा स्वागताची त्यांनी कधी कल्पनाच केली नव्हती. कामिनी संकटात असावी, असं त्यांना वाटतं होतं; तर इथं संकटाऐवजी कामिनीसारखी सालस, सुंदर तरुणी हात पसरून, त्यांना मिठीत घेऊन, त्यांच्या खांद्यावर विसावून रडत होती.

पण मग युवराजांच्या लक्षात आले, की ती घाबरली असली पाहिजे.

"तू इथं का आलीस?''

"अचलाबाईंकडून फोन आला.''

"तो फोन अचलाबाईंचाच होता का?''

"अर्थातच!''

"त्यांचा आवाज तू पूर्वी कधी ऐकला आहेस का?''

"अं... अं....

"आठवत नाही.''

"मग अचलाबाईंचा तो फोन होता, असं का वाटलं तुला?''

"त्या तसे म्हणाल्या. एवढंच नव्हे त्यांच्या स्वरातच एक श्रीमंती ऐट होती... हुकमत होती. त्यांचा गणपुलेवकिलांशी अगदी निकट परिचय होता,

हेही मला आठवलं...''

''मग तू त्या सांगतील ते करायचं ठरवलंस?''

''हो... अन् शिवाय त्या म्हणाल्या, की त्यांचं काम केलं तर त्या मोबदलासुद्धा चांगला देतील.''

''अगं, पण त्या मोबदल्याच्या आशेने एवढ्या अवेळी, एवढ्या एकांतात तू यायचं धाडस तरी कसं केलंस?''

''मला एक जबरदस्त कुतूहल निर्माण झालंय युवराज. माझ्यासारख्या क्षुद्र व्यक्तीला असल्या सापळ्यात गुंतवून कुणाचं भलं होणार आहे देव जाणे!''

''पण समज, अचलाबाईंऐवजी अन्य कुणी बाईंनी तुला इथं बोलावलं असलं तर? अचलाबाईंचा खून केला, त्या खुनाचा वहीम तुझ्यावर येईल असा पुरावा निर्माण केला, तर तू काय करशील?''

''अचलाबाईंचा खून...!''

''होय, माझी तर खात्री आहे की तू एका सापळ्यातच सापडली आहेस!''

''अगंबाई युवराज, मी असलं साहस करायला नको होतं. खरंच नको होतं. पण मला अचलाबाईंना बघायची उत्सुकता एवढी होती, की फोन खोटा असेल, ही गाठभेट खोटी असेल, हेच मला मुळी उमगलं नाही....''

''तू इथं कशी आली आहेस?''

''अशा संध्याकाळच्या वेळी मला डॉ. शर्मांची गाडी वापरायला मिळते. शर्मा माझे शेजारीही आहेत अन् शिवाय गणपुल्यांचे अशीलही होते. त्यांना गाडी फक्त सकाळी लागते. त्यामुळे कधी शॉपिंगला वगैरे जायला किंवा पूर्वी पनवेलच्या गणपुल्यांच्या बंगल्यावर जायला मी ती वापरत असे. आज त्याच गाडीने मी आलेय.''

''चल बरं, जरा तुझी गाडी तपासू या.''

युवराज बाहेर आले. कामिनीही बाहेर आली. बाहेरचे थंड वारे सपकन त्यांच्या चेहऱ्यावर आदळले. अर्धप्रकाशित, फरसबंद रस्त्यावर अगदी निकट कामिनी चालली होती. स्त्री-पुरुषाचे नाते कधी दोघांनाही जाणवले नाही. वास्तविक युवराजांपेक्षा कामिनी वयाने मोठी असावी. पण युवराजांच्या समर्थ सावलीचा आधार लाभताच कामिनीच्या वयाची कबुतरे उडून गेली आणि तिला वाटले, की या आधारावर कसलीही संकटे पार करावीत.

युवराजांनी पार्किंग स्पेसच्या कोपऱ्यात ठेवलेली एक नवी फियाट पाहिली आणि ते तिच्याकडे जाऊ लागले. पण कामिनीने त्यांचा बाहू ओढला अन् ती

म्हणाली,

"युवराज, मी गाडी तिथे ठेवली नव्हती."

"मग?"

"या कडेच्या नारळाच्या झाडापाशी. कारण दार उघडतानासुद्धा मला त्रास झाला ते स्मरतंय."

"आय सी!" युवराज पुढे झाले. त्यांनी खिशातून पेन्सिल-टॉर्च काढला आणि ते गाडीचे निरीक्षण करू लागले. गाडीला आतून पडदे लावले होते. गाडी नवीन होती. गाडीच्या पुढच्या भागापाशी येताच कामिनी किंचाळली.

"हे काय? या गाडीला कुणीतरी धडक मारलीय पाहा—"

"फ्लडलाइटच्या काचा फुटल्याहेत, मडगार्ड चेपलंय. अगंबाई, कसला हो हा प्रकार?"

"तू येताना काही अपघात घडला होता काय?"

"नाही हो युवराज. आता काय करणार मी? अहो हजार-दोन हजारांचा फटका आहे हा. शिवाय डॉक्टर शर्मांना काय वाटेल? कसा झाला हा प्रकार?"

"हे पाहा कामिनी, आश्चर्य करायची ही वेळ नव्हे. फक्त पाहायचं आता. बरं, गाडीची किल्ली आहे ना तुझ्याजवळ?"

"हो." असे म्हणून कामिनीने पर्स उघडली आणि किल्ली काढून दिली.

युवराज पुढे झाले. गाडीचे दार उघडणार तोच पोलिसगाडीचा सायरन ऐकू आला आणि मागोमाग एक जीप, एक स्टेशनवॅगन फाटकातून वळताना दिसली आणि डोळे दिपलेले असतानाच युवराजांच्या पुढे इन्स्पेक्टर देशक आणि सबइन्स्पेक्टर चौबळ उभे राहिले.

हे सारे इतक्या झटकन घडले, की युवराजांना गाडी उघडणेसुद्धा शक्य झालं नाही.

पोलिसी ऐटीत देशक पुढं आले अन् म्हणाले, "युवराज, बरं झालं मी वेळेवर आलो."

"का!"

"मुद्देमाल नष्ट करण्याच्या उद्योगात तुम्ही होतात."

"काय? मुद्देमाल! कशाचा मुद्देमाल?"

"नाटक छान करता युवराज! खरे सांगायचे, तर या नाटकाची मी अपेक्षाच केली होती."

"देशक, मला तुम्ही काय बोलताय, ते समजतच नाही मुळी."

"कसं समजणार? चौबळ, तुम्ही कामिनीबाईंना अटक करा."

"अटक? ती कशाबद्दल?"

"अचलाबाईंच्या खुनाबद्दल."

"अचलाबाईंचा खून केव्हा झाला?"

"हे कोर्ट नव्हे युवराज. तुमच्या साऱ्या हिकमती मी जाणून आहे. एक ना एक दिवस तुमच्याशी सामना घडावा, अशी इच्छा होती..."

"देशक, सामना तुम्ही जरूर करा. मलाही आनंद होईल. पण जी गोष्ट उद्याच्या वृत्तपत्रांत येणार, ती मला सांगितल्याने फारसा फरक होणार नाही."

"ठीक आहे. अचलाबाईंचा खून दीड-दोन तासांपूर्वी झाला असावा. नक्की वेळ अजून समजलेली नाही. त्यांची गाडी तेरी नाक्याच्या वळणावरून वळत होती. त्या वळणावर थोडी चढण आहे आणि वळणावरच एक पूल आहे. पुलाच्या खाली पंचवीस फूट खोल उथळ खाडी आहे. अचलाबाईंची गाडी हेतुपुरस्सर कोणीतरी दुसऱ्या गाडीने ढकलून दिलीय. पंचवीस फूट खोल गाडी पडली अन् गाडीत अचलाबाई सापडल्या अन् मृत्यू पावल्या."

"पण कामिनीला अटक कशाबद्दल?"

"संशयित म्हणून!"

"कामिनीबाईंनी त्यांची गाडी ढकलली म्हणता की काय?"

"ते ठरायचंय. तूर्त त्यांची गाडी हा मुद्देमाल आहे."

"आय सी! हे पाहा देशक, कामिनी देवस्थळीचा मी वकील आहे. माझ्या समक्षच तिने पोलिसांशी बोलावं, असे मी तुमच्या देखत तिला सांगतो आहे. कामिनी, काळजी करू नकोस आणि काही बोलू नकोस."

"आरोपीकडून जबाब कसे मिळवावेत, याबाबत तुमचा सल्ला मला नको पटवर्धन."

आणि मग युवराजांना त्या स्थळापासून हलण्यावाचून गत्यंतरच उरले नाही.

रात्री एकची वेळ होती. वारे सुसाट सुटले होते. युवराज लिंकिंग रोडला लागले, तेव्हा काय करावे ते नक्की ठरलेले नव्हते. व्हिएन्नापाशी गाडी येताच त्यांनी गाडी थांबवली. रेस्टॉरंट केव्हाच बंद झालं होतं. आत नोकरवर्ग वावरत होता. युवराजांनी दरवानाला हाक मारली. दरवानाने युवराजांना ओळखले... त्याने सलाम ठोकला आणि तो युवराजांच्या जवळ आला.

"माझ्याबरोबर ज्या बाई आल्या, त्या केव्हा गेल्या आठवतं का तुला?"

"साडेनऊ वाजता!"

"त्या बाहेर पडल्या, तेव्हा एकट्याच होत्या का रे?"

"जी हाँ! टॅक्सी मीच त्यांना आणून दिली."

"त्या टॅक्सीचा नंबर तुला आठवतो का?"

"जी हाँ! अकेल्या बाईला रात्री जेव्हा गाडीत बसवून देतो, तेव्हा मी नंबर टिपून ठेवतो साहेब."

"मला दे तर तो नंबर."

"तो हॉटेलच्या रजिस्टरमध्ये नोंदलाय साहेब. पाहिजे तर मी आणतो रजिस्टर."

"नको. नको. वढवाणी आहेत काय?"

"जी, आहेत."

"जरा त्यांना बोलव बाहेर आणि येताना टॅक्सीचा नंबर घेऊन ये, आणि हे पाहा, कोणाचे लक्ष जाणार नाही असा टेलिफोन कुठं आहे का रे इथं?"

"तो पाहा."

एका लाकडी केबिनमध्ये दरवान पहाऱ्यासाठी बसत असे, आणि वेळीअवेळी कोणी निरोप दिला, तर पोचावा म्हणून त्याला तिथे टेलिफोन मिळाला होता. हॉटेल बंद झालं की रिसेप्शन काउंटरवरचे कनेक्शन तिथे येई.

युवराजांनी हेमंतला टेलिफोन केला. हेमंतचा आवाज ऐकताच युवराज म्हणाले,

"अलकाची काही बातमी?"

"अलका सनबीममध्ये पोलिसांनी धाड घालून मिळवलेल्या गाडीत बेहोष स्थितीत सापडली."

"काय?"

"कामिनी देवस्थळी ही सनबीममध्ये होती. तिच्या गाडीने अचलाबाईंच्या गाडीला धडक मारून अपघात केला. त्या गाडीत अलका होती."

"काय म्हणतोस हेमंत!"

"खरेच!"

"अरे, कामिनीला अटक केली तेव्हा मी तिथेच होतो. जरा एकदोन क्षण मी लवकर पोहोचलो असतो, तर गाडीतून मी अलकाला बाहेर काढू शकलो असतो. आता अलका कुठंय? कशी आहे?"

"अलका ठीक आहे. खुशाल आहे. तिला सेंट जॉर्जमध्ये ठेवलंय. मी तिकडेच निघालोय, तुम्ही येणार असलात तर खालीच मी थांबतो."

"नको, मी येतो हॉस्पिटलमध्येच."

- ० -

युवराज बूथबाहेर येईपर्यंत दरवान बाहेर आला होता. त्याने टॅक्सीचा नंबर आणून दिला. अलका सापडली होती. त्यामुळे टॅक्सी नंबरवरून शोध करण्याची तशी घाई नव्हती. उद्या पाहू, असा विचार करून ते हॉस्पिटलकडे निघाले.

"कसं वाटतंय अलका?"

अलका केवळ हसली. क्षीणपणे. युवराजांना वाईट वाटले. तिला खूप काही बोलायचे होते, पण बोलवत नव्हते. शिवाय पोलिस इन्स्पेक्टरही जवळ होते. डॉक्टरनी पुन्हा एक इंजेक्शन दिले अन् ती डोळे मिटून गप्प पडली. दुसऱ्या दिवशी सकाळी पोलिस स्टेशनवर आणून जबानी देण्याच्या अटीवर पोलिस पहारा काढून टाकण्यात आला. हेमंतही बाहेर गेल्यावर, युवराजांना तिच्याजवळ जाऊन तिला स्पर्श केल्याशिवाय राहवेना. त्यांचा परिचित गंध तिच्या गात्रांनी चटकन ओळखला अन् तिने डोळे उघडले. ती युवराजांच्या जवळ सरकली. तिचे डोळे भरून आले. विलक्षण निष्ठेने आपल्याशी गुंतून पडलेल्या या नाजूक मुलीची क्षणभर युवराजांना कीव आली. तिच्या व्हिएन्नामधून चटकन जाण्याचे कारण विचारण्याचा मोह त्यांना झाला. पण तिच्या या अवस्थेत त्यांना काही विचारवेना. तीच म्हणाली, "किती काळजी वाटली मला तुमची!"

"मला काय झालं होतं?"

"हेमंतचा मला फोन आला, की तुम्हांला कार ॲक्सिडेंट झालाय, म्हणून मी टॅक्सी घेऊन चटकन त्या पत्त्यावर निघाले. पण टॅक्सीत बसले अन् मला काहीसे निराळेच जाणवले. पहिल्याच वळणावर मला गुंगी आली अन्.."

"बरं ते असू दे. बघू आपण नंतर. आता कसं वाटतंय तुला?"

"उत्तम! खरं सांगायचं तर मला तुम्ही आलात तेव्हासुद्धा चांगलंच वाटतं होतं, पण पोलिस जाईपर्यंत मी मुद्दामच अस्वस्थतेचे सोंग केले."

"टॅक्सीत काय घडले?"

"मी टॅक्सीत बसले अन् मला वाटलं चुकलं माझं. कारण तुम्हांला ॲक्सिडेंट झाला, तर तो हेमंतला एवढ्यात कसा कळणार? कळला तर तो समक्ष मला न्यायला आला असता किंवा उपनगरातल्या बीटवरच्या माणसाला त्यानं मला नेण्यासाठी पाठवलं असतं. रात्रीच्या वेळी, तेरी नाक्यासारख्या

आडबाजूला, शक्य नाही हा निरोप येणं. हे विचार माझ्या मनात आले, त्या वेळेस लिंकिंग रोड सोडून गाडी जुहू रोडवर आली होती. वर्दळ कमी होती. मला थोडी भीती वाटत होती, म्हणून मी लिडा टॉकीजजवळ गाडी थांबवायला सांगितले. पण एकदम माझ्यासमोर अंधेरीच आली. मी श्वासोच्छ्वास बंद करण्याचा यत्न करू लागले. पण माझ्या शक्ती एकदम क्षीण झाल्या. जागी झाले तेव्हा पोलिस समोर होते. या इथे हॉस्पिटलमध्ये मला जाग आली.''

''सनबीम हॉटेलमध्ये तू कशी आलीस?''

''कुणास ठाऊक?''

''तुला हे माहीत आहे का, की अचलाबाईंचा खून झालाय!''

''छे!''

''एवढेच नव्हे तर अचलाबाईंचा खून झाला तो कामिनीच्या गाडीने अन् कामिनीच्या त्या गाडीत तू होतीस.''

''खरे? मग आता?''

''त्यामुळे काही बिघडत नाही. तुला या भानगडीत गुंतवण्याचा कुणाचातरी यत्न आहे. थोडक्यात या प्रकरणातून मला उडवून लावण्याचा कुणाचातरी यत्न आहे.''

''पण का?''

''आपल्याला खुनी माणसाबद्दल संशय आलाय, असे त्याला वाटतंय.''

''तुमचा अंदाज?''

युवराज हसले. ते असली भाकिते करीत नसत. त्यांच्या तीक्ष्ण डोळ्यांआड चाललेली हालचाल अनेक वर्षांच्या सवयीनं अलकाने ओळखली होती. ''अलका, हेमंतच्या आवाजानं कशी फसलीस?''

''मला वाटते त्याच्या आवाजाचा कुणीतरी चांगला अभ्यास केला असला पाहिजे. कारण त्याच्या लकबी, तुमच्या उल्लेखाबद्दल गौरवपूर्ण, खुद्द माझ्याशी बोलताना काढलेला घरगुती स्वर... त्या आवाजात तंतोतंत होते आणि मला वाटते, शँपेनचे ते दोन घोट थोडे महाग पडले–''

युवराज हसले. खाली वाकले. अलकाच्या ओठांवर त्यांनी ओठ टेकले. थरथरणाऱ्या तिच्या अंगाला एक परिचित ऊब गवसताच सारी दुःखे आपोआप नष्ट झाली.

- ० -

नेहमीप्रमाणे युवराज जागे झाले. रात्रीच्या जागरणाचे, कामाच्या श्रमाचे कसलेच औदासीन्य त्यांना जाणवत नव्हते. लोकशक्ती पत्रात इतक्या उशिरा झालेल्या घडामोडीचाही वृत्तान्त रंगवून दिला होता.

श्रीमंत विधवेचा खून
दोन वकिलांच्या खासगी चिटणीस संबंधित.

कै. गणपुलेवकील यांच्या खासगी चिटणीस कामिनी देवस्थळीबाईंना परवाच सोन्याच्या चोरट्या आयातींबद्दल फ्लाइंग स्क्वाडच्या लोकांनी पकडले होते. सुप्रसिद्ध वकील श्री. युवराज पटवर्धन यांनी विस्मयकारकपणे त्या बाईंची सुटका केली होती. हे प्रकरण विझले असे वाटते, तोच काल रात्री अचला सुखदेव नावाच्या एका श्रीमंत विधवा स्त्रीच्या खुनावरून कामिनी देवस्थळी यांना पोलिसांनी अटक केली आहे. कामिनी देवस्थळी यांनी अद्यापि पोलिसांना खुलासेवार जबाब दिलेला नाही; पण पुढे आलेल्या पुराव्यांवरून आमची खात्री पटलेली आहे, की केवळ वकिली कौशल्याचा फायदा घेऊन कु. कामिनी देवस्थळींची श्री. पटवर्धन वकिलांनी मुक्तता केली, ती अनाठायी असावी. हे प्रकरण साधे नाही. बऱ्याच मोठ्या व्यक्तींचे हितसंबंध त्यात गुंतलेले असावेत. कु. कामिनी देवस्थळीने ज्या गाडीने अचला सुखदेव यांच्या गाडीला धडक मारली, त्याच गाडीत बेहोषावस्थेत पटवर्धनवकील यांची खासगी चिटणीस सापडावी, या योगायोगात काय रहस्य असेल, ते आम्ही उद्याच्या अंकात सविस्तर प्रसिद्ध करू.

युवराजांच्या भ्रूकुट्या वर चढल्या. या मुंबईत युवराजांची छेड काढावी, एवढे सामर्थ्य शहाण्या समजल्या जाणाऱ्या कोणाही माणसाजवळ नाही, हे त्यांनी केव्हाच ओळखले होते. लोकशक्ती दैनिकाच्या संपादकांना अब्रुनुकसानीदाखल आतापावेतो पाच-दहा हजार रुपयांचा फटका युवराजांनी दिला होता. अर्थात तो होता दुसऱ्याच्या कामांबद्दल. आज खुद्द युवराजांची छेड काढण्याची लोकशक्तीला छाती झाली.

युवराजांनी नाष्टा आटोपला आणि बाहेर पडण्याची तयारी केली. अलकाला पोलिस कमिशनरच्या कचेरीत न्यायचे होते. ते सव्यापसव्य आटोपून कोणत्याही परिस्थितीत त्यांना ऑफिसमध्ये थोडा वेळ हजर राहावयाचे होते. अलका कदाचित

आज ऑफिसमध्ये येऊ शकणार नाही, म्हणून त्यांना पुष्कळ अवधाने सांभाळावी लागणार होती.

आधी ऑफिसमध्ये जाऊन हेमंतला भेटावे, देवीदासला सूचना द्याव्यात, सहकारी वकील देशपांडे यांना ब्रीफ्स समजावून द्यावीत, एवढ्यासाठी त्यांनी झटपट सारे काही आवरले व ते दहाऐवजी साडेनऊलाच ऑफिसमध्ये हजर झाले. बाहेरच्या दरवाजातून ऑफिसमध्ये जाण्याऐवजी त्यांनी लॅच कीने आपली केबिन बाहेरच्या दरवाजाने उघडली. फोन करण्यासाठी त्यांनी रिसीव्हर उचलला तोच...

"गुडमॉर्निंग बॉस!"

युवराजांनी मान वळवण्यापूर्वीच आश्चर्याने त्यांना भारून टाकले. अलकाचा नीटस, सफाईदार आवाज ऐकून त्यांच्या अंगावर रोमांच उठले. हा आवाज आपल्या जीवनात किती आवश्यक आहे, याचीही महती त्यांना पटली. जणू काही त्यांच्या देहाला एक नाजूकसा विजेचा धक्काच बसला होता! मान वळवून त्यांनी पाहिले तो पांढऱ्याशुभ्र वायलमध्ये गुंडाळलेली एक हसतमुख सुंदर बाहुली त्यांच्यासमोर उभी होती. दु:खांचा, यातनांचा वा कष्टाचा तिथे मागमूसही नसावा, हे युवराजांना आश्चर्याचे वाटले. काल रात्री पाहिली ती अलका निराळी तर नव्हती?

"आश्चर्य वाटलं?"

"छे!"

"वा! तुमचे डोळे केवढे विस्फारलेत!"

"तुला मी या ऑफिसात परत पूर्वस्थितीत पाहिली आणि मग माझं मन नि:शंक झालं. यापुढे माझ्याबरोबर तुला कसल्याच साहसात मी भाग घेऊ देणार नाही."

"वा! मग कशाला काम करायचं तुमच्या ऑफिसात? नुसतं टायपिंग का स्टेनो वर्क? छी:! तुमच्याबरोबर काम करणं केवढं भाग्याचं आहे!"

"आणि धोक्याचंही."

"असू दे युवराज.. यापरते सौभाग्य नाही–" आणि आनंदाच्या त्या उत्कट क्षणी तिने डोळे मिटून घेतले. तेवढ्यात फोन खणखणला आणि त्या धुंदीतून जागी होऊन अलकानं तो घेतला.

"हे युवराज पटवर्धनांच ऑफिस. मी त्यांची खासगी चिटणीस अलका राजे... कोण इन्स्पेक्टर देशक... आम्ही निघणारच आहोत आता... नको...

का... त्यापेक्षा तुम्ही वकीलसाहेबांनाच सांगा बरं–'' युवराजांपुढे रिसीव्हर देत अलका म्हणाली, ''देशक इन्स्पेक्टर...''

''बोला देशकसाहेब—''

''तुम्हांला आम्ही अलकाबाईंना इथे आणायला सांगितले होते.''

''हो, येतोच आम्ही आता.''

''नाही. त्याची गरज नाही. अलकाबाईंचा त्यात काही संबंध नाही, याची आम्हांला खात्री पटलीय. फक्त आपण कुठे निघालो होतो, का निघालो होतो, पुढे काय घडलं, हे त्यांनी एका लेखी जबानीत द्यावं, असे कमिशनरसाहेबांनी सांगितलंय. तुम्ही त्याचा परिपूर्ण जबाब तयार करून इकडे पाठवून द्या. त्याने काम भागेल.''

''खरं म्हणता? कमिशनरसाहेबांनी तुम्हांला चार गोष्टी सुनविलेल्या दिसतात.''

''नाही, मीच तसं सुचवलंय.''

''मग हे काल का नाही सुचलं तुम्हांला? वास्तविक अलकाला परस्पर हॉस्पिटलमध्ये नेण्यापूर्वी आपणहून तुम्ही आमच्या ऑफिसला कळवायला हवं होतं.''

''पण...''

''देशक, कायद्याची अंमलबाजावणी करणं म्हणजे कायद्याचा गैरफायदा घेऊन सज्जन नागरिकांना त्रास देणं नव्हे. तुम्हांला एवढं समजायला हरकत नव्हती, की अलका ही माझी सेक्रेटरी आहे. मी स्वत: कायद्याचा एक सरकारी अम्मलदारच आहे. हे प्रकरण मी उद्या हायकोर्टापुढे नेलं तर...''

''आय् ॲम सॉरी पटवर्धन! माझी तुम्हांला त्रास देण्याची इच्छा नव्हती.''

''मग पोलिस इन्फर्मेशन ब्युरोकडून दैनिक लोकशक्ती पत्राला जी बातमी मिळाली, ती कशी मिळाली?''

''मला खरोखरीच माहिती नाही. तशी विपर्यस्त बातमी जायला नको होती. मी चौकशी करून कळवतो. पण युवराज, तुम्ही कायद्याच्या चौकटीबाहेर ज्या उड्या मारता, त्याने कधी कधी जर अशी तोंडफोड झाली, तर रागावण्यात काय अर्थ आहे?''

''देशक, तुम्ही स्वत: अजून तरुण आहात, उत्साही आहात. पण तुमच्या अनुभवाला येईल, की सर्वथा कायद्याचं पालन केलं, तर गुन्हा कधीच सापडणार नाही. तुम्ही आरोपीवर जो दंडप्रयोग करता, तो काय कायदेशीर असतो? कायद्याच्या कक्षेच्या आतबाहेर सर्वांना राहावं लागतं. उद्दिष्ट मात्र

नफ्याचं नसावं, तर न्यायाचं असावं. पुन्हा तुमच्या-माझ्यात असं काही घडणार नाही, अशी मी आशा करतो. खरं म्हणजे मी आज न्यायमूर्ती ढवळ्यांना भेटणार होतो आणि मग होम सेक्रेटरींना भेटणार होतो. आम्ही तुमचे शत्रू नव्हेत, हे ध्यानी ठेवा...''

देशकांचा रडका आवाज अधिकच चिरचिरा झाला.

युवराजांनी फोन ठेवला आणि हसतमुख अलकाकडे त्यांनी पाहिले. युवराजांची जरब, वादकौशल्य आणि लौकिक यांबद्दल अनंत आदर तिच्या डोळ्यांत नाचत होता.

- ० -

पोलिस कस्टडीत कामिनीला भेटण्याची युवराजांची ही दुसरी वेळ. कामिनी आता पूर्वीइतकी भ्यालेली नव्हती. पण तरीही तिच्यावर भयाने परिणाम केलाच होता. पोलिस इन्स्पेक्टर देशक थोड्या नम्रतेनेच शेजारी उभे होते. युवराजांनी खासगीत बोलण्याची इच्छा व्यक्त करताच ते व बरोबरचे पोलिस कॉन्स्टेबल दूर निघून गेले.

''झोप लागली?''

''नाही, झोपूच दिलं नाही त्यांनी. सारखी तपासणी चालू होती. कंटाळा आला. पुन्हा एकदा त्या सोन्याच्या प्रकरणापासून ते अगदी कार्बन कॉपीज् केलेल्या मृत्युपत्रापर्यंत.''

''मग त्यांना त्या कार्बन कॉपीजच्या प्रती कुठे आहेत, हेही तू सांगितलंस काय?''

''तो प्रश्न त्यांनी विचारलाच नाही.''

''तुमच्या घराची झडती घेतली?''

''होय.''

''मग ते रजिस्टर?''

''ते अजून आलं नव्हतं.''

''कोनकरांची साक्ष घेतली?''

''असावी. मला नक्की माहिती नाही. त्याने या कार्बन कॉपीज प्रकरणात बहुधा कानांवर हात ठेवले असावेत.''

''आणखी काय काय विचारले?''

"तुम्ही काल रात्री तिथे कसे?"

"काय सांगितले?"

"तुम्हांला मी फोन केला म्हणून तुम्ही आलात, असं मी म्हणाले."

"तुझी सर्व हकिगत आता अगदी तपशीलवार सांग."

"काल संध्याकाळपर्यंतचं तुम्हांला सारं माहीतच आहे. साडेसहाच्या सुमारास मला अचलाबाईंचा फोन आला."

"म्हणजे अचलाबाईंचा आवाज काढून दुसऱ्या कुणाचा–"

"असं दिसतंय."

"शर्मांची गाडी तुला मिळू शकते, हे माहीत असल्याशिवाय गाडीनं टक्कर देऊन खून करण्याची कल्पना खुनी माणसाला होणार नाही."

"हो... पण ती गाडी मी वापरते, हे साऱ्यांनाच ठाऊक आहे."

"तुझा वहीम कोणावर आहे?"

"खरं सांगू युवराज, कोणावरही नाही. अचलाबाईंचा खून करून माझा लाभ काय आहे?"

"अचलाबाईंचा खून झाला तेव्हा त्यांची गाडी कोण चालवत होतं. काही माहिती आहे का?"

"कोनकर!"

"मग अपघातात कोनकर कसा नाही सापडला?"

"समोरची गाडी आपल्या गाडीवर हेतुपुरस्सर येत आहे या जाणिवेने त्याने उडी मारली. तो अचलाबाईंनाही उडी घ्यावी असे ओरडला; पण साराच प्रकार एवढा गर्दीचा झाला, की अपघातापूर्वी कसाबसा तो उडी मारू शकला. खाडीत पाणी होते त्यामुळे जखमी होऊन का होईना, तो वाचला. गाडी मात्र दगडावर आदळली... परत वर उसळली. त्या उसळीने अचलाबाईंच्या डोक्याला मार लागला. हॅमरेजने त्या वारल्या, असे पोलिस म्हणतात."

"कोनकरचे म्हणणे काय?"

"त्याने गाडी ओळखली."

"तुला?"

"त्याने मलाही ओळखले, असे तो म्हणतो. अर्थात अंधारात ते ओळखणे खरे नाही. तो म्हणतो, त्याने उडी मारल्यावर त्यालाही धडक बसली व त्याची शुद्ध गेली. तो शुद्धीवर आला तेव्हा पोलिसांनी अचलाबाईंचे प्रेत वर काढले होते."

"पण त्याने तुझेच नाव कसे घेतले?"

"त्याने गाडीचा अपघात कसा झाला ते सांगितले, गाडीची दिशा सांगितली, गाडीचा मेक सांगितला."

"अंधारात तो कसा ओळखला?"

"तो म्हणतो. हेडलाइटच्या प्रकाशात त्याला गाडीची बाहेरून चांगली कल्पना आली."

"पण अगदी दहा-पंधरा मिनिटांत तुझा पोलिसांना शोध कसा लागला?"

"ते कोण जाणे? पण सनबीम हॉटेलमध्ये अशी गाडी सापडेल, अशी टीप पोलिसांना कोणीतरी दिली. कदाचित कोनकरनेच सांगितले असेल."

"हे पाहा कामिनी, जे जे शक्य असेल ते ते मी करीनच; पण लक्षात ठेव, सारं काही बिकट आहे. आशा सोडायची नाही. जी जी शंका–मग ती बारीकसारीक काहीही असो, मला सांगायची आणि मान ताठ ठेवायची. समजलं नं?"

"समजले! माझा विश्वास आता तुमच्यावरच आहे–युवराज!"

युवराज जायला उठणार तोच देशक आले आणि म्हणाले, "आपल्याला एका संबंधित व्यक्तीची गाठभेट करून द्यावी म्हणतो."

समोर उभ्या असलेल्या गृहस्थाकडे युवराजांनी रोखून पाहिले. थोडा भाबडा, बराचसा अर्धवट असा अगदी जुन्या वळणाचा माणूस म्हणून समोरचा माणूस सहज ओळखला गेला असता. त्यांच्या डोळ्यांत कुतूहल होते. त्याने हात जोडून किंचित वाकून नमस्कार केला. त्याचा हात दुखावला असावा. कारण तो बँडेजमध्ये होता. शिवाय कपाळावरही पट्टी होती.

"हे कोनकर..."

"कोण?" कामिनी किंचाळली.

"कोनकर. अचलाबाईंचे कारभारी, ड्रायव्हर."

"शक्य नाही!"

युवराज कामिनीच्या आश्चर्यचकित डोळ्यांकडे पाहतच राहिले.

"माझ्याकडे आलेले गृहस्थ हे नव्हते युवराज."

"नक्की?"

"नक्की."

"हे पाहा कोनकर, तुमच्या गाडीचा नंबर काय?"

"माझी स्वत:ची गाडी नाही, पण बाईंची गाडी आहे. डॉज. आणि नंबर..."

"डॉज!"

"हो."

"अपघाताच्या वेळेस तुम्हीच गाडी चालवीत होता?"

"होय."

"समोरून येणारी गाडी तुम्हांला चांगली आठवतेय?"

कोनकर थांबला. त्याने देशकांकडे तोंड वळवले. देशकांनी नकारदर्शक खूण केली आणि म्हणाले, "हे कोर्ट नव्हे युवराज. तुमच्याशी मी सहकार्य करावं याचा अर्थ सरकारने तयार केलेल्या पुराव्याची तुमच्यापुढे चर्चा करावी, असं नाही. कोनकर, चला तुम्ही."

देशक निघून गेले.

"हे पाहा कामिनी, तू जे जे मला सांगितलंस, ते सत्यच आहे ना? का या घटकेला तुला काही निराळं सांगायचंय?"

"युवराज, तुम्ही माझ्यावर भरवसा ठेवून या खटल्यात लक्ष घालताय आणि त्यापायी तुम्ही तुमची अब्रू पणाला लावताय; मग मी खोटं सांगून तुमची फसवणूक का करेन?"

"तसं नव्हे. माणूस एक खोटं सांगतो. ते तर्कशुद्ध असावं म्हणून, मग ते सिद्ध करण्यासाठी तो दुसरं खोटं सांगतो. आणि मग एकामागोमाग ती खोट्याची मालिका तयार होते. त्याला खरं सांगायचं म्हणजे पहिल्यापासून स्वतःला खोटं ठरवून घ्यावं लागतं."

"नाही. मी खरंच सांगते. मी सारं काही सत्यच सांगते आहे."

"तर मग धीर धर."

प्रेसिडेन्सी मॅजिस्ट्रेट सोनवणे यांच्या कोर्टात कामिनी देवस्थळीची केस उभी राहिली. सरकारतर्फे राजिवडेकर नावाचा तरुण प्रॉसिक्युटर हजर होता. राजिवडेकर इतर प्रॉसिक्युटर्सप्रमाणे सांगितल्या कामाचा धनी नव्हता; तर त्याला अजून या व्यवसायाची हौस होती. तो कष्ट करायला तयार होता. त्या बद्दलचे बारचे मतही चांगले होते. युवराजांच्या तोफखान्यापुढे त्याला प्रथमच यायचे होते, याची त्याला जाणीव होती.

पण अगदी आयत्या वेळेला त्याच्या शेजारी प्रमुख सरकारी वकील रांजणे आलेले पाहून राजिवडेकर नुसता हसला. रांजणे म्हणाले, "मी केवळ केस वॉच करणार आहे—आणि मला वाटलं तरच उभा राहणार आहे. गो अहेड माय बॉय. तुमचे वडील या बारमध्ये होते, तेव्हा मीसुद्धा असाच तुमच्यासारखा त्यांच्यासमोर केस चालवीत होतो."

"रिअली?"

"होय, मला कळलं, आज तुम्ही केस चालवता आहात-आणि पटवर्धनवकील आरोपीकडून आहेत..."

एवढ्यात युवराज पटवर्धन आत येताना दिसले. युवराजांचे सहकारी, देशपांडे बरोबर होते आणि सेक्रेटरीही समवेत होती. युवराजांकडे पाहताच रांजणे हसले.

"आपण स्वत: आलात?"

"हो. तरुण माणसांच्या बुद्धिवैभवाचा चमत्कार पाहायची आमची इच्छा आहे."

"असं नाही रांजणेसाहेब, तुम्ही स्वत: हजर आहात त्याअर्थी आमच्यासाठी कठीण मामला आहे!"

"बघू या-"

एवढ्यात 'होशियार' असा पुकारा आला आणि मागोमाग मॅजिस्ट्रेट कोर्टाच्या उंच खुर्चीवर येऊन बसले.

सोनवणे मॅजिस्ट्रेटच्या कडकपणाच्या अनेक गोष्टी प्रसिद्ध होत्या आणि त्याचा अनुभव पहिल्याच दिवशी सर्वांना आला.

कोर्टाच्या कामास आरंभ करण्यापूर्वी युवराज पटवर्धनांकडे लक्ष टाकून कोर्टात जमलेल्या गर्दीस उद्देशून ते म्हणाले, "हे एक न्यायालय आहे हे या गर्दीतील प्रत्येकाने लक्षात ठेवावे. त्यामुळे इथले गांभीर्य जबाबदार नागरिक म्हणून तुम्हांला सांभाळले पाहिजे. वकिलांनाही विनंती अशी, की हे कोर्ट सेशन्स कोर्ट नव्हे. आरोपीवर चार्ज ठेवायचा किंवा नाही, एवढीच या कोर्टाची कक्षा. त्यामुळे अवास्तव तपशिलाचा पुरावा येथे आणू नये. वकिली डावपेचांत कोर्टाचा वेळ खर्ची टाकू नये. शक्यतोपर्यंत परस्परांनी सहकार्य करावे. रांजणे, तुम्ही आता चालू करा... तुमचे सर्व साक्षीदार हजर आहेत की नाहीत?

"यस् युवर ऑनर!"

"पटवर्धन, तुमचा बचाव तयार आहे काय?"

"रूढार्थाने आहे; पण सरकारपक्षाची केस समजल्याशिवाय बचावपक्षाला फारसे ठरवता येणार नाही. चार्जशीट फारच भोंगळ आहे युवर ऑनर."

"ठीक आहे. आतापासूनच सरकारचे वाभाडे काढू नका... रांजणे, सुरू करा."

रांजणे उभे राहिले. वास्तविक ते ही केस चालविणार नव्हते, पण सोनवण्यांनी त्यांनाच दोनदा पुकारल्यामुळे त्यांना वाटले, कोर्टाची इच्छा ही केस

आपण चालवावी, अशी आहे.

ते म्हणाले, ''युवर ऑनर, सरकारची केस अगदी साधी आहे आणि फारच थोड्या अवधीत आपण ही केस सेशन कमिट करू शकाल, असा मी भरवसा व्यक्त करतो.''

''गो ऑन...''

''माय फर्स्ट विटनेस... देशक इन्स्पेक्टर.''

देशक आले. कोर्टाला त्यांनी कडकडीत सलाम ठोकला आणि ताठ मानेने ते पिंजऱ्यात आले. त्यांनी सत्य सांगण्याची प्रतिज्ञा घेतली.

''तुमचं नाव–''

''हणमंत रघुनाथ देशक.''

''हुद्दा?''

''इन्स्पेक्टर, अंधेरी विभागात माझी नेमणूक झाली आहे.''

''मंगळवार दिनांक १२ रोजी रात्री ९॥ च्या सुमारास तुम्ही काय करत होता?''

''मी पोलिस स्टेशनवर होतो. मला एक फोन आला. फोन करणाऱ्याने आपले नाव सांगितले नाही. एका मोटारीला अपघात झाला असून ताबडतोब यावे, असे त्याने सांगितले.''

''अपघात कुठे झाला, असे सांगितले?''

''तेरी नाका जुहूच्या पुढे.''

''मग तुम्ही काय केलेत?''

''मी सबइन्स्पेक्टर चौगुले व चौबळ यांना घेऊन त्या स्थळी गेलो. तेथे खरोखरच अपघात झालेला होता.''

''अपघात कुणाला झालेला होता?''

''अचला सुखदेव नावाच्या एका बाईच्या गाडीला दुसऱ्या एका गाडीने धक्का दिला आणि ती गाडी पुलावरून वळणावर खाडीत पडली.''

''धक्का देणारी गाडी तिथे होती काय?''

''नव्हती.''

''ती तुम्हांला सापडली का?''

''सापडली.''

''ती कुणाची होती?''

''डॉ. शर्मा नावाच्या माणसाची. पण ती सायंकाळी पाचपासून कामिनी

देवस्थळींच्या ताब्यात होती.''

"त्याच गाडीमुळे अपघात झाला, हे तुम्ही कसे ओळखले?''

"अपघातस्थळी आम्हांला काचेचे तुकडे मिळाले ते आम्ही गोळा केले व त्याचप्रमाणे गाडीचे वर्णन मिळवले.''

"कुणाकडून?''

"कोनकरकडून.''

"कोनकर कोण?''

"कोनकर हे अचला सुखदेव यांचे ड्रायव्हर-मुनीम.''

"हेच गाडी चालवीत होते?''

"होय.''

"पण हे वाचले कसे?''

"अपघात होतोय हे कळताच त्यांनी उडी मारली.''

"कुठे?''

"खाडीच्या पाण्यात.''

"ते जखमी झाले, का त्यांना काही झाले नाही?''

"ते बेदम जखमी झाले, पण वाचले. आम्ही गेलो तेव्हा ते बेशुद्धच होते.''

"ते शुद्धीवर आले ते कुठे?''

"नानावटी हॉस्पिटलमध्ये.''

"त्यांनी काय सांगितले?''

"गाडीचे वर्णन.''

"नंबर?''

"नाही.''

"मेक?''

"सांगितला.''

"काय?''

"गाडी फियाट होती. पांढरा रंग होता.''

"आणखी कोणी गाडी पाहिली काय?''

"होय. तेरी नाक्याच्या पुढे, गाडीचे पुढचे फुटलेले दिवे लक्षात आले ते नाईक नावाच्या पोलिसाच्या.''

"का?''

"त्यातला एकच दिवा लागला होता–आणि गाडी बेभान पळत होती."

"त्याने काय केले?"

"गाडी थांबवण्याचा यत्न केला."

"गाडी थांबवली गेली का?"

"नाही. पण गाडीची गती मंद झाली–गाडीचा नंबर त्याने घेतला."

"तो कोणत्या गाडीचा होता?"

"तो कामिनीबाईंच्या ताब्यातल्या गाडीचा होता."

"त्याने कामिनीबाईंना ओळखले काय?"

"होय."

"याच गाडीने अपघात झाला याला आणखी पुरावा काय?"

"या गाडीचे टायर मार्क्स वळताना चांगले उमटले होते-अपघात स्थळी, नंतर एका वळणावर, नंतर सनबीम हॉटेलमध्ये."

"आणखी काही?"

"कामिनीबाईंच्या गाडीची पुढची नंबरप्लेट अपघातस्थळी सापडली."

"कामिनीबाईंना अटक करतेवेळी त्या गोंधळल्या होत्या किंवा काय?"

"त्या अस्वस्थ झाल्या होत्या; एवढेच नव्हे, तर त्यांनी त्यांच्या वकिलांना हॉटेलात बोलावले होते. त्यांचे वकील श्री. पटवर्धन तिथं त्या वेळेस हजर होते. एवढेच नव्हे, तर ते गाडीचे कुलूप उघडत असताना मी कामिनीबाईंना अटक केली."

रांजणे यांनी कोर्टाकडे बघितले आणि ते म्हणाले, "युवर ऑनर, वास्तविक देशकांना मला आणखी पुष्कळ गोष्टी विचारावयाच्या आहेत; पण त्यापूर्वी पुराव्यात पुष्कळ गोष्टी सादर करावयाच्या आहेत. त्यासाठी मला त्यांना तूर्त विड्रॉ करावयास परवानगी द्यावी. त्यांच्याऐवजी अलका राजे यांना मी पोलिसांच्या वतीने साक्षीदार म्हणून पुकारतो."

"आय ऑब्जेक्ट युवर ऑनर! एकतर इन्स्पेक्टर देशकांची साक्ष स्थगित करून अलका राजे यांची साक्ष घेण्याची गरज नाही. शिवाय अलका राजे या कोर्टात साक्षीदार म्हणून याव्यात, असे त्यांना समन्सही लागलेले नाही. त्या येथे माझ्या मदतनीस म्हणून हजर आहेत."

"ही काय भानगड आहे, रांजणे?"

"युवर ऑनर, अलका राजे यांचा या प्रकरणाशी आम्ही संबंध जोडू इच्छीत नाही, पण त्यांची साक्ष आम्हांला दोन कारणांसाठी हवी आहे; एकतर त्यांना या खुनाची माहिती असावी, असा आमचा तर्क आहे किंवा न्यायदानाला

आवश्यक असा पुरावा त्या सांगू शकतील. केवळ समन्स लागले नाही ही पटवर्धनवकिलांची हरकत आम्ही आत्ताच दूर करतो. कारण समन्स बजावण्यासाठी हे अधिकारी इथे तयार आहेत.''

युवराज उभे राहिले होते. त्यांनी अलकाकडे पाहिले. तिला समन्स घेण्याची खूण केली आणि त्यांच्या डोळ्यांतील सूचनेनुसार ती न खळखळ करता साक्षीदाराच्या पिंजऱ्यात आली.

प्रतिज्ञा झाल्यावर रांजणे म्हणाले, ''तुम्हांला पोलिसांनी हॉस्पिटलमध्ये पोचवले ही गोष्ट केव्हा झाली?''

''बहुधा १७ तारखेस.''

''बहुधा का?''

''कारण त्या वेळेस मी बेशुद्ध होते.''

''कोणत्या वेळेस?''

''सायंकाळी ७॥ ते १८ ला सकाळी ५-६ पर्यंत.''

''तुम्ही बेशुद्ध कशा पडलात?''

''ते कसे मला सांगता येणार?''

''का नाही-''

''मी पटवर्धन वकिलांबरोबर व्हिएन्नात जेवायला गेले होते. कुणाचा तरी फोन आल्यामुळे पटवर्धन निघून गेले. थोड्याच वेळात मला एका परिचित आवाजात फोन आला.''

''परिचित आवाज कुणाचा?''

''हेमंत राजे-माझे बंधू यांचा.''

''म्हणजे युवराजांचे मदतनीस, त्यांचाच ना?''

''होय.''

''काय?''

''युवराज पटवर्धन यांना अपघात झालाय-ताबडतोब यावे.''

''तुम्ही त्या फोनवर विश्वास ठेवून अपघातस्थळी निघालात?''

''मी टॅक्सी केली आणि निघाले.''

''कामिनीबाईंची तुमची ओळख कुठची?''

''मी काम करते त्या ॲडव्होकेट युवराजांच्या क्लायंट आहेत.''

''एवढीच?''

''अर्थात!''

‘‘म्हणजे त्यांनी केलेल्या खुनात तुमचे काहीच अंग नव्हतं, असं म्हणायचं तुम्हांला?’’

या वाक्याचा पूर्ण उच्चार होण्यापूर्वीच युवराज उभे राहिले आणि कडवट आवाजात म्हणाले, ‘‘युवर ऑनर, ही तपासणी साक्षीदाराची आहे. अलका राजेंवर जर खुनास साहाय्य केल्याची सरकारपक्षाला शंका असेल, तर सरकारने त्यांना आरोपी म्हणून खुशाल खटल्यात गोवावे. पण मग कायद्याचा फायदा आरोपीला दिला पाहिजे. आरोपीला प्रतिज्ञेवर साक्ष देता येत नाही.’’

‘‘नाही नाही, आम्ही अलका राजेंवर तसला आरोप करीत नाही.’’

‘‘तर मग या पद्धतीने साक्षीदाराची तपासणी करता येणार नाही. खून का घडला, कोणी केला, केव्हा केला आणि काय मार्गाने केला, एवढ्यापुरतीच ही तपासणी असावी. अगोदर खून निश्चित कोणी केला, केव्हा केला, कशाने केला हे सिद्ध करा...’’

‘‘युवर ऑनर, माझे मित्र सन्माननीय वकील या तपासणीला जी आडकाठी आणीत आहेत, ती मला न्याय्य वाटत नाही. अलका राजे यांचा खुनाशी संबंध आलेला आहे, ही गोष्ट नाकारण्यात काय अर्थ आहे? आता कोणत्या मर्यादेपर्यंत त्या या प्रकरणात गुंतल्या आहेत, हे आम्ही शोधत आहोत. साक्षीदार राजे युवराज पटवर्धन यांच्या खासगी चिटणीस आहेत; त्यामुळे अप्रत्यक्षपणे त्यांचाही हात या खुनापर्यंत पोचत असण्याची शक्यता आम्ही गृहीत धरलेली...’’

युवराज उठले. सहसा त्यांचा तोल जात नाही. आता तो गेला असे म्हणता येत नव्हते. पण त्यांच्या चेहऱ्यावरचे सर्व मृदू भाव आता लोपले होते. एखादी तप्त लोखंडाची मूर्ती बोलू लागली, तर जसे दिसेल तसे ते दिसू लागले.

‘‘युवर ऑनर, आपण आपापसांत आरोप-प्रत्यारोप करू नयेत अशी आज्ञा आरंभीस केलेली आहे, म्हणून मी ती मानणार आहे. मी न्यायासनाला फार मानतो. पण सरकारी वकिलांना तसे करण्याचे कारण दिसत नाही. सरकारी वकील यांनी आता जी विधाने केली, ती सदभिरुचीस सोडून होती. सरकारी यंत्रणा मोठी आहे, गुन्हा शोधून काढण्यासाठी भरपूर पगार त्या अशा ऐतखाऊ अधिकाऱ्यांना मिळतो आणि त्यामुळे खुनाची चौकशी करण्याऐवजी थातुरमातुर करून सरकार आपली जबाबदारी टाळत आहे. वास्तविक हा खटला उभा करण्याची घिसाडघाई करण्याचे कारण नव्हते. सर्व संबंधित माणसांची नीट चौकशी झालेली नाही. नेहमीप्रमाणे धर आणि हाण अशा घिसाडी पद्धतीने हा खून झालेला नाही. खुनी मनुष्य चतुर आहे. सहजगत्या तो सापडेल, अशी

पोलिसांनी अपेक्षा करू नये.''

"वेट वेट! हा खटला कोण कोणाविरुद्ध मांडीत आहे, हेच मला कळत नाहीये. सरकार हा खटला नेहमीच्या पद्धतीने का मांडीत नाही?'' मॅजिस्ट्रेट सोनवणे म्हणाले.

"युवर ऑनर, खरे म्हणजे आम्ही नेहमीप्रमाणेच केस मांडीत आहोत. फक्त यथाक्रम खुनाची साखळी पुढे यावी म्हणून आम्ही पोलिस इन्स्पेक्टर देशक यांची साक्ष स्थगित करून राजे यांची साक्ष घेतली. अशा तऱ्हेची साक्ष स्थगित करावयाचा आम्हांला हक्क आहे. त्याचप्रमाणे खुनाचा आरोप केलेल्या व्यक्तीच्या गाडीत बेशुद्धावस्थेत पडलेल्या व्यक्तीवर खुनी माणसाशी संगनमत केल्याबद्दल शंका घेणे हेही मनुष्यस्वभावाला धरून आहे. दुर्दैवाने ती व्यक्ती युवराज पटवर्धन यांची चिटणीस आहे, हा आमचा अपराध नव्हे. कायद्याला साऱ्या व्यक्ती सारख्याच आहेत. खरं पाहता आम्ही अलका राजे यांना कोणताही त्रास दिलेला नाही. त्यांना आम्ही संशयावरून अटक करू शकलो असतो, चौकशी करू शकलो असतो. आमची मागणी इतकीच आहे, की त्यांनी निदान कोर्टापुढे सत्य सांगावे.''

युवरात ताठ होते. त्यांनी हेतुपूर्वक मध्ये तोंड घातले नव्हते. मॅजिस्ट्रेट सोनवणे यांचा स्वभाव त्यांना माहीत होता आणि ते एका विशिष्ट क्षणाची वाट पाहात होते.

तेवढ्यात सोनवणे यांनी खुणेने पोलिस प्रॉसिक्युटर रांजणे यांचे बोलणे थांबवले. ते अगदी रूक्ष आवाजात म्हणाले, "ही काही पोलिस कचेरी नव्हे. तुम्ही तपास कसा करावा, याचे मी धडे देत नाही. कायद्याने मान्य असणारा कोणताही मार्ग वापरण्यास जसे तुम्ही मुखत्यार आहात, तसेच साक्षीदार आपले रक्षण करण्यास समर्थ आहे. त्या सबबी सांगून न शोभणारे असे कृत्य मी तुम्हांस करू देणार नाही. एक तर अलका राजे या खुनात साक्षीदार आहेत असे तरी विधान करा, म्हणजे त्यांची तपासणी तुम्हाला करताच येणार नाही. पण काहीतरी अर्धवट मते आणि विधाने करून उलट-तपासणीचा हक्क बजावून तुम्ही अलका राजे यांनाच खुनाचे साक्षीदार ठरवण्याचा यत्नात आहात, ते चालणार नाही.''

रांजणे यांनी आपल्या सहकारी प्रॉसिक्युटरशी चर्चा केली आणि ते म्हणाले, "युवर ऑनर, आम्ही अलका राजे यांची तपासणी स्थगित करू. आमची इच्छा एवढीच आहे की, त्यांनी आरोपीची आपली ओळख कशी केव्हा झाली, हस्तेपरहस्ते आरोपीबद्दल त्यांना काय काय कळले, प्रत्यक्ष खुनाच्या दिवशी काय काय घडले, हा वृत्तान्त सांगावा. आम्ही जे प्रश्न विचारू, ते त्यांना अडविण्यासाठी किंवा

गुंतवण्यासाठी नाहीत, केवळ क्लॅरिटीसाठी (बिनचूकपणासाठी)...''

सोनवणे काहीच बोलले नाहीत. त्यांची संमती युवराजांच्या हरकतीवर अवलंबून होती. पण युवराजांनी हरकत घेतली नाही.

''सुमारे आठ दिवसांपूर्वी पोलिस कस्टडीतून एक फोन आला. फोन इन्स्पेक्टर कदमांचा होता. युवराजांना कामिनी देवस्थळी नावाच्या बाईने बोलावले होते. स्मगलिंग करून सोने आणण्याचा तिच्यावर आरोप होता. आणि पोलिसांनी तिला अटक केली होती. पुढे संध्याकाळी खंबाटासाहेबांच्या कोर्टात तिला हजर केले गेले. त्यात युवराजांनी अचानक पुरावा पुढे आणून तिची सुटका केली. त्या दिवसानंतर तिच्या घरी कोणी कोटस्थाने नावाचा इसम आला होता. त्याने काही पत्रे तिच्याकडून टाइप करून घेतली.''

''त्या टाइप केलेल्या मजकुरापैकी एखादे पत्र मागे आहे किंवा काय, हे तुम्हांला माहीत आहे काय?''

अलकाने युवराजांकडे पाहिले. त्याची नोंद रांजणे यांनी घेतली. ते आवाज किंचित साफ करून म्हणाले, ''कोणत्याही स्वरूपाचा असा पुरावा अस्तित्वात आहे काय, की त्यामुळे कोटस्थाने किंवा जो कोणी माणूस त्याने काय टाइप करून घेतले याच्याशी या खटल्याचा संबंध असेल?''

युवराज उभे राहिले. ''या प्रश्नाचे उत्तर साक्षीदार देऊ शकणार नाही; कारण हा टायपिंग करण्याचा व्यवहार साक्षीदाराच्या समोर घडलेला नाही. ऐकीव बातमीवर प्रतिज्ञेवर सांगणे साक्षीदाराला शक्य नाही.''

''ठीक आहे. अशी आपल्याला काही माहिती आहे काय, की दूरान्वयाने तरी ते टायपिंग केल्याबद्दल आम्हांला काही कळेल?

अलकाने सारे अंग अशा तऱ्हेने हलवले, की जणू कोणत्या शब्दांत सांगायचे, त्या शब्दांचीच ती हलवाहलव होती. अत्यंत नाखुशीने ती म्हणाली, ''युवराजांच्या सोयीप्रमाणे कामिनीबाईंनी ती कागदपत्रे टाइप केली अन् मूळ कार्बन तिने जपून युवराजांकडे आणले. तो मजकूर काय असावा, यासंबंधी त्यांना कुतूहल होते.''

''मग या घटकेला ते कार्बन कुठे मिळतील?''

पुन्हा एकवार अलकाने अंग घुसळले.

''मला सांगता येणार नाही.''

''हे कार्बन तुम्ही तुमच्या हातांनी पोस्टात रजिस्टर केले आहेत.''

''नाही.''

"हे पाहा", रांजणे यांनी एक पाकीट हातात घेतले. त्याकडे निरखून पाहत ते म्हणाले, "हे पाकीट तुम्ही ओळखता?"

"होय."

"हे तुम्ही रजिस्टर केलेत?"

"हो."

"मग कार्बन पेपर्स कुठे आहेत, हे तुम्ही का सांगितले नाहीत?"

"कारण आत काय आहे ते मला माहीत नाही."

युवराजांचा चेहरा प्रसन्न झाला.

"हे पाकीट तुम्हांला कोणी दिलं?"

"कामिनीबाईंनी."

"आत काय आहे असं त्या म्हणाल्या?"

"त्या काय म्हणाल्या, ते युवराजांना ठाऊक आहे. त्यांचे बोलणे झाले तेव्हा मी तिथं नव्हते. मला मिळालं ते पाकीट आणि ते पनवेलच्या गणपुलेवकिलांच्या बंगल्यावर रजिस्टर करण्याची सूचना. मी त्यानुसार रजिस्टर केलं."

"ठीक आहे. खुनाच्या दिवशी काय घडलं?"

"अचलाबाईंच्या लक्षणांवरून युवराजांना वाटलं, की त्यांना विषप्रयोग होत असावा."

"मग युवराजांनी तुम्हांला पोलिसांना फोन करावयास सांगितला का?"

"नाही. अचलाबाईंचे डॉक्टर शिरोडकर यांना त्यांनी फोन केला."

"त्यांची गाठ पडली?"

"होय. क्वालिटीत. युवराजांनी आपला संशय व्यक्त केला. शिरोडकर घाबरले, पण त्यांनी ताबडतोब हालचालीस सुरुवात केली."

"त्यांनी काय केलं?"

"ते मला माहीत नाही. संध्याकाळी सहा वाजता त्यांचा फोन आला. त्यांनी अचलाबाईंच्या घरी जायचं ठरवलं आणि युवराजांचा अंदाज खरा असल्याचे खुद्द अचलाबाईंनाच सांगायचा निश्चय केला."

"मग किती वाजता तुम्ही अचलाबाईंकडे गेलात?"

"सात वाजता."

"अचलाबाईंची गाठ पडली?"

"नाही. त्या कुणालाच न सांगतासवरता पसार झाल्या होत्या."

"मग हा संशय तुम्ही कुणाला सांगितलात?"

“अचलाबाईंची नर्स शांताबाई, हिला ते अगोदरच कळलं असणं शक्य आहे. पण सरोज आणि तिचा नवरा विश्वास गोडसे आणि सुनीता आणि तिचा नवरा रमाकांत भट.”

“ही मंडळी कोण?”

“अचलाबाईंच्या दोन मुली अन् जावई.”

“त्यांना ही बातमी सांगताच धक्का बसला का?”

“धक्का बसला, राग आला. खुनी कोण असावा, या विचारामुळे साऱ्यांचीच तारांबळ उडाली.”

“पुढे काय झालं?”

“सात-वीसच्या सुमारास युवराजांना एक फोन आला.”

“कुणाचा?”

“कामिनीचा.”

“कुठून?”

“सनबीम हॉटेलमधून.”

“मग युवराज कुठं गेले?”

“कुठंच नाही. ते अन् मी लिकिंग रोडवरच्या व्हिएन्ना हॉटेलमध्ये गेलो.”

“किती वेळ तुम्ही तिथं असाल?”

“असू एक तासभर. मग पुन्हा युवराजांना फोन आला, तो हेमंतचा होता. त्या फोनप्रमाणे एका संबंधित माणसाचा खून झाला होता.”

“कुणाचा?”

“रावलचा. बोरिवलीला. तो पोलिसांचा हस्तक होता.”

“त्या खुनाच्या बातमीमुळे युवराज बोरिवलीला गेले?”

“होय.”

“पुढे काय घडले?”

“मी तिथेच जेवत होते. साडेनऊ-दहाच्या सुमारास मला फोन आला.”

“कुणाचा?”

“तो हेमंत राजे याचा नव्हता, हे मला नंतर कळले; पण तेव्हा तो फोन हेमंतचा आहे, असे मला वाटले.”

“का?”

“हेमंतच्या आवाजाची एका निष्णात नकलाकाराने केलेली ती नक्कल होती.”

"तुम्ही फसलात?"

"होय. मग त्या फोनप्रमाणे मी बाहेर आले. टॅक्सी केली अन् मला कळलेल्या पत्त्यावर निघाले."

"कोणता पत्ता?"

"तेरी नाका, जुहू."

"फोनमध्ये आणखी काय सांगितले गेले?"

"युवराजांना अपघात झालाय."

"पुढे काय झालं?"

"एक-दोन मिनिटे टॅक्सी पळाली. अन् हळूहळू मला झोप येऊ लागली. प्रथम मला वाटलं, की थंड हवेच्या झोतामुळे आणि जेवण झाल्यामुळे असेल."

"मग कशामुळे?"

"काहीतरी औषधी प्रयोगांनी मी बेशुद्ध पडले असावे."

"जाग्या केव्हा झालात?"

"हॉस्पिटलमध्ये."

"याव्यतिरिक्त तुम्हांला कामिनी प्रकरणातली काही माहिती नाही?"

"काही नाही."

"कामिनी देवस्थळीने ज्या गाडीने अचलाबाईंचा खून केला, त्याच गाडीत तुम्ही कशा आलात?"

"ते सांगता आलं असतं, तर बरं झालं असतं; पण मी त्या वेळी बेशुद्ध होते."

"स्टिअरिंग व्हीलवरसुद्धा तुमच्या फिंगर प्रिंट्स आहेत, गाडी चालवल्या-सारख्या. त्याबद्दल तुम्हांला काय म्हणायचंय?"

"काही नाही."

"खून झाला तिथं तुमचा एक हातरुमाल सापडलाय. हा पाहा. हा तुमचाच आहे काय?"

"होय."

"हा सारा पुरावा पाहून तुमचा या प्रकरणाशी काहीही संबंध नाही, असा निष्कर्ष आम्ही काढावा काय?"

युवराज उभे राहिले अन् ते म्हणाले, "ऑनर, आता या तपासणीची हद्द झाली. पोलिसांनी राजे यांच्यावर खुशाल हवा तो आरोप करावा आणि त्यांना खटल्यात आरोपी म्हणून दाखल करावं. पण हा जो प्रकार माझे सन्माननीय मित्र

करीत आहेत, याला माझा कडकडून विरोध आहे. वारंवार आक्षेप घेऊन, आपण समज देऊन जर सरकारी वकील या कामी सुधारणार नसतील, तर आपण काहीतरी इलाज योजला पाहिजे.''

सोनवणे हसले. ते म्हणाले, ''मी तुमच्याशी सहमत आहे, पटवर्धन. ही उलटतपासणी का चाललीय, हे मला अजूनही समजलेले नाही. पोलिसांनी अलकाबाई यांना आरोपी करावं, एवढा पुरावा मिळालेला दिसतो आहे; मग ते असे का करीत नाहीत–''

''त्याचं कारण असं आहे साहेब, की त्या आरोपाबरोबर कामिनीवरचा आरोप त्यांना दूर करावा लागेल अन् ते पोलिसांना नको आहे. कारण कामिनीला खून करायला निमित्त आहे, ते राजेंना नाही. पोलिसांना आरोप करायचाय तो कामिनीने खून केला अन् राजेनी त्यांना साथ दिली असा. पोलिस घाबरत आहेत, ते माझे अन् मिस राजे यांचे निकटवर्ती संबंध असल्यामुळे. पण युवर ऑनर, त्यांना एवढे समजायला हवे, की जर मिस राजे त्या प्रकरणात कोणत्याही स्वरूपात असत्या, तर मी कामिनीबाईचं वकीलपत्र घेतलंच नसतं. कारण खरोखरीच या दोघींचा या खुनात हात असता, तर त्यांचे हितसंबंध परस्पराविरोधी झाले असते. हे प्रकरण पोलिसांना समजलेलं नाही, एवढंच आपण म्हणू शकतो. माझी विनंती अशी आहे की, ही साक्ष आता संपविण्याची आज्ञा व्हावी अन् केस पुढे चालवण्याचा हुकूम द्यावा. जर पोलिसांना कामिनीबद्दल काही पुरावा मिळत नसेल, तर त्यांनी हा खटला मागे घ्यावा.''

रांजणे थोडे हसून म्हणाले, ''युवर ऑनर, आम्हांला कसलीही अन् कोणाचीही भीती वाटत नाही. शब्दच्छल करून वा जादूगिरी पद्धतीने काही चमत्कार घडतो, यावर माझा विश्वास नाही. ही केस स्वच्छ आहे. हा आरोप सहजगत्या शाबीत होण्यासारखा आहे. आम्ही फक्त त्या टाइप केलेल्या कार्बनबाबत जागरूक होतो. आम्ही राजे यांची साक्ष संपवीत आहोत. आता फक्त इन्स्पेक्टर देशक यांनी यावे, अशी विनंती करतो.''

आणि मग केसला पुन्हा गती मिळाली. खून कसा झाला, कुठे झाला, पोस्टमॉर्टेमचा तपशील काय, गाडीच्या कोणत्या भागाने धक्का मारला, तसे करणे शक्य आहे काय वगैरे गोष्टी क्रमाने पुढे येऊ लागल्या. ऑटोमोबाईल एक्स्पर्ट मोटवानी, आर. टी. ओ. अधिकारी देव, तेरी नाक्यावरचा पोलिस कॉन्स्टेबल, ठसेतज्ज्ञ, गणपुलेवकिलांचा भाऊ...

खटला उलगडत जात होता, त्या वेळेला गणपुलेवकिलांचा भाऊ प्रक्षुब्ध

होत होता, हे युवराजांनी पाहिले होते. कामिनीचे अन् त्यांचे काही नाजूक संबंध आहेत, हे त्यांना ह्यापूर्वीच कळले होते. त्यामुळे त्या चिडक्या माणसाला कोर्टापुढे येऊ देता कामा नये, असे त्यांना वाटत होते. पण त्याला थांबवणे कसे शक्य होणार, याचा ते विचार करीत होते. तेवढ्यात त्याच्या नावाचा पुकारा झाला अन् तो साक्षीदाराच्या पिंजऱ्यात येऊन उभा राहिला.

नाव, पत्ता, व्यवसाय याची प्रारंभिक ओळख झाल्यावर रांजणे यांनी प्रश्न केला–

"आरोपीला तुम्ही प्रथम केव्हा पाहिलीत?"

"बरीच वर्षे झाली. मी पनवेलला माझे बंधू श्री. गणपुलेवकील यांना भेटावयास आलो होतो, तेव्हा कामिनीबाई तिथे होत्या."

"त्या तिथे नेहमी असत काय?"

"ते मी कसे सांगू शकणार? कारण मी तेथे कायमचा राहत नसे."

"पण तुमचा अदमास?"

"असले आचरट अदमास मी करीत नाही."

"हे न्यायालय आहे. तुम्ही शब्द नीट वापरले पाहिजेत."

"मी नव्हे, तर तुम्ही जबाबदारीने प्रश्न विचारले पाहिजेत... कारण आरोपी ही कुमारिका आहे. माझे बंधू हे अविवाहित होते. पनवेलचा त्यांचा बंगला एकांतात होता. त्या बंगल्यात आरोपी नेहमी राहत आहे असे सुचवताना तुमच्या मनात काय आहे, ते मी ओळखले अन् म्हणून म्हणतो असले आचरट अदमास मी करीत नाही."

रांजणे यांच्या कारकिर्दीत असली अवमानी त्यांना सहन करावी लागली नव्हती. ते म्हणाले,

"मी विचारतो त्या प्रश्नांचं होय किंवा नाही, एवढंच मला उत्तर हवंय; तुमची फुकटची माहिती नको."

"असं उत्तर मी देऊ शकणार नाही."

"युवर ऑनर, हा कोर्टाचा धडधडीत अपमान आहे."

"मुळीच नाही. हा साक्षीदाराचा हक्क आहे. त्याला विचारले जाणारे प्रश्न हे सत्याच्या शोधासाठी असावेत; खवचट नसावेत, असं त्याला वाटणं स्वाभाविक आहे."

युवराजांनी उभे राहून हे विधान करतानाच गणपुल्यांच्या डोळ्यांत एक विजय-छटा उमटली. कोर्टानंही काही उत्तर दिले नाही. त्या प्रश्नाचा निकाल

असा 'नरो वा कुंजरोवा' पद्धतीने लागला.

"तुमच्या बंधूंचे अन् आरोपीचे नाते काय होते?"

"मला माहीत नाही."

"तुमच्या भावाच्या मृत्युपत्रात आरोपीला काही रक्कम दिली आहे, हे तुम्हांला ठाऊक आहे काय?"

"होय."

"किती?"

"चाळीस-पन्नास हजार."

"एका परक्या व्यक्तीला एवढे पैसे दिल्याबद्दल तुम्हांला राग आला नाही?"

"मुळीच नाही."

"का?"

"कारण तो सर्व माझ्या भावाचा स्वकमाईचा पैसा होता, त्याला वाटेल ते करायला तो मुखत्यार होता."

"तरी पण आपल्याला मिळणाऱ्या रकमेत एक स्त्री अकारण भागीदार झाल्याचा खेद वाटला नाही तुम्हांला?"

"मी खरेखोटे करणारा वकील नाही तुमच्यासारखा. मला भावाने जे दिलं, त्यात मी संतुष्ट आहे."

"आरोपीला तुम्ही किती ओळखता?"

"चांगलीच. हा गुन्हा तिच्या हातून घडणे शक्य नाही एवढी चांगली."

"आरोपीवर सोने स्मगल केल्याचा आरोप होता."

"तो खोटा ठरला."

"अशा संशयास्पद व्यक्तीला भावाच्या रेकॉर्डमधले महत्त्वाचे कागदपत्र देण्याचा तुम्ही यत्न केलात?"

"नाही. माझ्या भावाचा ज्या व्यक्तीवर सर्वांपेक्षा अधिक विश्वास होता, त्या व्यक्तीला कदाचित महत्त्वाचे ठरतील असे कागद मी सांभाळायला दिले. खरे म्हणजे हे कागद तिच्याजवळ असायचे. तिच्याजवळ जागा थोडी होती, म्हणून हे कागद मजजवळ आले."

"तुमच्या भावाचे अन् आरोपीचे घनिष्ट संबंध असल्याशिवाय आपल्या मृत्युपत्रात त्यांनी एवढी रक्कम आरोपीला दिली असणे शक्य आहे?"

"शक्य आहे किंवा नाहीही. कारण जर आरोपी कामिनीबाई अन् माझे बंधू

यांचे तसे काही संबंध असते, तर त्यांनी सर्वच इस्टेट आरोपीला दिली असती."

"असं सांगा, दिनांक १४ च्या पुढे तुम्हांला एखादे रजिस्टर्ड पाकीट आलं होतं का?"

"आलं होतं."

"कुणाकडून?"

"कामिनीकडून."

"ते रजिस्टर्ड पाकीट तुम्ही घेतलं काय?"

"घेतलं."

"त्यात काय होतं?"

"कसले तरी कार्बन होते."

"तुम्ही ते कुठे ठेवले?"

"मला वाटलं की हे कार्बन–ही बहुधा कामिनीला त्रासदायक गोष्ट झाली असावी. मी थोडा विचार करून ते कार्बन जाळून टाकले."

"हे कार्बन कदाचित खुनाचा पुरावा असणार, अशी शंका तुम्हांला आली नाही?"

"अशी शंका आली नाही; पण या कार्बनमध्ये काही ना काहीतरी कामिनीला न आवडणारी गोष्ट दडलेली असावी असं मला वाटलं. मी ते कागद नष्ट केले–"

"हे पाहा गणपुले, तुम्ही खोटं बोलत आहात."

"नाही."

"ठीक आहे. तुम्ही प्रतिज्ञेवर खोटं सांगात आहात. कारण तुम्ही तुमच्या घरच्या लॉकरमध्ये ते कार्बन्स ठेवले होते. हे पाहा, मी ते जप्त करून आणले आहेत–"

कोर्टात एकच दंगल उडाली आणि शिरस्तेदाराला ती थांबविण्याची व्यवस्था करावी लागली. युवराजांनी कामिनीकडे पाहिले. तिच्या डोळ्यांत भय होते. कदाचित जगन्नाथ गणपुले भलतंच काहीतरी करून बसेल, ही भीती होती आणि आता तो प्रतिज्ञेवर खोटे बोलून बसला होता.

युवराज उभे राहिले. ते म्हणाले, "युवर ऑनर, हे कार्बन अद्यापि पुराव्यात दाखल झालेले नाहीत. शिवाय खुनाचा आणि या पुराव्याचा संबंध अद्यापि समजलेला नाही. एखादी स्वतःच्या मालकीची गोष्ट सांभाळणे वा नष्ट करणे हा ज्याचात्याचा हक्क आहे. जोपर्यंत जगन्नाथ गणपुले यांना खुनाची कल्पना

नव्हती आणि जोपर्यंत खुनाचा हा पुरावा आहे, अशी त्यांची समजूत नव्हती, तोपर्यंत त्याचे वाटेल ते करावयास ते मुखत्यार होते. त्याने ते कार्बन नष्ट केले असे सांगितले, याचा अर्थ एवढाच, की जगाच्या दृष्टीने त्याने ते कार्बन नष्ट केले. त्याच्या भावाशी इमानदारपणे चिटणिशी करणाऱ्या या मुलीला त्रास देणारे कागद त्याने दूर केले–नष्ट केले. त्याने खोटे सांगितले असे म्हणता येणार नाही. फारतर असे म्हणता येईल की, त्याला आपण देत असणाऱ्या उत्तराची महती लक्षात आली नसेल. माझ्या मित्रांना अशी विनंती आहे की, पुरव्यात आणावयाच्या गोष्टी त्यांनी संगतवार पुढे आणाव्यात; म्हणजे त्या त्या गोष्टीचे महत्त्व सिद्ध होत जाईल. उद्या सही केलेला टाक, वापरलेली शाई, गोंद यांसंबंधी प्रश्न विचारले तर पुष्कळ वेळा आरोपी चुकून वा गैरसमजाने चुकीचे उत्तर देईल.''

रांजणे तुच्छतेने हसले. सोनवणेसुद्धा क्षणभर चमकावेत, एवढी तुच्छता रांजणे यांच्या हसण्यात होती.

''साक्षीदाराला सावरण्याचा हा माझ्या मित्राचा प्रयत्न स्तुत्य आहे; पण कुचकामी आहे. कारण नष्ट केले आहेत असे आरोपीने सांगितलेले पुराव्यातील महत्त्वाचे कागद आम्ही सादर करीत आहोत. पोलिसांना आणि न्यायालयाला चकविण्याचा साक्षीदाराचा डाव आहे. युवर ऑनर, साक्षीदाराविरुद्ध कारवाई करण्याची आम्हांला परवानगी द्यावी.''

''या घटकेला अशी परवानगी मी देत नाही; पण साक्षीदाराचे वर्तन बरोबर नाही, हे माझ्या ध्यानात आले आहे. या खटल्याचा निकाल लागल्यावर जर या साक्षीदाराने शपथेवर खोटे सांगितले, अशाबद्दल सरकारची खात्री पटली, तर आपण कारवाई करण्याबद्दल अवश्य पाहू.''

युवराज क्षणभर नुसतेच उभे राहिले. कोणता पवित्रा घ्यावा, हे त्यांच्या ध्यानात येईना. कारण गणपुलेचे वर्तन क्षम्य नव्हते, तरीही त्याची भावना अर्थात चांगली होती.

नंतर त्या कार्बनवर लिहिल्या गेलेल्या मृत्युपत्राच्या नकला सादर केल्या गेल्या. त्या टाइप केलेल्या मजकुरावरून अचलाबाईंच्या वारसाहक्कात पुष्कळ बदल केलेले होते. पण त्यात अखेरी असे लिहिले होते–

''यदाकदाचित माझा नैसर्गिक मृत्यू न झाला तर माझ्या वारसांचे सर्व हक्क रद्द करून माझी संपत्ती ट्रस्ट करावी व त्या ट्रस्टचा अधिकार गणपुलेवकील किंवा त्यांचा वारस यास द्यावा.''

ही अर्थातच नवीन बातमी होती. त्यामुळे कामिनीबरोबर जगन्नाथ गणपुलेही

या खुनाचा साथीदार ठरणार होता. कारण या अवाढव्य मिळकतीचे ट्रस्टीपद ही काही कमी किफायतीची जागा नव्हती.

जगन्नाथच्या साक्षीत पुष्कळ गोष्टी बाहेर पडल्या. जगन्नाथचे कामिनीवरील प्रेम, जगन्नाथने दिलेली चांगली वर्तणूक... आरंभी आरंभी जगन्नाथने आणलेले अवसान पुढे टिकले नाही. कामिनीवर खुनाचे आरोप अधिक अधिक गडद होत चालले. रांजणे अधिकाधिक खोल पाण्यात शिरत होते.

युवराजांच्या कपाळावर आठ्यांचे जाळे पाहून अलकासुद्धा हबकली होती. जगन्नाथच्या साक्षीने केस बिघडली होती.

नंतर सनबीम हॉटेलच्या मालकाची साक्ष झाली. खोली कोणी रिझर्व्ह केली, कामिनी हॉटेलात केव्हा आली, मोटार कुठे ठेवली यांपैकी पुष्कळ गोष्टी त्याने सांगितल्या. कामिनी परत बाहेर गेली किंवा नाही, हे तो सांगू शकला नाही. कारण तशी त्याला गरजही नव्हती. सनबीम हॉटेल हे वाटेल त्या ग्राहकाला मिळत नसे, तर परिचयाच्या आणि ओळखीच्या ग्राहकांनाच मिळत असे. अचलाबाई त्या हॉटेलच्या फार जुन्या ग्राहक होत्या. सनबीम हॉटेलच्या मालकाच्या सांगण्यावरून असे दिसले, की त्यांना पुष्कळ वेळा तेथे वेगवेगळी माणसे भेटावयास येत असत.

युवराजांनी केलेल्या उलटतपासणीत अचलाबाईंना भेटावयास येणाऱ्या माणसांची नावे मिळू शकली नाहीत.

कोर्टाची वेळ संपली. उद्या ठीक अकरा वाजता सर्व साक्षीदारांनी, वकिलांनी हजर राहावे, अशी आज्ञा देऊन कोर्ट उठले. हळूहळू प्रेक्षकही बाहेर पडले. युवराज, अलका, युवराजांचे असिस्टंट, आरोपीच्या पिंजऱ्यातील कामिनी, तिच्या जवळ घुटमळणारा जगन्नाथ आणि सुरक्षा अधिकारी एवढीच मंडळी राहिली. युवराजांजवळ जगन्नाथ आला. तेव्हा युवराज हसले. त्याला म्हणाले, "कामिनीला वाचवण्यासाठी कोर्टात खोटे बोलून तुझ्या साक्षीची सारी महतीच नष्ट झाली आहे.''

"युवराज, मी साक्ष खोटी दिलेली नाही. ते कार्बन्स मी माझ्या हातांनी नष्ट केले होते. मला हे कळत नाही की, माझ्या लॉकरमध्ये हे खोटे कार्बन्स कोणी आणि का आणून ठेवले?''

"तू हे खरे सांगतोस?''

"देवाची शपथ! कामिनीशपथ!''

जगन्नाथच्या हळव्या आणि घोगऱ्या आवाजातले हे उद्गार युवराजांना भेदून गेले. ते त्याच्यासकट कामिनीजवळ गेले. कामिनीला त्यांनी थोपटल्यासारखे

केले. ते म्हणाले, ‘‘अजून रस्ता दिसत नाही. पण घाबरू नकोस कामिनी. कुठून तरी प्रकाशाची तिरीप मला दिसू लागलीय आणि मला खात्री आहे, की मी तुला सोडवीन.’’

दु:खावेग असह्य होत होता, पण कामिनीने घट्ट मनाने तो पापण्यांआड दडवला होता.

- ० -

कोर्टातून बाहेर पडल्यावर युवराज ऑफिसात आले. तातडीची कामे पडली होती, त्यांवर त्यांनी नजर फिरवली, तोच हेमंतची परिचित थाप दारावर पडली. हेमंत आपल्या पसरट आवाजात म्हणाला,

‘‘काय म्हणतेय केस?’’

‘‘काही आशा नाही.’’

‘‘का?’’

‘‘खुनासाठी हेतू पैसा. पण या प्रकरणात मृत्युपत्रातून सर्वांना पैसा मिळणार आहे. संशयितांपैकी सरोज-सुनीता या मुली, त्यांचे नवरे, नर्स शांताबाई, डॉ. शिरोडकर, कामिनी, जगन्नाथ गणपुले, कोनकर या साऱ्या मंडळींना खुनाची संधी होती. त्यांचा खुनाच्या दिवशीचा दिनक्रम पोलिसांनी तपासला आहे. पोलिसांच्या मताप्रमाणे त्यांपैकी बहुतेकांना ती संधी घेणे शक्यच नव्हते. अर्थात ऑलिबी आहे ती परस्परांचीच. म्हणजे सरोजला विश्वास गोडसेची म्हणजे तिच्या नवऱ्याची, आणि सुनीताला रमाकांत भटची. डॉक्टर शिरोडकर आठपर्यंत ‘सायंतारा’त होते. नंतर ते घरी गेले. अर्थात पुरावा एवढाच, की जाताना ते दादरच्या ॲडी फार्मसीत साडेआठच्या सुमारास होते. शांताबाई ‘सायंतारा’तच होत्या. जगन्नाथ गणपुले हा पनवेलच्या क्लबमध्ये पत्ते खेळत होता. थोडक्यात, कामिनीविरुद्ध कट केल्याप्रमाणे सर्व संबंधित माणसे नऊ वाजल्यापासून ते बारा वाजेपर्यंता गुंतलेली दिसतात.’’

अलका सारे काही शांतपणे ऐकत होती. ती म्हणाली, ‘‘संशयितांची यादी आपण कमी करू.’’

‘‘कशी?’’

‘‘मला पुरुषाच्या आवाजात फसवणारी व्यक्ती आणि कामिनीला अचलाबाईंच्या आवाजात फसवणारी व्यक्ती म्हणजे एक जोडपे असले पाहिजे.’’

“किंवा एका खुनासारख्या कटात भाग घेण्याइतके जवळचे.”

“होय.”

“अलका यू आर ए गुड गर्ल! म्हणून तर तू मला चिटणीस म्हणून हवीस. हे पाहा हेमंत, एवढं शोध की ॲडी फार्मसीतून कोणी व्हिएन्नात फोन केला काय आणि सायंतारातून कोणी कामिनीला फोन केला काय?”

“ऑटोमॅटिक फोन सिस्टीम झाल्यापासून फोन झाला एवढंच सांगता येतं. कोणत्या नंबरावर फोन केला, ते सांगता येत नाही.”

“ते ठीक आहे रे. पण निदान तिथल्या व्यक्तींशी प्रश्नोत्तरं करून काही मिळते का पाहा तर!”

“ओ. के.”

“आणि अचलाबाईंना चोरून सनबीममध्ये भेटणाऱ्या माणसांत डॉक्टर शिरोडकर होता का, तेही पाहा.”

“आय सी–”

हेमंतने लगेच फोन करून आपल्या गुप्तचरांना योग्य त्या सूचना केल्या आणि तो युवराजांना म्हणाला, “एक काम मी स्वत:च करीन म्हणतो. कोनकरची गाठ मीच घेतो.”

नंतर युवराज पुष्कळ वेळ या टोकापासून त्या टोकापर्यंत नुसते विचार करीत चालत होते आणि मग ते एकदम थांबले.

“अलका, तुझ्या एक लक्षात आलं काय?”

“काय?”

“शिरोडकरना क्वालिटीत जेव्हा मी विषप्रयोगाबाबत सांगितले, तेव्हा ते अचलाबाईंना सावध करू शकले असते. निदान त्यांना क्वालिटीत बोलवू शकले असते. त्याऐवजी त्यांनी शांताबाईंना केस आणि नखे मिळवण्यास सांगितले. म्हणजे या विषप्रयोगाची आपण चौकशी करतो, असा आव आणला. मला वाटतं, तो विषप्रयोग त्यांना माहीत असावा. तेच करीत असावेत तो विषप्रयोग.”

“का?”

“नक्की सांगता येत नाही, पण त्यांचा अन् अचलाबाईंचा जुना संबंध असावा. आपल्या नात्याच्या जोरावर त्यांनी काही पैसेही मिळवले असले पाहिजेत अचलाबाईंकडून. मला तर शंका आहे– अचलाबाईंजवळ कागदोपत्रांत दिसतात तेवढे पैसे असणार नाहीत.”

“म्हणजे ते पैसे शिरोडकरांनी वापरले असतील?”

“शक्यता आहे.”

“आणि अचलाबाईंना शंका आल्यामुळेच त्या हॉस्पिटलातून लवकर परतल्या. नर्स शांताबाईंचा या प्रकरणात कितपत हात आहे कुणास ठाऊक; पण त्यांनाही संधी मिळू नये म्हणून कोनकरचे स्तोम त्यांनी वाढवले असावे.”

“पण प्रत्यक्ष गाडीचा अपघात झाला, तेव्हा कुणी बाई गाडी चालवीत होती.”

“तोच महत्त्वाचा मुद्दा आहे.”

“ही बाई कोण असावी?”

“समजा, खुनी डॉक्टर असतील तर त्यांना स्त्री-साहाय्यकाची अडचण पडणार नाही. शांताबाई आहेत– त्यांची रिसेप्शनिस्ट आहे.”

“नाही. असल्या गोष्टीत कोणी साहाय्य करणार नाही.”

“मग?”

“एक शंका आहे. ती तपासून पाहायला हवी.”

“ही बाईची हकिगत खोटीच असेल.”

“कशी?”

“गाडीत बाईच होती हे सांगणारे फक्त दोघंच. एक पोलिस कॉन्स्टेबल आणि दुसरे कोनकर. जेव्हा कोनवर गाडीत होते, तेव्हा ॲक्सिडेंट झाला असे गृहीत धरल्यामुळे आपली फसगत झाली. क्षणभर समज, कोनकर काही कामासाठी—अगदी सामान्य शारीरिक गरजेसाठी—गाडी थांबवून उतरले.”

“पुलावर.”

“हो. जर खुनीबरोबर ठराव केला असला तर!”

“म्हणजे खुनी माणसाशी कोनकरांनी संगनमत केलं, असं म्हणायचं तुम्हांला?”

“दॅट्स इट! कोनकर आणि शिरोडकर यांचा हा डाव असावा. कदाचित कोनकर हा शिरोडकरांनीच अचलाबाईंना दिलेला माणूस असावा.”

“काय म्हणता?”

“हा तर्क आहे.”

“तरी भयानक. अन् पोलिस कॉन्स्टेबलला गाडीत बाई कशी दिसली?”

“ती बाई कदाचित तू असावीस.”

“मी?”

“होय तू. तुला टॅक्सीत बेशुद्ध केली गेली. तेथून सनबीममध्ये आणली गेली. सनबीममधून कामिनीची गाडी बाहेर काढण्यात आली. त्या गाडीने अचलाबाई

बेशुद्ध असताना त्यांच्या गाडीला टक्कर दिली असावी. कोनकरने नंतर पुलावरून उडी मारली असेल. गाडी परत वळवून सनबीमवर जाताना व्हीलच्या जागी पोलिसाच्या लक्षात यावे एवढ्यापुरता तुझा चेहरा दिसावा अशी खटपट झाली असेल. कदाचित खुनी माणसाची मदतनीसही असेल. परत गाडी नेऊन ठेवण्यात आली आणि तुला गाडीत ठेवण्यात आलं.''

''पण मला या खुनात गोवण्याचा हेतू?''

''माझे लक्ष कामिनीकडून तुझ्याकडे वळावे. दुसरा हेतू तू कार्बन्सच्या निमित्ताने कामिनीच्या बरोबर अडकली होतीसच, तेव्हा त्या गाडीत तू असल्याने कामिनीवरचा संशय बळावला, आणि मुख्य हेतू कदाचित तू बेशुद्ध असताना पोलिसाला दिसल्यामुळे कामिनीचा भास व्हावा. अर्थात तुझा खुनात समावेश कदाचित योगायोगाने असेल– कदाचित मला अधिक काळ कामिनीपासून दूर ठेवणं असेल–''

''आणि रावलचा खून?''

''रावल हा पोलिस इन्फॉर्मर होता. कामिनीला या खुनात अडकविणाऱ्या माणसाचे नाव त्याला माहीत होते.''

''पण कामिनीला या प्रकरणात अडकवून फायदा–''

''एवढ्यासाठी मूळ मृत्युपत्र वाचायला हवे. ते तर अजून उपलब्ध नाही. पण मला वाटतं, हा खून तडकाफडकी योजला गेला. कारण विषप्रयोग झाल्याची बातमी मी जगजाहीर केली. खुनी सावध झाला. कामिनीची भेट कदाचित अचलाबाईंनीही मागितली असेल. गणपुलेवकील आणि अचलाबाई यांचेही काही जुने संबंध असू शकतील. त्यामुळे मूळ मृत्युपत्रात त्यांच्याबद्दल किंवा कामिनीबद्दल उल्लेख असेल. अचलाबाईंकडून उचललेले पैसे परत करावयास नको आणि परस्पर जुना रागलोभ निघेल, असा हिशेब ठेवून खुनी माणसाने कामिनीला अडकवले असले पाहिजे. माझी अशी शंका आहे, की मूळ मृत्युपत्रातले मधले कागद बदलण्याची काही कोशीस करण्यासाठी कामिनीचा टाइपरायटर, स्टेशनरी त्यांना मोकळी हवी होती, म्हणून कामिनी सोन्याच्या प्रकरणात गुंतवली गेली. तिची अचानक सुटका झाल्यामुळे तिच्याकडून नवे कागद टाइप करून घेण्याचा यत्न झाला. बहुश: दहा कागद टाइप केले असले, तरी एखादाच मुद्दा बदलावयाचा असला पाहिजे.''

''कशाबद्दल?''

''अनैसर्गिक मृत्यूनंतर ट्रस्टीशिप गणपुलेवकील-त्यांचा वारस यानंतर

शिरोडकरांकडे यायची असेल–''

फोन वाजला. फोन गुप्तचराचा होता. डॉक्टर शिरोडकरांची खासगी माहिती अशी : पूर्वी ते एक उत्तम नट व नकलाकार होते. गोमंतक हिंदू असोसिएशनच्या नाटकात कामे करून त्यांनी लौकिक कमावला होता. अलीकडे ते काम करीत नव्हते.

आता करण्यासारखे काही नव्हते, अनुमानांना पुरावा मिळवणे आवश्यक होते. पण त्याचीही किती गरज लागेल कुणास ठाऊक?

युवराजांना वाटले, आपण एक पवित्रा टाकावा. त्यांनी कदमांना फोन केला. कदम ऑफिसमध्ये होते.

''काय पटवर्धन?''

''थोडी तसदी होती.''

''अहो, तुम्ही आम्हांला दुसरे काय देणार?''

''आधी तसदी, पण मग तीच माहिती होते खुनी माणसाची.''

''म्हणजे?''

''खुनी माणसाचा मी अंदाज सांगतो फक्त. आज रात्री तुम्ही त्याच्या घरावर चौफेर पहारा ठेवा, पहारा अशा तऱ्हेने ठेवा, की ते त्याच्या लक्षात आलं पाहिजे.''

''नेहमीप्रमाणे चलाखी नाही ना युवराज?''

''चलाखी आहे, पण त्यात फायदाही आहे.''

''कोणाच्या घरी पहारा ठेवायचा?''

''डॉक्टर शिरोडकरांच्या.''

''काय?''

''आश्चर्य वाटलं ना? वाटणारच. पण पाहा मी म्हणतो त्याचा प्रत्यय.''

- ० -

युवराजांनी फोन बंद केला.

अर्ध्या एक तासानंतर युवराजांनी पुन्हा फोन उचलला आणि शिरोडकर लाइनवर येताच ते म्हणाले,

''डॉक्टर...''

''कोण पटवर्धन?''

''हो मीच. थोडं काम होतं.''

"या अवेळी?"

"हो. आताच यायला हवं."

"कशाबद्दल काम आहे?"

"काम आहे अचलाबाईंच्या खुनाबद्दल."

"काय म्हणता? आता काय आणि? केस मी ऐकली आज कोर्टात. तुम्ही तुमच्याकडून शर्थ केलीत. पण काय उपयोग झाला?"

"काही नवीन पुरावा मिळालाय."

"तो कसला?"

"रावलचा खुनी पोलिसांना सापडलाय. त्यानं ॲडी फार्मसीतून फोन केला."

"हो. पण मला भेटून काय मिळणार?"

"फोनवर कसं सांगू?"

"सॉरी युवराज, मला तुमची तळमळ समजते. पण या अवेळी मी तुमच्या काही उपयोगी पडू शकणार नाही."

"मी तिकडे निघालोय."

"सॉरी!"

"डॉक्टर, तुम्ही खिडकीतून बाहेर पाहिलंत तर लक्षात येईल, तुमच्या घराभोवती ड्रेसातल्या अन् बिनड्रेसांतल्या पोलिसांचा गराडा पडलाय."

"माझ्या?"

"होय डॉक्टर."

"नवल आहे."

"नवल नाही. अचलाबाईंचा खुनी सापडला. रावलचा खुनी सापडला. डॉक्टर, हे खून तुम्ही का केलेत?"

"काहीतरीच काय बोलता युवराज?"

"काहीतरीच?"

"नाहीतर काय?"

"डॉक्टर, तुम्ही हुशार आहात. तुम्ही डाव चांगला रचलात. तो जमलाही बरोबर, पण तुमचे जादा शहाणपण अंगाशी आले. तुम्ही अलकाला कशासाठी ह्यात ओढलेत? तुम्हांला वाटलं, की मी त्यामुळे केसमधून अंग काढून घेईन. माझा अंदाज तुम्हांला बरोबर आला नाही. मला रस्ता दिसत नव्हता. तो तुमच्या शहाणपणाने दिसला. मी तुम्हांला या प्रकरणात नको होतो का?"

"गो अहेड."

"मला विषप्रयोगाचा संशय आला आणि मी तो फक्त तुमच्यापाशी व्यक्त केला. मला वाटते तुम्हांला माझी भीती वाटू लागली. डॉक्टर, यू आर नॉट ए परफेक्ट क्रिमिनल–"

"तरीही माझ्यापर्यंत–"

"खुनाचा हेतू, तुमचा पूर्वइतिहास आणि रावलला केलेला फोन–"

"यू आर राइट. थँक्यू यू! यू आर ए जीनिअस!"

"डॉक्टर, आता केवळ अवधीचा प्रश्न आहे."

"नाही युवराज–"

थोडा वेळ फोनवर शांतता.

आणि मग एक आवाज— पिस्तुलाचा!

- ० -

दुसऱ्या दिवशी सकाळी वृत्तपत्रांनी डॉ. शिरोडकरांच्या आत्महत्त्येची बातमी छापली. शेअर्सच्या व्यवसायात डॉक्टरना फार मोठा फटका बसला होता. अचलाबाईंच्या प्रकृतीचा गैरफायदा घेऊन त्यांच्याकडून त्यांनी अवाढव्य रकमा उचलल्या होत्या. त्यामुळे अचलाबाईंचा मृत्यू त्यांना हवा होता. नुसता मृत्यू हवा होता असे नव्हे, तर मिळकतीचे ट्रस्टीपदही हवे होते. डॉक्टरांनी ते मिळवले होते. पण अचलाबाईंना कसलीतरी शंका आली. त्यांनी कामिनीची भेट घ्यायची ठरवले हे कळताच कामिनीवर खुनाचा आळ आला तर उत्तम, असे समजून त्यांनी त्वरा केली होती.

- ० -

पनवेलच्या जगन्नाथ गणपुलेच्या बंगल्यात युवराज, अलका, जगन्नाथ, कामिनी बसली होती. कोर्टातून तडक ते इथे आले होते. जगन्नाथच्या आग्रहावरून. कामिनीच्या डोळ्यांत अश्रूच उभे राहिले होते. युवराजांचे तिने किती आभार मानावेत, त्याला तर सीमा नव्हती. जगन्नाथाने युवराजांच्या हातात पाकीट ठेवले. तो म्हणाला, "तूर्त एवढेच. आमचे लग्न झाल्यावर आणखी एक चेक देईन."

"लग्न?" आश्चर्याने कामिनीच्या तोंडून उद्‌गार निघाले. "होय कामिनी. मी तुझ्यापेक्षा लहान आहे, माझ्या भावावर तुझे प्रेम होते, ह्या गोष्टी तू कदाचित

मला नकार देण्यासाठी वापरशील. मी तसा गावंढळ माणूस आहे. पण खरं सांगू, मी तुला सुखात ठेवीन. तुला आता विश्रांतीची, आधाराची गरज आहे. कामिनी, तू नाही म्हणणार नाहीस ना?''

"असले प्रश्न दुसऱ्यांच्या देखत विचारत नाहीत जगन्नाथ.''

"नाही, नाही. आम्ही निघालो.'' युवराज आणि अलका उठत म्हणाले.

"इश्श! असं नाही काही. जगन्नाथनं– तुम्ही थोडं थांबायला काय हरकत होती हो?''

"आता कळ सोसवत नाही. भात होईतो भूक मारता येते, पण वाफ जिरायची वाट पाहणं मुश्कील होतं.''

"बरं आहे जगन्नाथ, कामिनी– तुम्हांला चांगलं, शांत, सुखाचं आयुष्य लाभो–''

"अहो, लग्नाआधी का हे आशीर्वाद?''

"लग्न ते काय व्हायचंय आणखी?''

युवराज आणि अलका बाहेर आले. दुपार असली तरी पावसाळी वारा भणाण वाहत होता. गाडीत बसतानाच अलका म्हणाली, "माणसानं दुसऱ्याकडून धडे घ्यावेत म्हटलं.''

"कुणाकडून?''

"जगन्नाथ गणपुलेनं बघा कसं जमवलं!''

"आय सी! हा तुझा डाव आहे होय!''

एवढ्यात गाडी सुरू झाली. गणपुलेचा बंगला दिसेनासा होताच एका हाताने युवराजांनी अलकाला जवळ घेतली अन् चटकन तिच्या गालाला त्यांनी दंश केला–अलका विव्हळेपर्यंत!

"अजून तयारी आहे अलका–''

"आता तर...''

डांबरी रस्त्यावरून जाणाऱ्या माणसांना युवराज एकटेच गाडी चालवताना दिसले असते; कारण अलका त्यांच्या मांडीवर झोपी गेली होती. आणि गाडीतला रेडिओ गात होता, "कितना हंसी है मौसम, कितना हंसी सफर है, साथी है खूबसूरत, ये तो मुझे खबर है.''

- ० - ० - ० -

www.ingramcontent.com/pod-product-compliance
Lightning Source LLC
Chambersburg PA
CBHW030319020726
47493CB00004B/1090
9788172949730